AF766208

TẠP CHÍ VIÊN GIÁC
SỐ 269 - THÁNG 10/2025

VIÊN GIÁC

TẠP CHÍ CỦA NGƯỜI VIỆT TỴ NẠN & PHẬT TỬ VIỆT NAM
TẠI CỘNG HÒA LIÊN BANG ĐỨC

Chủ nhiệm Sáng lập: H.T. Thích Như Điển
Chủ bút: Nguyên Đạo | Quản lý Tòa soạn: Thị Tâm
Tòa soạn: Chùa/Pagode Viên Giác
Karlsruher Str. 6 - 30519 Hannover - Germany
Tel. +49 511 87 96 30 | Fax : +49 511 87 941 200
Website: https://www.viengiac.info

VIÊN GIÁC

TẠP CHÍ CỦA NGƯỜI VIỆT TỴ NẠN VÀ PHẬT TỬ VIỆT NAM TẠI CỘNG HÒA LIÊN BANG ĐỨC

Zeitschrift der vietnamesischen Flüchtlinge und Buddhisten in der Bundesrepublik Deutschland

CHỦ TRƯƠNG (HERAUSGEBER)

Congregation d. Vereinigten Vietn. Buddh. Kirche (gem.) e. V.
Karlsruher Str.6 - 30519
Hannover - Deutschland

QUẢN LÝ TÒA SOẠN

Thị Tâm Ngô Văn Phát

CHỦ NHIỆM SÁNG LẬP

Hòa Thượng Thích Như Điển

CHỦ BÚT

Nguyên Đạo

KỸ THUẬT

Nguyên Đạo – Quảng Hạnh Tuệ

CÙNG SỰ CỘNG TÁC CỦA (Mitwirkung von)

Hội Phật Tử VNTN tại Cộng Hòa Liên Bang Đức
Vereinigung der Buddhistische-Vietnamflüchtlinge i. d. BRD

TÒA SOẠN

Chùa/Pagode Viên Giác
Karlsruher Str. 6 - 30519 Hannover
Tel. 0511 - 87 96 30 . Fax : 0511 - 87 941 200
Website: https://www.viengiac.info
Email Chùa: todinh@viengiac.info
Email văn phòng: pagodevg2020@gmail.com
Email bài vở: chubut.viengiac@gmail.com

- Tạp chí Viên Giác phát hành mỗi hai tháng vào những tháng chẵn. Viên Giác bảo tồn và phát huy truyền thống Văn Hóa Phật Giáo và Dân Tộc Việt Nam ở hải ngoại, không có tính thương mại. Mọi hỷ cúng và ủng hộ để phụ giúp trang trải các chi phí ấn loát, điều hành, bưu phí... chúng tôi xin đón nhận và chân thành cảm tạ.
- Ngoài số ấn bản in trên giấy mỗi kỳ, Tạp chí Viên Giác còn phát hành trên mạng toàn cầu Amazon và phổ biến rộng rãi trên các trang mạng Phật Giáo lớn trên thế giới.
- Ủng hộ hiện kim cho Tạp chí Viên Giác, khi có yêu cầu chúng tôi sẽ gởi đến quý vị biên nhận để làm đơn xin quân bình thuế lương bổng, lợi tức hằng năm ở sở thuế.
- Nội dung bài viết hay quảng cáo thuê đăng trên Tạp chí Viên Giác không nhất thiết là quan điểm hay chủ trương của Ban Biên Tập. Các tác giả hay những cơ sở thuê đăng quảng cáo chịu trách nhiệm về nội dung hay bản quyền trích dẫn theo quy định tác quyền (copyright).

Trương mục ngân hàng:

Congr. d. Verein Vietn. Buddh. Kirche Abteilung i.d. Sparkasse Hannover Konto Nr. 910 4030 66
BIC: SPKHDE2HXXX. IBAN: DE40 2505 0180 0910 4030 66

MỤC LỤC số 269

Bìa: Họa sĩ Đình Khải | **Hình minh họa:** ViVi Võ Hùng Kiệt, Cát Đơn Sa, Lương Nguyên Hiền, U. Ostlaender
Ấn loát: Gutenberg Beuys Feindruckerei GmbH

* Viên Giác số 270 kỳ tới, chủ đề: "Mừng Xuân Bính Ngọ" sẽ phát hành vào 12/2025. Hạn chót nhận bài là 10.11.2025.
* Vì số trang báo có giới hạn nên một số bài viết cũng như Phương danh Cúng dường... không thể đăng hết trong một kỳ. Chúng tôi sẽ lần lượt đăng trong các số báo tới. Xin quý vị thông cảm.

Thư Tòa Soạn

Báo Viên Giác số 269

Năm nay Đại lễ Vu Lan Báo Hiếu và Lễ Hội Quan Âm tổ chức cùng một lúc xen kẽ vào nhau từ ngày 5 đến ngày 7 tháng 9 năm 2025 vừa qua đã được thành tựu viên mãn. Công đức thật không nhỏ của tất cả mọi người, trên từ Quý Thầy lãnh đạo trong Chi Bộ, kế tiếp là Hội Phật Tử Việt Nam Tỵ Nạn tại Cộng Hòa Liên Bang Đức, các Chi Hội, các chùa, 8 Gia Đình Phật Tử, Ban Biên Tập báo Viên Giác và hằng trăm người công quả từ khắp nơi trên nước Đức và Âu Châu đã đổ về Hannover làm công quả cả 1 tháng trước; nên mới được như vậy. Công đức này biết nói làm sao bây giờ cho đủ nghĩa. Thôi thì xin chắp hai tay lại cầu nguyện cho mọi người tâm luôn được an và thân luôn được khoẻ vậy.

Nếu nói về số lượng người tham dự cả 3 ngày Vu Lan thì đây là lần đầu tiên có số người đông nhất, ước tính từ 5.000 đến 6.000 người kể cả người Việt và Đức cũng như những người các nước khác có thiện ý với Phật Giáo. Đứng về phương diện tổ chức thì đây là lần hoàn hảo nhất trong hơn 40 năm qua, khi tổ chức nhiều khâu và nhiều sự kiện lớn trong một cuối tuần. Điều đặc biệt về hai điều đáng sợ và đáng quan tâm nhất là hoả hoạn và tai nạn, nếu bị xảy ra, mà điều đó gần như chưa có từ trước đến nay. Đúng là phép Phật nhiệm mầu. Khi đứng ra tổ chức một sự kiện nào, người đứng đầu tổ chức phải biết lường trước những khó khăn và những thuận duyên để cân bằng tầm nhìn với số người về dự lễ đông như vậy.

Về thuận duyên là suốt trong 3 ngày Đại lễ, điện, Gas, nước luôn đầy đủ, chưa gián đoạn một giây phút nào, khi cung ứng cho nhu cầu của số người đông như vậy. Việc kế tiếp là phần ai nấy làm, không ai chen chân, lấn áp người khác, khi không phải phận sự của mình. Việc kế tiếp là trên môi ai ai cũng nở một nụ cười, tựa như một bông Hồng để dâng Mẹ nhân ngày Vu Lan Báo Hiếu về. Đặc biệt nhất của kỳ này có thể nói là giới trẻ quá đông. Đây là thành phần gìn giữ cũng như phát triển Phật Giáo trong tương lai ở xứ này. Năm nay ngày chủ nhật 7.9 nhằm ngày Tự Tứ của chư Tăng Ni, ngày hoan hỷ; nên mọi người về chùa rất đông, không thể nào ngờ được... Còn nhiều điểm nữa sẽ lần lượt đề cập đến sau.

Từ chiều thứ sáu cũng như chiều thứ bảy, Quý Thầy đã hướng dẫn cho Quý Phật Tử tụng Kinh cầu nguyện cho những người đã mất, đặc biệt là những cháu nhỏ chưa chào đời đã bị mẹ cha ruồng bỏ vì một lý do nào đó. Do vậy sự cầu nguyện trong Tam Thời Hệ Niệm này nhằm giúp cho những sinh linh bé bỏng kia được mau về cảnh giới Phật để dự hội Liên Trì.

Lễ Hội Quan Âm gồm có hai phần trong ngày thứ bảy 6.9.2025. Đó là lễ cầu nguyện nơi Quan Âm Các do chư Tăng Ni và các Gia Đình Phật Tử cùng hợp lực tổ chức qua việc cầu nguyện, múa lân, múa lễ cúng dường, phát biểu nhân ngày lễ Hội hằng năm. Đến tối xen kẽ giữa đêm Văn nghệ ở Hội Trường là lễ Hoa Đăng, dâng những ngọn đèn trí tuệ lên Bồ Tát chứng minh qua câu Phật hiệu Nam Mô Quan Thế Âm Bồ Tát. Năm nay người Đức tham dự khá nhiều. Đây cũng là một trong những điểm nhấn thành công của lễ Hội.

Trưa ngày thứ bảy và trưa ngày chủ nhật là lễ truy tiến chư hương linh quá vãng thờ tại chùa. Chùa Viên Giác sắp được 50 năm thành lập kể từ năm 1978 đến nay. Nên được gọi là chùa Tổ và đây cũng là chùa đầu tiên của người Việt Phật Tử tại xứ này. Do vậy nhiều người quá vãng tại đây đã được thân nhân của mình ký gửi vào chùa để thờ tự, kể cả chôn cất tại nghĩa địa Phật Giáo gần chùa để hưởng được mùi hương trầm quyện toả khi những lễ trọng như Vu Lan, Phật Đản, Thanh Minh, Tết nhứt trở về. Đúng là ẩm thuỷ tư nguyên (uống nước nhớ nguồn) là vậy.

Chiều ngày thứ bảy 6.9.2025 là giờ thuyết giảng của Hoà Thượng Phương Trượng; nhưng năm nay kết hợp cả hai, ba sự kiện cùng một lúc để giới thiệu về Văn Hóa Phật Giáo Việt Nam qua sự trình bày của Giáo Sư (Tăng Sĩ) Kiyofuji người Nhật qua việc thông dịch từ Anh Văn sang Việt ngữ của Thượng Toạ Thích Trừng Sỹ đến từ Hoa Kỳ. Trong khi Hoà Thượng Phương Trượng đảm nhận phần Nhật ngữ. Kế tiếp Đạo Hữu Chủ Bút báo Viên Giác và các thành viên của Ban Biên Tập đã giới thiệu những tác phẩm và những thành quả vừa đạt được trong thời gian mới nhất cũng như thư hoạ.

Đêm văn nghệ vào tối ngày thứ bảy 6.9.2025 đã gợi nhớ quê hương qua tiếng hát, lời ca của các Ca Sĩ Phật Tử tại Âu Châu đóng góp trình diễn. Đặc biệt những màn kịch, múa, hát đơn, hò v.v… Của 8 Gia Đình Phật Tử Việt Nam tại Đức đã đóng góp, phải nói rằng không còn lời nào để tán thán hơn như thế nữa. Các Đoàn Sinh là tương lai của Đạo Pháp và Dân Tộc thành tựu tại xứ người. Ban Biên Tập Báo Viên Giác sau 47 năm phát hành tạp chí Viên Giác cứ hai tháng một lần cũng rất hãnh diện qua màn kịch ngắn mang đầy đủ phẩm chất của tình người và giá trị nhân văn của việc đọc báo.

Những thời kinh mai, kinh sáng, kinh trưa bằng nhiều ngôn ngữ khác nhau như: Việt, Pali, Tây Tạng, Nhật Bản đã mang người con Phật đến với nhau không phân biệt giống nòi hay nguồn cội khi tưởng nhớ đến Mẹ Cha khi mùa Vu Lan Báo Hiếu về, dầu cho người đó có cài lên áo mình một cành hoa Hồng hay hoa Trắng. Tất cả đều vì Mẹ và để nhớ nghĩ về hai đấng sinh thành.

Mùa Vu Lan báo Hiếu cũng là mùa Tự Tứ sau 3 tháng An Cư Kiết Hạ mà chư Tăng Ni Viên Giác đã bắt đầu từ năm 1984 đến nay, sau hơn 40 năm như vậy, mỗi năm 3 tháng hành trì miên mật của người xuất gia là những điều kiện ắt có và đủ để giáo pháp Đức Như Lai được trường tồn. Để cúng dường việc cao quý này Quý Phật Tử đã cúng dường Trai Tăng dâng tứ vật dụng lên chư Tăng Ni hiện tiền qua lễ khất thực bên ngoài khuôn viên chùa và lễ thọ nhận phần lễ vật dâng cúng của chùa cũng như của Quý Phật Tử gần xa tại Hội Trường vào trưa ngày chủ nhật 7.9.2025.

Cả 5- 6.000 người như vậy Ban Trai Soạn phải tất bật lắm mới cung ứng cho mỗi ngày 3 bữa ăn vừa hỗ trợ cúng dường, vừa dùng chay miễn phí vào những lúc như trưa và tối. Ngày nay người phục vụ chay tịnh còn kinh nghiệm nhiều hơn đồ dùng thường ngày; nên tất cả các món chay đều được quan tâm chia xẻ, không còn một món nào lưu lại cho lần sau.

Sân chùa được dọn dẹp sạch sẽ bởi những vị làm công quả ở gần chùa và nhất là Gia Đình Phật Tử Tâm Minh phải lo phần cuối của Đại Lễ, trả lại sự trang nghiêm thanh tịnh của chùa như những ngày trước Đại Lễ.

Sau mấy ngày dự lễ ở chùa, về lại nhà chắc rằng thân ai cũng mệt mỏi; nhưng tâm ai cũng an vui, vì đã làm được một việc gì đó mà tâm mình luôn thao thức khi nhớ nghĩ về Mẹ Cha lúc Vu Lan Báo Hiếu về.

Những lỗi lầm, thiếu sót do chung đụng, chưa thông cảm nhau cũng đã xảy ra; nhưng tất cả đều do sự hỷ xả là mục đích chính của người con Phật; nên ai ai cũng đã hoan hỷ khi ba ngày lễ đã kết thúc.

Bên ngoài sân chùa đã có không biết bao nhiêu sự kiện xảy ra làm cho ta choáng ngợp. Ví dụ như thế hệ Z ở Nepal nổi lên lật đổ chính quyền theo Maoist, Miến Điện, Cam Bốt, Pakistan, A Phú Hãn, Indonesia, Pháp, Đức v.v… rồi lụt lội, hoả hoạn ở Việt Nam, Hoa Kỳ. Nghèo đói, ly hương tỵ nạn như nhiều nước ở Phi Châu… tất cả là những vở kịch thường diễn ra hằng ngày trên thế giới kể cả những nước lớn như Hoa Kỳ, Nga , Trung Quốc v.v… Chúng ta phải làm gì đây thì người Phật Tử nên quay về sống với bài Kinh "Nhất Dạ Hiền Giả" sẽ được an ổn hơn trong muôn trùng lưới nghi hoặc của trần thế.

Xin chắp hai tay lại để nguyện cầu cho thế giới Hoà Bình và Nhân Sinh An Lạc. ■

Ban Biên Tập Báo Viên Giác

Đại lão Hòa Thượng Thích Trí Quang (1923-2019)

HT Thích Trí Quang

TƯ-TƯỞNG-HỆ PHẬT-GIÁO

VÀI NHẬN XÉT TRƯỚC KHI TRÌNH BÀY TƯ TƯỞNG HỆ PHẬT-GIÁO

I) Vấn đề cần thiết:

Lúc này, ở khắp mọi nơi, vấn đề cần thiết là phải liên hợp Phật-giáo-đồ lại. Trong khi đó, câu chuyện lịch sử, chưa đủ để chứng minh được gì, lại có thể làm gợn sự chia rẽ giữa Phật-giáo-đồ hữu tâm. Cho nên lịch sử từ trước đến giờ chỉ mới được trình bày với những tài liệu khuôn theo tâm lý của hai bên tự gọi là tiểu thừa đại thừa - chưa có được tính cách hoàn bị chân-xác và thuần túy, do đó, có thể là một câu chuyện tai hại.

2) Vấn đề dân tộc-tính:

Hiện giờ, ở tất cả mọi xứ Phật giáo, đạo Phật đã trở thành Đạo của dân tộc, dầu biến hiện dưới bất cứ hình thái nào. Phật Giáo Việt-Nam, như hiện giờ, chính là biểu hiện dân tộc tính đầy đủ của Phật giáo ở đây. Hình thức áo vàng khất thực chỉ làm cho quần chúng cảm thấy đó là thầy tu Miên, Lào và là dấu hiệu của một cái đạo ngoại quốc mà thôi. Trong khi đó, chính nhờ yếu tố dân tộc tính mà Phật giáo Việt- Nam đã không sao và sẽ không sao cả, mặc dầu đang sống trong hoàn cảnh bất thiện và ý muốn bất đáng.

3) Vấn đề nhu cầu:

Bây giờ, thí dụ chỉ để lại một tiểu thừa hay một đại thừa không thôi, thì thực tế sẽ không thể cung cấp cho hiện trạng của tất cả các nước Phật-giáo. Rồi nói đến sự nhu cầu của nhân loại nữa: Nếu Phật Giáo có cung cấp được gì cho nhân loại, thì sự cung cấp ấy không phải chỉ nằm ở một trong hai bộ phận đại và tiểu thừa mà thôi. Nhu cầu của nhân loại, bây giờ cũng như ở mai hậu, phải là do toàn bộ Phật Giáo cung cấp vậy.

4) Đặt vấn đề trọng tâm:

Bởi vậy, chiếu theo vấn đề cần thiết, không ai nên tự hào với cách nói lịch sử của mình như hiện giờ; chiều theo vấn đề dân tộc, yếu tố sinh tồn của Phật Giáo, chúng ta cần phải khai thác mạnh mẽ yếu tố dân tộc tính và sau hết, chiếu theo vấn đề nhu cầu, chúng ta phải nỗ lực làm một cuộc điều chỉnh. Tư tưởng hệ Phật Giáo sau đây sẽ như là nguyên tắc đề nghị cho cuộc điều chỉnh đó.

5) Vấn đề cần suy nghĩ:

Những người trách nhiệm với Phật-Giáo Việt Nam nên suy nghĩ điều này:

Nếu tước bỏ dân tộc tính thì làm sao Phật-Giáo còn được với dân tộc?

Nếu không thỏa mãn nhu cầu của nhân loại tương đối khá hơn, Phật Giáo làm sao sinh tồn?

Sinh tồn sao được và có nghĩa gì khi nó vô ích đối với loài người?

Nhưng mà nếu những nhược điểm thực sự của hai nếp sống đại và tiểu thừa mà không được hủy bỏ qua những điều chỉnh cần thiết, thì đó quả là chúng ta thật muốn tự tận trong những điều kiện sinh tồn vậy. ■

TRÍ QUANG

Nguyệt san PHẬT-GIÁO VIỆT-NAM, số 2,
Rằm tháng 9 Bính-Thân (1956),
QHT đánh máy lại cho Báo Viên Giác.

Thích Như Điển

TỊNH ĐỘ MÔN & THÁNH ĐẠO MÔN

Đối với Phật Tử Việt Nam chúng ta tu theo pháp môn Tịnh Độ cũng có nhiều người không quen thuộc với những danh từ Phật Giáo theo lối tu Tịnh Độ của Phật Giáo Nhật Bản; nên hôm nay chúng tôi xin giới thiệu vài nét sơ lược về cách truyền thừa và cách tu tập theo Tịnh Độ Tông do Ngài Pháp Nhiên chủ trương và Tịnh Độ Chơn Tông do Ngài Thân Loan Thánh Nhơn hình thành ở thế kỷ thứ 13 tại Nhật Bản.

Tịnh Độ như chúng ta đã biết; nhưng tại sao gọi là **Tịnh Độ Môn**? Nếu giải thích đơn giản có nghĩa là: cửa vào Tịnh Độ, hay lối vào, đường vào Tịnh Độ cũng ổn. Đây là cách gọi của Ngài Thân Loan Thánh Nhơn (Shinran Shonin). Điều này có nghĩa là Tịnh Độ do việc thực hành tự lực để cầu nguyện vãng sanh về Tây Phương Cực Lạc sau khi lâm chung. Việc này do chúng ta, những kẻ phàm tình ở cõi Ta Bà này mong muốn được sanh về cõi An Lạc. Việc này dễ nhưng mà khó. Dễ có nghĩa là do lòng từ bi của Đức Phật A Di Đà, giống như một người mẹ hiền thương đàn con trẻ dại thơ ngây, mong muốn điều gì, người Mẹ cũng có thể chiều theo thị hiếu của đứa Con, kể cả đứa con ấy hư hỏng, bất hiếu. Do vậy Ngài Thân Loan quan niệm rằng: Dầu là niệm Phật tự lực, dẫu cho có bị phạm vào tội ngũ nghịch hay Nhứt Xiển Đề đi chăng nữa thì cũng có thể vãng sanh về Tây Phương Cực Lạc; nhưng phải ở nơi Hạ Phẩm Hạ Sanh trong nhiều kiếp, chứ chưa về Trung Phẩm hay Thượng Phẩm được. Vì những chúng sanh này còn tội lỗi, chưa hoàn thành nơi phẩm vị của Chánh Định Tụ; nên khi sanh về Hạ Phẩm gọi nơi đó là Nghi Thành hay Thai Cung Biên Địa của thế giới Tây Phương Cực Lạc.

Theo Ngài Thân Loan Thánh Nhơn thì *Kinh A Di Đà, Kinh Quán Vô Lượng Thọ* thuộc về Tịnh Độ Môn và niệm Phật tự lực. Dĩ nhiên là việc phát sinh tư tưởng này, Ngài đã căn cứ nơi *Kinh Đại Bát Niết Bàn* và *Kinh Quán Vô Lượng Thọ* để hướng dẫn chỉ bày cho chúng ta về điều kiện vãng sanh này. *Kinh Đại Bát Niết Bàn* quyển 2 cho biết rằng: "Tất cả các pháp đều bất định; nên Nhứt Xiển Đề cũng bất định". Điều này có nghĩa là: Dầu cho Nhứt Xiển Đề ngày hôm qua không tin nhân quả, tội phước; nhưng một ngày nào đó Nhứt Xiển Đề cũng sẽ tin và sự thay đổi để tin này, người ấy có khả năng để vãng sanh. Kinh thứ 2 chứng minh cho việc này. Đó là *kinh Quán Vô Lượng Thọ*, Đức Bổn Sư Thích Ca Mâu Ni đã nói cho Hoàng Hậu Vy Đề Hy nghe tại núi Linh Thứu. Kinh này ở phần quán thứ 16 của Hạ Phẩm Hạ Sanh cho biết rằng: Những kẻ phạm tội ngũ nghịch và Nhứt Xiển Đề cũng có thể sanh về Hạ Phẩm Hạ Sanh; nhưng phải có hai điều kiện. Đó là người phạm tội phải biết tàm quí, xấu hổ về những việc làm trong quá khứ của mình và điều kiện thứ hai cũng không kém phần quan trọng. Đó là phải cần những Thiện Hữu Tri Thức đi kèm. Nếu không có những Thiện Hữu Tri Thức thì sẽ không có ai giúp cho chúng ta nghe câu Phật hiệu khi lâm chung. Vì lúc ấy Trung Ấm Thân không thể niệm Phật được.

Thánh Đạo Môn có nghĩa là cửa ngõ của bậc Thánh. Từ Thánh nhơn hướng xuống phàm phu qua 48 lời nguyện của Đức Phật A Di Đà khi Ngài còn là một một vị Tỳ Kheo với Pháp Danh là Pháp Tạng. Ngài đã dành ra đến 5 kiếp để tư duy và phát ra 48 lời nguyện này và lời nguyện thứ 18 là một trong những lời nguyện quan trọng nhất để được vãng sanh về Tây Phương Cực Lạc. Kinh căn bản về niệm Phật tha lực này chính là kinh Vô Lượng Thọ hay còn gọi là Kinh Đại Bản A Di Đà. Hay cũng còn gọi là Đại Kinh. Bậc Thánh vì lòng bi mẫn đối với chúng sanh; nên khi chúng sanh nhớ đến Ngài, niệm danh hiệu Ngài và đặt tin tưởng hoàn toàn vào bằng lực Bổn Nguyện của Ngài thì người ấy sẽ sanh về Nhứt Định Tụ hay còn gọi là Vô Sanh Pháp Nhẫn, sánh ngang hàng với Đức Di Lặc Bồ Tát, ở cương vị Nhứt Sanh Bổ Xứ, chờ đó để thành Phật và đi giáo hóa chúng sanh ở các cõi khác, do nguyện lực của mình. Nhưng điều khác biệt về tư tưởng cũng như cách nhìn của Ngài Thân Loan Thánh Nhơn về việc niệm Phật tha lực này, lâu nay ít có vị Tổ Sư nào giải thích, ngoại trừ Ngài Thân Loan Thánh Nhơn khi nương theo lời nguyện thứ 18 để được vãng sanh về thế giới Tây Phương Cực Lạc của Đức Phật A Di Đà.

Nơi quyển *Thán Dị Sao* của Ngài Thân Loan, Ngài cho rằng: Câu giả sử khi ta thành phật bây giờ không còn cần thiết nữa. Bởi vì Ngài Tỳ Kheo Pháp Tạng đã thành Phật A Di Đà từ trong Vô Lượng Kiếp rồi. Kế tiếp Ngài chủ trương rằng: Niệm Phật từ 1 đến 10 niệm không cần nhứt tâm. Bởi lẽ Đức Phật A Di Đà cũng giống như một người Mẹ thương Con mình, khi Con mình khóc đòi gì thì người Mẹ đã biết rồi, đâu cần phải hỏi lý do. Cho nên niệm Phật không cần nhiếp tâm; chỉ cần nương theo Bổn Nguyện cứu độ của Ngài là sẽ được đón về cảnh giới Tây Phương Cực Lạc, theo lối niệm Phật tha lực tin tưởng hoàn toàn nơi Bổn Nguyện cứu độ của Đức Phật A Di Đà. Trong lời nguyện thứ 18 còn cho rằng: ngoại trừ những kẻ phạm tội ngũ nghịch và Nhứt Xiển Đề; nhưng Ngài Thân Loan Thánh Nhơn cũng phủ nhận, theo niệm Phật tự lực như bên trên đã giải thích.

Với Ngài Thân Loan Thánh Nhơn cho rằng việc sanh về Cực Lạc có hai cách. Đó là vãng tướng vãng sanh và hoàn tướng vãng sanh. Vãng tướng có nghĩa là: sau khi đã sanh về đó rồi, ở luôn tại cảnh giới Tây Phương Cực Lạc tiếp tục tu hành để trở thành Đẳng Giác. Còn vị nào nếu muốn độ sanh thì phát nguyện trở về lại cảnh giới ngũ thú đồng cư này để tiếp tục hạnh nguyện của mình, cũng là một trong những hạnh nguyện của một vị Bồ Tát vậy.

Tư Tưởng của Ngài Thân Loan trong "Giáo Hạnh Tín Chứng" là nêu rõ pháp môn tu tập niệm Phật tha lực theo Kinh Vô Lượng Thọ nương theo 48 lời nguyện của Đức Phật A Di Đà. Phần này gọi là Giáo. Còn Hạnh chính là việc thực hành niệm Phật tha lực, nương theo Bổn Nguyện Lực của Đức Phật A Di Đà. Tín ở đây là lòng tin, chúng ta phải tha thiết tin rằng qua 48 lời nguyện của Đức Phật A Di Đà là kim chỉ nam để được vãng sanh. Nếu không được vậy thì Ngài sẽ không ở ngôi Chánh Giác. Đây chỉ là kết quả của việc niệm Phật tha lực để được vào ngôi Chánh Định Tụ, sánh ngang hàng với Đức Di Lặc Từ Tôn.

Ngoài ra tư tưởng của Ngài Thân Loan Thánh Nhơn còn chú tâm về các nguyện lực như: Chí tâm, tín nhạo và dục sanh nữa. Đây là những điều kiện gần giống như: Tín Nguyện Hạnh mà Phật Tử Việt Nam chúng ta lâu nay vẫn thường hành trì. Chí tâm có nghĩa là một lòng, chỉ với câu Phật hiệu 6 chữ Nam Mô A Di Đà Phật mà thôi, không giao động, không tán tâm, không xao lãng trong việc đi đứng, nằm, ngồi. Tín nhạo nghĩa là tin vui, tin theo lời nguyện của Ngài Di Đà qua những lời Đại Nguyện để được sanh về Tây Phương Cực Lạc và điều quan trọng là phải muốn được sanh; chứ Đức Phật A Di Đà không bắt buộc chúng ta phải sanh về nơi đó, sau khi mãn nghiệp ở cõi trần này. Mặc đầu cõi này qua Bổn Nguyện Lực: của Ngài là ai cũng đều được vãng sanh cả; nếu niệm đến danh hiệu của Ngài và tuỳ theo nghiệp lực mà chúng sanh đã gây ra trong kiếp trước để được sanh về nơi: Hạ, Trung hay Thượng phẩm.

Ngoài ra còn tư tưởng nhị hà bạch đạo cũng tương đối khác lạ với cách tu theo Pháp Môn Tịnh Độ của người Phật Tử Việt Nam chúng ta nữa. Cũng có nơi gọi là Nhị hà bạch lộ. Đạo là con đường lớn hơn; lộ là con đường nhỏ. Tuy hai chữ Hán Việt này vẫn có ý nghĩa dùng để chỉ cho con đường. Nhị hà là hai con sông, bạch lộ là con đường màu trắng. Ngài Thiện Đạo (Trung Quốc) cũng như Ngài Pháp Nhiên, Thân Loan (Nhật Bản) định nghĩa rằng: khi thần thức vừa rời khỏi thân tiền ấm (biết sống, sợ chết) thì trung ấm thân ấy sẽ thấy 2 con đường sẽ hiện ra trước mắt, trước khi chấp nhận để đi chọn nghiệp đầu thai thì sẽ thấy hiện ra trước linh thức 2 dòng sông. Một dòng sông màu đen đầy gợi cảm theo dục vọng của bản năng. Nếu người mất, không có câu Phật hiệu đi kèm và không có những thiện hữu tri thức gần gũi hộ niệm, thì thần thức thân trung ấm ấy có thể dễ bị sa vào 3 đường dữ của địa ngục, ngạ quỷ và súc sanh. Còn dòng sông màu trắng, đứng ở bên kia và trên dòng sông ấy có Đức Từ Phụ A Di Đà đang vẫy gọi người quá vãng ấy. Nếu biết chọn nghiệp để đi đầu thai hay vãng sanh thì hãy nương theo tiếng gọi nơi dòng sông màu trắng ấy, chắc chắn sẽ được đến cảnh giới giải thoát.

Chúng ta biết rằng ba bộ kinh quan trọng đối với người tu theo pháp môn Tịnh Độ đó là: *Kinh Vô Lượng Thọ* (Đại Kinh); Đức Phật Thích Ca Mâu Ni nói cho Ngài A Nan nghe tại núi Kỳ Xà Quật thuộc thành Vương Xá, Ấn Độ. Núi ấy ngày nay vẫn còn. Bộ Kinh thứ hai. Đó là *Kinh A Di Đà* hay còn gọi là *Tiểu phẩm A Di Đà*, Đức Phật Thích Ca Mâu Ni nói kinh này tại Kỳ Viên Tịnh Xá, thuộc nước Xá Vệ. Nền cũ, phòng ốc, Tăng Viện ngày nay vẫn còn đây, nằm về phía Bắc xứ Ấn Độ. Kinh này Đức Phật nói cho các vị Tỳ Kheo, Bồ Tát, A La Hán và Ngài Xá Lợi Phật trực tiếp nghe. Kinh thứ 3 là *Kinh Quán Vô Lượng Thọ* (hay còn gọi là Quán Kinh); Đức Phật nói kinh này cho Hoàng Hậu Vy Đề Hy nghe tại núi Linh Thứu, thuộc Vương Xá Thành. Như vậy tất cả 3 kinh này đều do chính kim khẩu của Đức Phật Thích Ca Mâu Ni nói ra khi Ngài còn tại thế, không còn nghi ngờ gì nữa.

Thiền Tông liên tục được truyền thừa từ Ngài Ca Diếp cho đến Tổ Bồ Đề Đạt Ma (thế kỷ thứ sáu sau Tây Lịch) có hệ thống rõ ràng; trong khi đó Tịnh Độ Tông chỉ truyền thừa rõ nét kể từ thời Ngài Long Thọ (Nagarjuna) ở thế kỷ thứ 3, 4 sau Tây lịch qua tác phẩm Thập Trụ Tỳ Bà Sa. Ở phẩm Dị Hành có mô tả về thế giới Cực Lạc và Đức Phật A Di Đà. Kế đó Ngài Thế Thân (Vasubandhu) đã soạn ra Tịnh Độ Luận (hay vãng Sanh Luận) nương theo phẩm Dị hành này và từ đó Tịnh Độ được truyền qua Trung Quốc qua các Ngài: Đàm Loan, Đạo Xước và Thiện Đạo. Ngài Đàm Loan viết Vãng Sanh Luận chú, chú giải Vãng Sanh Luận của Ngài Thế Thân và tinh thần, tư tưởng này kéo dài mãi cho đến Ngài Đạo Xước và Ngài Thiện Đạo. Đến thế kỷ thứ 7 thì Tịnh Độ Tông được truyền qua Nhật Bản với Ngài Nguyên Tín, Pháp Nhiên và Thân Loan (Nguyên Không) với tư tưởng đặc thù hơn, như bên trên có giải thích về niệm Phật tự lực và niệm Phật tha lực theo Bổn Nguyện của Đức Phật A Di Đà.

Trở về lại thời Nguyên Thuỷ khi Ngài Huyền Trang ra đi khỏi Trung Quốc dưới triều vua Đường Thái Tông nhằm năm Trinh Quán thứ 2 (629); đi sang Ấn Độ 2 năm; học Pháp Tướng Tông hay còn gọi là Duy Thức Tông 12 năm với Ngài Giới Hiền tại Đại Học Nalanda, Ấn Độ, sau đó Ngài Huyền Trang trở về lại Trung Quốc 2 năm nữa. Tổng cộng 16 năm đi về và học đạo tại Ấn Độ. Ngài mang theo 576 kinh văn toàn là chữ Phạn (không có ngoại ngữ nào khác) đúng vào năm 645. Sau đó nhà vua dâng Ngọc Hoa Cung cho Ngài chủ trì phiên dịch những kinh văn này từ chữ Phạn sang Hán Văn trong vòng 19 năm. Cho đến năm 664 thì Ngài viên tịch và kinh văn sau cùng được dịch là kinh thứ 22 trong 2926 Kinh Văn của *Đại Chánh Tân Tu Đại Tạng Kinh* gồm 100 tập. Đó chính là *Kinh Đại Bát Nhã* dịch trong vòng 3 năm từ năm 661-663. Hoà Thượng Thích Trí Nghiêm người Việt Nam đã dịch *Kinh Đại Bát Nhã* này sang Việt ngữ trong vòng 12 năm thành 24 tập; mỗi tập dày độ 700-800 trang. Đây là công trình phiên dịch của các vị Đại Sư người Việt Nam chúng ta kế tục tinh thần phiên dịch Đại Tạng Kinh ra Việt Ngữ của Giáo Hội Phật Giáo Việt Nam Thống Nhất chủ trương từ năm 1973 tại Đại Học Vạn Hạnh Sài Gòn. Trong *Đại Chánh Tân Tu Đại Tạng Kinh* (Taisho Shinshu Daizokyo) tổng cộng có 100 tập. Từ tập 1 đến tập 32 dịch từ chữ Phạn sang Hán Văn gồm có: Trường A Hàm, Trung A Hàm, Tạp A Hàm, Tăng Nhất A Hàm và Bản Sanh hay Bản Sự. Từ tập 32 đến giữa tập 54 là những chú giải về Kinh, Luật, Luận của chư vị Tổ Sư. Từ tập 54 đến tập thứ 85 nói và viết về Phật Giáo Nhật Bản và Phật Giáo Trung Hoa. Từ tập 85 đến tập thứ 100 là những kiểu kiến trúc, thơ hoạ, mỹ thuật Phật Giáo. Nếu 100 tập này được dịch hết ra tiếng Việt sẽ trở thành 400 tập; mỗi tập dày trên dưới 1.000 trang. Đây chính là Đại Tạng Kinh của Phật Giáo.

Nhìn chung dầu là Tịnh Độ Môn hay Thánh Đạo Môn, tất cả đều được cứu vớt theo Bổn Nguyện Lực của Đức Phật A Di Đà. Dầu ngôn ngữ, sự truyền thừa có khác nhau; nhưng nội dung vẫn là một. Mục đích duy nhất là vãng sanh về thế giới Tây Phương Cực Lạc sau khi lâm chung. Xin nguyện cầu cho tất cả những ai có tấm lòng tin sâu, nguyện thiết thì xin chú tâm vào câu Phật hiệu: **Nam Mô A Di Đà Phật** để được sanh vào thế giới An Lạc của Đức Từ Phụ A Di Đà.

Nguyện cầu cho tất cả chúng ta những ai đã và sẽ có nhân duyên với Pháp Môn Tịnh Độ hãy ngày đêm thường hay trì tụng đến Hồng Danh 6 chữ này. Kết quả sẽ được như chúng ta mong đợi và Đức Từ Phụ A Di Đà đang đứng ở bên kia bờ sanh tử, đang chờ đợi chúng ta và sẽ đưa người qua khỏi bể khổ sông mê.

Nam Mô Thường Tinh Tấn Bồ Tát Ma Ha Tát. ■

Viết xong vào lúc 10:30 sáng ngày 15.9.2025 tại Tu Viện Viên Đức vùng Ravensburg thuộc miền nam nước Đức.

Thích Hạnh Giải

TÌM HIỂU KINH "BỘC LƯU" (Oghataranasutta)

I) Giới thiệu:

Suốt 45 năm hoằng hóa, Đức Phật chỉ ngủ nghỉ 3 giờ mỗi đêm. Buổi sáng, Đức Phật và đại Thánh chúng Tỷ kheo đi khất thực, có thể, sau khi thọ thực, Ngài và Thánh chúng đi đến các vùng xa để độ cho người hữu duyên, hoặc, trở lại Tịnh xá để tiếp Đức Vua, hoàng hậu, các đại thí chủ, các sa-môn, quần chúng Bà-la-môn.... Khi ngày đã tàn, Ngài thuyết pháp cho Chư Tăng. Khi đêm gần tàn, Ngài thuyết pháp cho Thiên chúng. Trong Đại Tạng Kinh pali có rất nhiều bài Kinh ghi lại lời khai thị của Đức Thế Tôn cho Thiên chúng. Bài Kinh "Bộc Lưu" (Oghataranasutta), là một trong số đó.

Chúng tôi đã tác ý muốn tìm hiểu bài Kinh Bộc Lưu đã xuất hiện cách đây gần tròn 26 thế kỷ. Bài Kinh "Bộc lưu" rất ngắn, chỉ vỏn vẹn 201 từ, đậm tính ẩn dụ, khó hiểu; ý nghĩa bài Kinh không chỉ nằm ở nghĩa đen mà còn được mở rộng, và, cần phải vận dụng đến hình ảnh và liên tưởng. Chúng tôi sẽ cố gắng tìm hiểu theo khả năng cho phép.

II) Nguyên văn bài Kinh "Bộc Lưu":

"Như vầy tôi nghe: Một thời Thế Tôn ở Sàvatthi (Xá-vệ), Jetavana (Thắng Lâm), tại vườn ông Anàthapindika (Cấp Cô Độc). Rồi một vị Thiên, khi đêm đã gần tàn, với nhan sắc thù thắng chói sáng toàn vùng Jetàvana, đi đến Thế Tôn. Sau khi đến, đảnh lễ Thế Tôn rồi đứng một bên. Đứng một bên, vị Thiên ấy bạch Thế Tôn:

-Thưa Tôn giả, làm sao Ngài vượt khỏi bộc lưu?

-Này Hiền giả, không đứng lại, không bước tới, Ta vượt khỏi bộc lưu.

-Thưa Tôn giả, làm sao không đứng lại, không bước tới, Ngài vượt khỏi bộc lưu?

-Này Hiền giả, khi Ta đứng lại, thời Ta chìm xuống. Này Hiền giả, khi Ta bước tới, thời Ta trôi giạt; do vậy, này Hiền giả, không đứng lại, không bước tới, Ta vượt khỏi bộc lưu.

(VịThiên): Từ lâu, tôi mới thấy. Bà-la-môn tịch tịnh. Không đứng, không bước tới, Vượt chấp trước ở đời.

Vị Thiên ấy nói như vậy và bậc Đạo Sư chấp nhận. Vị Thiên ấy biết được: "Thế Tôn đã chấp nhận ta". Vị ấy đảnh lễ Thế Tôn, thân phía hữu hướng về Ngài, rồi biến mất tại chỗ."

III) Tìm hiểu bài Kinh Bộc Lưu

1/ Xuất xứ:

Bài Kinh "Bộc Lưu" rất ngắn, vỏn vẹn 201 từ tiếng Việt, là bài kinh mở đầu Tập I : Thiên Có Kệ; Chương I: Tương Ưng Chư Thiên; Phẩm I: Phẩm Cây Lau.

Kinh Bộc Lưu là bài kinh được xếp ở vị trí đầu tiên trong 2.775 bài Kinh thuộc TƯƠNG ƯNG BỘ

(Samyutta Nikàya), gồm 5 tập rất dày. Tập mỏng nhất cũng đã hơn 500 trang.

2) Sáu điều kiện cần và đủ để bài Kinh xuất hiện đậm tính lịch sử: thời điểm, nơi chốn, người thuyết, thính chúng, thành tựu pháp & người trùng tụng lại bài Kinh.

2.1) Thời điểm :

Như thường lệ, đêm gần tàn, rạng sáng, Đức Thế Tôn đi kinh hành ngoài trời, là thời điểm chư Thiên các cõi xuất hiện thỉnh Pháp. Sáng sớm hôm ấy, chỉ có một vị Thiên xuất hiện, đi đến Thế Tôn, đảnh lễ Thế Tôn, đứng một bên, rồi vị Thiên không vòng vo, sử dụng ngôn ngữ đặc thù, đậm ý nghĩa ẩn dụ, như một người đã thành thạo Giáo Pháp, hỏi "xoáy" vào vấn đề mà chính bản thân Đức Phật đã trải qua: "Thưa Tôn giả, làm sao Ngài vượt khỏi, vượt khỏi bộc lưu?"

2.2) Nơi chốn:

Bài Kinh đã ra đời tại Kỳ Viên Tịnh Xá (Jetavana-Thắng Lâm) gần kinh thành Xá Vệ (Sàvatthi), thuộc Vương quốc Kiều Tất La (Kosala) của vua Ba tư Nặc (Pesanadi) trị vì, nơi Đức Thế Tôn đang ngự.

2.3) Người thuyết & 2.4) Thính chúng:

Trong thời điểm đêm gần tàn, tại Kỳ Viên tịnh xá. Không có thính chúng, chỉ có một vị Thiên xuất hiện đảnh lễ Đức Thế Tôn, thưa hỏi Đức Thế Tôn hai câu thật ngắn gọn, rất ẩn dụ. Đức Thế Tôn ôn tồn trả lời hai câu cũng thật ngắn gọn, cô đọng, rất ẩn dụ, tương xứng.

2.5) Thành tựu pháp:

Nghe hai câu trả lời của Thế Tôn, vị Thiên đã ứng khẩu đọc bài kệ 4 câu. Bài kệ chưa phát lộ nhận thức mới mẻ nào. Được vậy cũng đã tốt rồi, Đức Thế Tôn im lặng.

2 .6) Người trùng tụng tạng Kinh:

Tất cả những bài Kinh Phật thuyết đã được kết tập trong Đại tạng Kinh Pali. Câu đầu tiên trong mỗi bài Kinh phải là câu "Tôi nghe như vầy". Như một lời làm chứng cho mỗi bài Kinh (thời điểm, nơi chốn, người thuyết và thính chúng), như thế là đúng Sự Thật.

"Tôi" trong câu "Tôi nghe như vầy" là ai? — Là ngài A Nan (Ananda).

Thời điểm, cuộc vấn đáp giữa vị Thiên và Đức Thế Tôn diễn ra, lúc ấy, khi đêm đã gần tàn, đâu có ngài A-nan ở đó chứng kiến, vậy lý do gì bài Kinh Bộc Lưu đã ghi câu đầu tiên "Tôi (A-nan) nghe như vầy"?

10 vị đại đệ tử của Thế Tôn, trong đó có tôn giả A-nan (Ananda). Mỗi vị đại đệ tử bộc lộ năng lực vượt trội khác nhau; năng lực vượt trội của tôn giả A-nan là đa văn đệ nhất, trí nhớ siêu việt. Xin nhắc lại một sự kiện quan trọng, liên quan đến câu "Tôi nghe như vầy" : Khi Thế Tôn đã 55 tuổi, Tôn giả A Nan được đại Thánh chúng đề cử làm thị giả Thế Tôn. Được đề cử làm thị giả Thế Tôn, Tôn giả A-nan rất hoan hỷ, nhưng Tôn giả A nan đã đệ trình 8 điều kiện trước đại Thánh chúng và Đức Thế Tôn xem xét. Nếu Đức Thế Tôn và Đại Thánh chúng chấp thuận, thì, Tôn giả A nan mới hoan hỷ phụng hành. Và, 8 điều kiện của tôn giả A-nan đã đươc Thế Tôn khen ngợi. Kinh Tăng Chi Bộ (Anguttara Nikaya), đã ghi lại đủ Tám điều kiện mà Tôn giả A-nan yêu cầu. Trong đó, điều kiện thứ 8, điều kiện cuối cùng, đã ghi rõ: "Trong trường hợp Đức Thế Tôn thuyết pháp không có mặt A- nan thì A-nan được phép thỉnh cầu Đức Thế Tôn thuyết lại cho A-nan nghe và ghi nhớ".

Thời điểm bài Kinh Bộc Lưu ra đời không có mặt tôn giả A-nan, nhưng sau đó, Thế Tôn đã thuyết lại cho tôn giả A-nan nghe và ghi nhớ nằm lòng.

Sau khi Đức Thế Tôn diệt độ 3 tháng tại Kushinagar, tôn giả Đại Ca Diếp (Maha -Kassapa), đầu đà đệ nhất, đã triệu tập 499 vị trưởng lão A-la-hán tham dự đại hội kết tập Kinh, Luật lần thứ nhất, tại hang động Thất Diệp (Satiapanni), cách thành Vương Xá (Ràjagaha) hơn 10km. Đại Thánh chúng A la hán (Arahant) tham dự đại hội kết tập đã nhất tâm hoan hỷ đề cử tôn giả Đai Ca Diếp (Maha Kassapa) làm thượng thủ có thẩm quyền đặt các câu hỏi, giải quyết thắc mắc cho đại chúng về Pháp và Luật với tinh thần hòa hợp; tôn giả A Nan được đề cử trùng tụng Tạng Kinh (Sutta Pitika); Tôn giả U Ba Li (Upali) được đề cử trùng tụng Tạng Luật (Vinaya Pitika). Vì thế, dòng đầu tiên của bài Kinh Bộc Lưu đã ghi "Tôi (A nan) nghe như vầy" là sự thật.

3) Giải thích từ ngữ:

— Vị Thiên: gọi chung các chúng sanh trong Tam giới. Tam giới gồm 28 cõi.

Do phước báu đã tạo khác nhau, tri kiến khác nhau, định tuệ khác nhau, nên, chúng sanh hóa sanh về các cõi trời cũng sẽ khác nhau về giới vực, về cõi, và, về thọ mạng. Chư Thiên thường lui tới địa cầu — nơi loài người ở — là chư Thiên 1 trong 6 cõi trời Dục giới này.

Tiện đây, xin vắn tắt, đầy đủ các cõi trời Dục Giới theo thứ tự từ thấp lên cao.

*Dục giới gồm 11 cõi, trong đó gồm 4 cõi khổ và 7 cõi thiện Dục giới:

*4 cõi khổ: Địa Ngục (Niraya), Ngạ Quỷ (Pettivisaya), Súc sanh (Tiricchànayoni), A-Tu-La (Asurakàya). Tuổi thọ không nhất định.

*7 cõi thiện Dục giới: gồm 1 cõi người và 6 cõi trời Dục giới.

— Cõi người (Manussa): Nơi ở của loài người là hành tinh xanh — địa cầu.

Nói về cõi người, được làm người rất là khó. Một khi đã được làm người, dù xấu, đẹp cũng rất cao quý, rất thiêng liêng. Đây là cõi ít phước, tự bương chải nuôi sống, nhưng được tự do, không ai kiểm soát được tâm người khác. Vì thế, nếu âm thầm, nhất niệm, tinh tấn tu tập, họ có thể hóa sanh trong 6 cõi trời Dục giới, hoặc, các cõi trời cao hơn, hay, trở thành vị Thánh không gì khó. Và, họ có thể tái sanh vào 4 đọa xứ: địa ngục, ngạ quỷ súc sanh … quá dễ, nhanh như tên bắn. Hóa sanh, tái sanh hay đọa lạc tùy thuộc vào nhận thức và hành vi thiện, bất thiện đã tạo ra.

Tuổi thọ cõi người, thật ngắn, trung bình 60 năm.

Chư Phật luôn xuất hiện ở cõi người, vì, chúng sanh nơi cõi người rất kinh nghiệm về khổ, và, có khả năng nắm bắt, nhạy bén nhận biết pháp Chân Đế (Chân nghĩa pháp, hay, Sự thật Tối hậu). Đây là ưu thế, chỉ có ở cõi người!

Tổng quan về chư Thiên trong 6 cõi Dục giới, tâm của họ vẫn còn tưởng đến dục, nên được xếp vào Dục giới.

— Tứ Thiên Vương (Càtummahàràjika): Cõi Người là cõi dục tình, đã đành. Chư Thiên cõi Tứ Thiên Vương, cõi trời thấp nhất, họ vẫn còn thân tướng nam nữ, nhưng rất vi tế, nhan sắc của họ cực kỳ đẹp. Nhan sắc nam nữ nơi cõi người không thể sánh bằng. Họ vẫn còn dục tình như loài người.

Cung điện, nơi an trú của họ do phước báu hóa hiện. Tuổi thọ của họ tuy lâu dài hơn cõi người là nhờ phước báu, nhưng sau khi thọ hưởng hết phước báu cõi trời, thì thân hoại mạng chung, họ có thể đọa thẳng vào các cõi thấp kém, tệ hại.

Tuổi thọ của chư Thiên cõi này bằng 9.000.000

năm cõi người.

Trong cõi Tứ Thiên Vương còn có rất nhiều sơn thần, địa thần, thủy thần … sống trà trộn với loài người. Các Thần tuổi thọ dài hơn cõi người, ngắn hơn cõi trời.

— Đao Lợi Thiên, hay, Tam Thập Tam Thiên (Tàvatimsa): Là nơi cư ngụ của Vua trời Đế Thích. Tuổi thọ bằng 36.000.000 năm cõi người.

— Da Ma Thiên (Yama): Yama có nghĩa là diệt trừ. Nơi đây, mọi đau khổ được tiếp tục diệt trừ bằng Định, Tuệ. Tuổi thọ bằng 144.000.000 năm cõi người.

— Đâu Suất Đà Thiên (Tusita): Chư Thiên ở cõi này không biết khổ là gì. Bồ tát Di Lặc đang có mặt tại đây. Khi loài người, số đông, sống theo thiện pháp, chán bỏ ác pháp thì Bồ tát sẽ vào thai làm người, và, thành Phật. Tuổi thọ bằng 576.000.000 năm cõi người.

— Hóa Lạc thiên (Nimmànarati): Những chư Thiên sống hạnh phúc trong những tòa lâu đài, do đại phước báu của họ hóa hiện. Tuổi thọ bằng 2.304.000.000 năm cõi người.

— Tha Hóa Tự Tại Thiên (Paranimmitavasavatti): là tầng trời cao nhất trong các tầng trời Dục giới. Chư Thiên ở cõi này sống tự tại, không quan tâm gì cả. Lâu đài, vật dụng đều do chư Thiên cấp thấp hóa hiện ra cho chư Thiên cõi này sử dụng. Tuổi thọ bằng 9.216.000.000 năm cõi người.

Vị Thiên trong bài Kinh Bộc Lưu là một trong số các chư Thiên trong 6 cõi thuộc Dục giới này.

Trở lại, tiếp tục giải thích từ ngữ:

— Nhan sắc thù thắng: Sắc đẹp vượt trội. Nhan sắc thù thắng, và, hào quang chói sáng là do phước báo sanh, do tâm có giới sanh, do tâm có định, có tuệ sanh.

— Tôn giả: là danh hiệu tôn xưng những vị đã thực chứng một trong 4 Thánh quả, thường là các vị đệ tử xuất sắc của Đức Phật. Những người ngoại đạo, tu sĩ hoặc cư sĩ, khi diện kiến Đức Phật cũng thường gọi Đức Phật là Tôn giả.

— Hiền giả: là danh hiệu tôn xưng những vị có đức hạnh, là bậc hiền nhân, chưa vượt thoát được phiền não, chưa thấu đạt chân lý.

Trong bài Kinh Bộc Lưu đã xác định địa danh Jetavana (Thắng Lâm, Kỳ Viên), ông đại thí chủ Anàthapindika (Cấp Cô Độc), thủ phủ Sàvatthi (Xá-vệ) đã được nhắc đến rất nhiều trong những bài Kinh khác rồi. Xin thông qua. Chỉ có cụm từ "Bộc Lưu" (ogha) và, từ "vượt" cần giải thích nghĩa cụ thể, và cả nghĩa ẩn dụ.

— Bộc lưu theo nghĩa cụ thể: Bài Kinh Bộc Lưu chỉ vỏn vẹn 201 từ, mà cụm từ "bộc lưu" đã lặp lại 4 lần. Bộc lưu là gì? Bộc lưu, theo nghĩa cụ thể, là dòng nước dốc, từ độ cao đổ mạnh xuống vực sâu sôi sục, rồi đào xới tạo một dòng chảy xiết, cuồn cuộn cuốn phăng bất cứ thứ gì mà nó tàn phá, xô đổ trên đường đi, đẩy về phía hạ du, gây chướng ngại lớn, nguy hiểm, khó cho những kẻ bộ hành vượt qua bờ kia.

— Bộc lưu theo nghĩa ẩn dụ: Bộc lưu trong bài Kinh Bộc Lưu không phải là dòng thác cụ thể ở một nơi nào đó, trên các vùng cao bề mặt địa cầu, mà, bộc lưu ở đây, là biểu tượng cần liên tưởng đến dòng thác vô hình, vô tướng, và, vô ngã. Dòng thác ấy không ở bên ngoài. Dòng thác ấy ở ngay trong Tâm thức của người chưa-giác-ngộ, đang nỗ lực cần cầu "vị ngọt" thế tục.

Ý nghĩa ẩn dụ, thì Bộc Lưu ám chỉ dòng phiền não truyền kiếp; ám chỉ cho tâm tham, sân, si bộc phát bất cứ lúc nào, là phản ứng của đời người và người đời; ám chỉ cho Danh và Sắc, hay, năm hợp thể ngũ uẩn sinh diệt từng sát na; ám chỉ lòng tham dục, luyến ái, biên kiến, tà kiến, hoài nghi, chấp thủ, chấp ngã; ám chỉ các pháp hữu vi sinh diệt mênh mang; ám chỉ dòng sinh tử luân hồi cuồn cuộn cuốn phăng, nhận chìm, giạt trôi, lênh đênh bất tận, trùng trùng bao kiếp sống; ám chỉ chính khát vọng về dục ái, sắc ái, và vô sắc ái đã giam giữ mọi chủ thể khát vọng trong ngục tù khát vọng.

Bộc lưu ấy hiện hữu khi tâm vô minh xấu ác hiện hữu. Bộc lưu ấy diệt khi tâm vô minh xấu ác diệt.

— Vượt: "vượt" trong bài Kinh Bộc Lưu là một động từ, đã lặp lại 5 lần. Vượt là gì?

Vượt theo nghĩa thông thường, chỉ cho chuyển động của một vật ở phía sau vượt qua một chuyển động của một vật khác cùng chiều, phía trước. Nghĩa của từ "vượt" trong bài Kinh Bộc Lưu không theo cách hiểu thông thường là vật này vượt qua vật kia theo phương ngang, mà, được hiểu là: "tư tưởng chánh đạo vượt lên cao, bỏ lại những tư tưởng phàm tục, bên dưới" theo phương thẳng đứng.

IV) Tìm hiểu ý nghĩa thâm sâu của từng cặp vấn đáp giữa vị Thiên và Đức Thế Tôn:

1) Tìm hiểu 2 câu vấn và đáp lần thứ nhất, giữa vị Thiên và Thế Tôn:

Sau khi đảnh lễ Thế Tôn, vị thiên hỏi Thế Tôn câu thứ nhất:

— Thưa Tôn giả, làm sao Ngài vượt khỏi bộc lưu?

Thay thế cụm từ bộc lưu theo cách ẩn dụ bằng ngôn ngữ cụ thể (xem số 3 Giải thích từ ngữ) thì câu hỏi của vị Thiên bây giờ sẽ là:

"Thưa Tôn giả, làm thế nào Ngài vượt khỏi phiền não truyền kiếp? Làm thế nào Ngài vượt khỏi tâm tham, sân, si bộc phát bất cứ lúc nào? Làm thế nào

Ngài vượt khỏi Danh và Sắc, hay, năm hợp thể ngũ uẩn sinh diệt từng sát na? Làm thế nào Ngài đoạn trừ lòng tham dục, luyến ái, biên kiến, tà kiến, hoài nghi, chấp thủ, chấp ngã? Làm thế nào Ngài thoát khỏi các pháp hữu vi sinh diệt mênh mang? Làm thế nào ngài thoát khỏi dòng sinh tử luân hồi cuồn cuộn cuốn phăng, nhận chìm, giạt trôi, lênh đênh bất tận, trùng trùng bao kiếp sống? Làm thế nào Ngài thoát khỏi khát vọng về dục ái (Kàmà tanha), sắc ái (Rupa-tanha), và, vô sắc ái (Arupatanha) đã giam giữ mọi đối tượng khát vọng trong ngục tù khát vọng?

— Đức Thế Tôn trả lời vị Thiên câu hỏi thứ nhất cũng rất đặc biệt, tương xứng, thích đáng, ẩn dụ:

"Này hiền giả, không đứng lại, không bước tới, Ta vượt khỏi bộc lưu."

Câu hỏi thứ nhất của vị Thiên dùng từ không bình thường, không dung dị, ẩn dụ. Dường như, vị Thiên có vẻ tự nhận mình là tay sành sỏi. Thế Tôn trả lời cũng rất đặc biệt, không bình thường, không dung dị, ẩn dụ, tương xứng với cách vị Thiên sử dụng ngôn từ.

(Câu trả lời của Thế Tôn cho vị Thiên, như một công án thiền mà các Tổ sư thiền về sau đã theo đó áp dụng và phát triển… Thiền sư hỏi, hoặc, thiền sư trả lời một câu ẩn mật; hành giả phải sẵn trực giác bén nhạy mới nhận ra tâm yếu.)

Câu trả lời câu hỏi thứ nhất, Thế Tôn đã nhấn mạnh hai phủ định trái ngược nhau: "không đứng lại, không bước tới, Ta vượt khỏi bộc lưu". Rất ẩn dụ, thật khó hiểu!

Bình thường xưa nay, một người đang dịch chuyển trên con đường hay trên mặt đất phẳng, người ấy hoặc là đứng lại, hoặc là bước tới, chứ không thể "không đứng lại", "không bước tới". Bồ tát Gautama Siddhartha sau khi đã đại giác ngộ dưới cội Bồ đề thành một vị Phật. Thành một vị Phật, Ngài vẫn còn thân ngũ uẩn thì Ngài vẫn phải được xác định vị trí, tọa độ trong không gian vật lý; nếu Ngài "không đứng lại" tức là Ngài đang xê dịch khỏi điểm đứng ban đầu; nếu Ngài "không bước tới" tức là Ngài đang còn ở vị trí điểm đứng ban đầu, tức là Ngài chưa xê dịch. Như vậy, câu trả lời thứ nhất của Thế Tôn cho vị Thiên " Này hiền giả, không đứng lại, không bước tới, Ta vượt khỏi bộc lưu", vậy có phi lý không? Câu trả lời là không. Vị Đại Giác Ngộ một khi khai thị Giáo pháp cho chúng nhân thiên, bất cứ khi nào, bất cứ ở đâu, lời khai thị của Thế Tôn luôn mở cửa chân lý, không thể phi lý được.

Nếu không phi lý, vậy ý nghĩa của câu trả lời thứ nhất của Thế Tôn "Này hiền giả, không đứng lại, không bước tới, Ta vượt khỏi bộc lưu" được hiểu như thế nào?

-"không đứng lại", "không bước tới", "Ta vượt khỏi bộc lưu" là 3 động năng, 3 thái độ tư tưởng, không phải là 3 động tác thuộc thân vật lý. -"Không đứng lại" là không sử dụng động năng, chỉ là thái độ tư tưởng không e ngại, không sợ hãi, từ bỏ, trút bỏ mọi thằng thúc, lầm chấp có tính kế thừa qua bao thế hệ trong chủng loại người. Vì, đã thấu rõ tính chất nguy hiểm của bộc lưu, nên, không đứng lại. (Xem lại giải thích từ "bộc lưu" theo nghĩa ẩn dụ, ở trên.)

-"Không bước tới" là không sử dụng động năng, chỉ là thái độ tư tưởng không thỏa hiệp, không hòa tan, không chấp nhận tư tưởng lầm lạc mang tính truyền thống, lớp trước di truyền lớp sau của chủng loại người. Vì, đã thấu rõ tính chất nguy hiểm của bộc lưu, nên, không bước tới. (Xem lại giải thích từ "bộc lưu" theo nghĩa ẩn dụ, ở trên.)

-"Ta vượt khỏi bộc lưu" là kết quả của tư tưởng chủ đạo, bằng con đường Trung Đạo vượt khỏi mọi hấp lực tà kiến, tà tín, tà tư duy, tà hạnh, thiên chấp đã truyền thừa từ nhiều tầng, nhiều lớp, qua nhiều thế hệ trong chủng loại người.

2) Tìm hiểu 2 câu vấn và đáp thứ hai giữa vị Thiên và Thế Tôn:

Vị Thiên hỏi câu thứ hai hỏi với Thế Tôn:

-Thưa Tôn giả, làm sao không đứng lại, không bước tới, Ngài vượt khỏi bộc lưu?

Vị Thiên nhan sắc thù thắng chói sáng toàn vùng Jetàvana không thể không bị hụt hẫng, bối rối, đứng hình, kinh ngạc, tan chảy ngã mạn dư tàn khi nghe Thế Tôn trả lời câu hỏi thứ nhất: " không đứng lại, không bước tới, Ta vượt khỏi bộc lưu".

Khi nghe vị Thiên đặt câu hỏi thứ hai: "Thưa Tôn giả, làm sao không đứng lại, không bước tới, Ngài vượt khỏi bộc lưu? Chúng ta có cảm tưởng chất giọng của vị Thiên có vẽ mềm hơn, tha thiết hơn, không giấu được tâm trạng vừa ngỡ ngàng, vừa bàng hoàng.

Đức Thế Tôn trả lời:

-Này Hiền giả, khi Ta đứng lại, thời Ta chìm xuống. Này Hiền giả, khi Ta bước tới, thời Ta trôi giạt; do vậy, này Hiền giả, không đứng lại, không bước tới, Ta vượt khỏi bộc lưu.

Thế Tôn trả lời câu hỏi thứ hai, Ngài đã giải thích lý do tại sao Ngài không đứng lại, vì đứng lại thời Ngài chìm xuống; lý do tại sao Ngài không bước tới, vì bước tới thời Ngài trôi giạt. Do vậy, Ngài không đứng lại, không bước tới, Ngài vượt khỏi bộc lưu. Câu trả lời của Đức Thế Tôn dù đã giải thích rõ nghĩa hơn, nhưng vẫn đậm tính ẩn dụ tương thích với cách sử dụng ngôn ngữ ẩn dụ của vị Thiên.

Chúng ta hiểu như thế nào về ý nghĩa "đứng lại" và "chìm xuống" trong câu: " Này Hiền giả, khi Ta đứng lại, thời Ta chìm xuống"?

-"đứng lại" là chấp nhận sống theo bản năng, sống theo thị hiếu, lợi dưỡng, buông xuôi theo dòng trôi thế tục. "đứng lại" là nhân của bất hạnh.

-"chìm xuống" ám chỉ sự sa đọa, chìm sâu trong dòng chảy cuộc đời. "chìm xuống" là quả của bất hạnh.

Chúng ta hiểu ý nghĩa như thế nào về "bước tới" và "trôi giạt" trong câu: " Này Hiền giả, khi Ta bước tới, thời Ta trôi giạt"?

-"bước tới" là toa rập, thỏa hiệp với tư tưởng và hành động theo lề thói của chủng loại, bầy đàn đã lập sẵn, đã định hướng sẵn từ xa xưa rồi; không cần động não, không thắc mắc, không cải cách, không sửa đổi, nhẫn chịu mọi may mắn rủi ro, chấp nhận số phận . "bước tới" trong thỏa hiệp là nhân của mọi khổ đau.

-"trôi giạt" là mặc kệ, tới đâu hay tới đó; ai sao tôi vậy… "trôi giạt" là quả của mọi khổ đau.

Chúng ta hiểu ý nghĩa như thế nào về "không đứng lại", "không bước tới" trong câu: "do vậy, này Hiền giả, không đứng lại, không bước tới, Ta vượt khỏi bộc lưu".

-"không đứng lại" là không chấp nhận sống theo bản năng, sống theo thị hiếu, lợi dưỡng; không buông xuôi theo dòng trôi thế tục. "không đứng lại" là nhân của giải thoát.

-"không bước tới" là không thỏa hiệp với mọi sinh hoạt thuộc truyền thống đã chế định. "không bước tới" là nhân của giải thoát.

-"không đứng lại, không bước tới" là chỉ cho con đường Trung Đạo tránh xa hai cực đoan: khổ hạnh và lợi dưỡng; căng thẳng và chùng xuống…"không đứng lại, không bước tới" là chọn cách từ bỏ thật sáng suốt, thât trí tuệ.

-"vượt khỏi bộc lưu" chỉ cho thành quả giác ngộ, giải thoát khỏi luân hồi sanh tử, trầm luân.

3) Tìm hiểu ý nghĩa bài kệ 4 câu của vị Thiên, tán thán Thế Tôn:

(Vị Thiên): Từ lâu, tôi mới thấy. Bà-la-môn tịch tịnh. Không đứng, không bước tới, Vượt chấp trước ở đời.

Trên đây là bài kệ 4 câu, vị Thiên tán thán đức Thế Tôn.

Tìm hiểu câu đầu tiên trong bài kệ: "Từ lâu, tôi mới thấy". Chúng ta chú ý đến hai từ : "Từ lâu" chỉ thì quá khứ, rất phù hợp với tuổi thọ của một vị Thiên. Ở cõi người, người nào thọ 80 – 100 tuổi còn chút tỉnh táo, gọi là trường thọ, được con cháu tổ chức mừng thọ rất rôm rả. Thật ra, thọ 80-100 tuổi ở cõi người chưa dài bằng một hơi thở của chư Thiên ở cõi thấp nhất: tức cõi Tứ thiên vương. Cõi Tứ Thiên Vương tuổi thọ 9.000.000 năm cõi người. Nói gì đến tuổi thọ của chư Thiên ở cõi trời Sắc giới và Vô sắc giới!

"Từ lâu, tôi mới thấy" ý của vị Thiên muốn nói rằng: Đã lâu lắm rồi, tôi đã sống mấy triệu năm rồi, từng lui tới cõi người nhiều lần rồi, tôi chưa hề thấy, chưa từng nghe một vị minh triết, một Giáo chủ nào phát biểu: "không đứng lại, không bước tới, Ta thoát khỏi bộc lưu". Khi Đức Phật xuất hiện trong thế gian, thì tôi, lần đầu tiên,"mới thấy"!

Bài kệ của vị Thiên như một bài tóm tắt về sự kiện vấn và đáp ngắn ngủi giữa vị Thiên và Đức Thế Tôn. Trong bài kệ 4 câu, không/chưa phát kiến gì mới. Như thế, cũng đã tốt rồi.

"Vị Thiên ấy nói như vậy và bậc Đạo Sư chấp nhận. Vị Thiên ấy biết được: "Thế Tôn đã chấp nhận ta". Vị ấy đảnh lễ Thế Tôn, thân phía hữu hướng về Ngài, rồi biến mất tại chỗ."

Khi Đức Thế Tôn chấp nhận, Ngài chỉ im lặng. Thấy Đức Thế Tôn im lặng, vị Thiên rất hoan hỷ, phấn khởi: "Thế Tôn đã chấp nhận ta"… rồi biến mất tại chỗ.

V) Kết luận:

Bộc lưu ám chỉ cho phiền não; bộc lưu ám chỉ cho tham, sân, si; bộc lưu ám chỉ cho Danh, Sắc, hay,hợp thể Ngũ uẩn sanh diệt từng sát-na, đưa đến già, chết; bộc lưu ám chỉ biên kiến, tà kiến, hoài nghi, chấp thủ, chấp ngã; bộc lưu ám chỉ về dục ái (Kàmà tanha), sắc ái (Rupa-tanha), và, vô sắc ái (Arupatanha).

— Thưa Tôn giả, làm sao Ngài vượt khỏi bộc lưu?

— Này hiền giả, không đứng lại, không bước tới, Ta vượt khỏi bộc lưu.

"Không đứng lại, không bước tới" là chỉ con đường Trung đạo, là áo nghĩa, là bí quyết vượt khỏi bộc lưu.

Kinh CHUYỂN PHÁP LUÂN, bài Kinh đầu tiên, Đức Thế Tôn thuyết tại Isipatana (vườn nai) khai thị cho 5 anh em ông Kiều-Trần-Như (Kondana) về con đường Trung Đạo: một, là không đắm say các dục (kàmesu), như vậy là liên hệ đến mục đích, xứng với bậc Thánh; hai là không tự hành khổ mình, như vậy là liên hệ đến mục đích, xứng với bậc Thánh.

Đức Thế Tôn tuyên bố: "Tránh xa hai cực đoan này, này các Tỳ kheo, là con đường Trung đạo, do Như Lai chánh giác (giác ngộ trực tiếp, không thầy hướng dẫn), tác thành mắt (thiên nhãn), tác thành trí (tuệ quán thâm sâu), đưa đến an tịnh, thắng trí (Đại trí tuệ, bất khả tỷ), giác ngộ, Niết-bàn (trạng thái tịch lặng không sanh không diệt, không xưa, không nay)".

Kinh CHUYỂN PHÁP LUÂN, Đức Như-lai giải

thích tỉ mỉ về con đường Trung đạo:

"...thế nào là con đường Trung đạo, này các Tỷ-kheo, do Như Lai chánh giác, tác thành mắt, tác thành trí, đưa đến an tịnh, thắng trí, giác ngộ, Niết-bàn? Chính là con đường Thánh đạo Tám ngành, tức là: chánh tri kiến, chánh tư duy, chánh ngữ, chánh nghiệp, chánh mạng, chánh tinh tấn, chánh niệm, chánh định. Đây là con đường Trung đạo, này các Tỷ kheo, do Như Lai chánh giác, tác thành mắt, tác thành trí, đưa đến an tịnh, thắng trí, giác ngộ, Niết-bàn."

Chỉ có "Con đường Trung đạo là con đường vượt khỏi bộc lưu".

Khả năng tự thân có giới hạn, không thể tìm hiểu, giải thích hoàn chỉnh, chúng tôi tự xem "Tìm hiểu bài Kinh Bộc Lưu", là một bài "trình pháp", dâng lên các vị Tôn Túc. kính mong các vị Tôn Túc chỉ giáo. ■

Hạnh-Giải soạn tại Chùa Phật-Linh,
(tx.Phú Mỹ, Bà rịa-Vũng tàu, VN)

THƠ

Tịnh Bình

GIỌT TRẦM VU LAN...

Mẹ yêu con... Lẽ tất nhiên vẫn thế
Bởi ngàn đời nước mắt cứ chảy xuôi
Tình rộng lớn chẳng bao giờ đong đếm
Nghĩa mẹ công cha như núi ngất trời
*
Con khôn lớn trong vòng tay ấm áp
Nên vóc nên hình từ huyết mẹ tinh cha
Bao sương gió mẹ gánh gồng tất cả
Con vào đời nâng đôi cánh bao la
*
Nhưng năm tháng cứ trôi về phía trước
Mẹ già rồi... Bạc trắng mái đầu cha
Con kiêu hãnh tự cho mình tài giỏi
Những bước chân xa mãi một mái nhà
*
Cha già rồi... Mẹ sao mà lẩm cẩm
Thật là phiền con ngao ngán thở than
Nuôi cha mẹ con đếm đong ngày tháng
Công biển trời bao lai láng đành quên
*
Mẹ già rồi... Đâu „dám trách" con ơi!
Cha lặng lẽ thu mình vào một góc
Chữ hiếu là chi? Con chưa được học
Tháng Bảy giọt trầm... Bật khóc đóa Vu Lan...

Minh Đức Triều Tâm Ảnh

Nhớ thở nhé!

Chỗ tôi ở thường ít tiếp khách và cũng ít người biết đến *"cái hang đá"* cô tịch của tôi. Thế mà hôm đó, khi tôi đang nghỉ trưa thì có một khách trung niên đến gõ cửa.

Thấy khách lạ, ăn mặc đàng hoàng, gương mặt có vẻ trung chính nhưng ẩn bên sau dường như đang có gì bị trầm uất. Tôi tiếp và ngồi tạm giữa sàn.

Tôi nói:

- Xin lỗi, ở đây không có trà nước như dưới kia, thông cảm nghe. Không biết ông kiếm tôi có việc gì mà trưa nắng hanh hao như thế này?

Vị khách có vẻ không quen cách ngồi giữa sàng nên tôi lấy cho ông một tấm toạ cụ dày, và nói là cứ ngồi tự nhiên rồi nói chuyện.

- Xin lỗi thầy! Ông nói giọng Huế - Tôi biết tôi có lỗi nhưng chỉ xin thầy năm bảy phút gì đó thôi!

- Được rồi, không sao!

Rồi tràng giang đại hải, ý chính ông nói là:

- Tôi đang bất an, đang rối loạn, thần kinh như bị đứt mạch và đầu óc như muốn vỡ ra. Tôi buôn bán làm ăn trong thời buổi kinh tế chụp giựt, nhóm lợi ích lên làm vua, bất động sản đóng băng, ngân hàng gian xảo, thuế chồng thuế vô lương tâm, đút lót cha, đút lót con, vay nợ để trả nợ nên đến lúc tan hoang không còn gì! Thế rồi, vợ ngoại tình theo tên trọc phú, bỏ đi. Hai đứa con trai chạy theo đám bụi đời, ở nhà chỉ còn đứa con gái út. Nếu không có cha mẹ già và đứa con gái út thì tôi cũng đã cắt cái cần cổ cho xong cái nợ đời! Tôi muốn sống, muốn bình tâm để sống và để làm lại cuộc đời cho nên tôi muốn đến chùa để xin một lời khuyên...

- Phải vậy rồi! Tôi gật đầu nhè nhẹ.

Vị khách tiếp tục:

- Thế là tôi đến một vị thầy! Vị này khá nổi tiếng. Sau khi tôi trình bày hoàn cảnh bi đát của gia đình như vậy, ông thầy đã giảng giải cho tôi nghe về nhân quả nghiệp báo. Vị ấy nói đồng ý ai cũng làm ăn nhưng nếu như không có phước báu hỗ trợ thì chỉ như xây lâu đài trên cát. Có nhân mới có quả. Chuyện vợ ngoại tình thì biết đâu, kiếp trước mình cũng đã phạm tội ngoại tình rồi, nhân quả xảy ra ba đời công minh lắm đó... Vị ấy nói rất nhiều, nhiều hơn cả tiếng đồng hồ làm cái đầu của tôi như muốn vỡ bung luôn... Tôi muốn đấm cho ông thầy một đấm nhưng tôi đã tự chủ được, rồi bất lịch sự bỏ đi!

Khách nói ngang đó rồi hỏi tôi:

- Thầy thấy sao?

Tôi nói:

- Ông thầy giảng không sai nhưng cũng không được đúng lắm, trong trường hợp của ông! Còn ông thì đòi đấm một bậc đầu tròn áo vuông thì lại càng bậy hơn nữa.

Khách có vẻ hối hận, giọng chùng xuống:

- Cảm ơn thầy! Sau đó tôi mới thấy mình quấy! Nhưng ông thầy đã cho tôi uống nhầm thuốc nên tôi đã bực lại càng bực hơn!

Tôi mỉm cười:

- Thật ra, ông bực, mà tôi nghe cũng bực!

Được lời như mở tấm lòng, khách lại thao thao bất tuyệt:

- Tôi đến một vị ni sư, tuổi lớn, rất uy tín trong hàng ni chúng. Khi tôi trình bày muốn tìm một pháp môn an tâm thì vị ni tỏ vẻ rất thông cảm. Vị ấy nói về sự khổ của chúng sanh trong sáu cõi, ba đường. Cái nghiệp khổ trên đời này hầu như ai cũng phải gánh chịu. Đời là bể khổ mà! Cái khổ trong xã hội hiện tại thì lại càng kinh khiếp hơn, ai cũng nghe, ai cũng thấy, ai cũng biết. Rất nhiều người xung quanh ông còn khổ hơn ông. Chỉ có cách niệm Phật thôi. Hãy sắm một bàn thờ Quán Thế Âm và hằng đêm niệm Phật Quán Thế Âm thì ông sẽ đỡ khổ, bớt khổ. Đức Quán Thế Âm có 32 ứng thân... Ngài có lời đại nguyện là hằng cứu khổ cho chúng sanh...

Đợi ông ngừng hơi - mà chưa nói tiếp - tôi nói:

- Nghe như thế rồi tâm ông lại nổi bực lên, có phải thế không?

- Đúng vậy, nghe bà ni giảng con cà, con kê tôi chán quá; và một lần nữa, tôi lại bất lịch sự và bỏ đi!

- Vị này nói đúng mà vẫn không được đúng – Tôi nói – Cái kiến thức kia dường như ông cũng đã biết, phải không?

- Phải! Ông gật - Thưa thầy, nhà tôi nhiều đời thờ Phật, kinh sách Phật ở nhà tôi còn cả mấy tủ lớn. Chuyện Quán Thế Âm thì ai mà không biết! Vấn đề là làm thế nào để an được cái tâm, an cái óc này này! Khách vỗ vỗ lên đầu mình - Cứu, cứu! Ai mà cứu được mình khi mình không tự cứu!

- Phải! Tôi lại gật đầu.

Được thể, khách vẫn muốn thổ lộ tâm tư nữa.

-Tôi đi đã nhiều nơi, tối thiểu là đã gặp mười vị tăng, ni rồi – nhưng họ đều cho uống thuốc trật cả. Có một vị thì dạy tụng kinh Di Đà, niệm lục tự Di Đà, vãng sanh Tây phương cực lạc. Có vị thì dạy niệm *"Án ma-ni bát mê hồng"*. Ba cái cầu khấn ấy không hợp với cái tạng của tôi. Và khó chịu nhất là có vị dạy tôi pháp môn giải thoát hiện tiền, giải thoát trong từng hơi thở, từng bước đi ra sao. Có vị thì hướng dẫn an lạc trong từng bước chân! Hôm ấy, thầy biết sao không, tôi bực quá, tôi la toáng lên:*"An lạc, giải thoát, sống trong thực tại hiện tiền là cái quái gì? Đời sống hiện tại tối tăm, bức xúc, lửa cháy trong óc, máu độc ngấm trong tim mà các thầy lại nói an lạc hiện tiền, giải thoát hiện tiền! Tôi đã chán mứa cái hiện tại này, tôi đã muốn tự tử cái hiện tại này mà các thầy lại nói an lạc, giải thoát!"*

Thấy khách giận dữ quá, tôi nói nhẹ:

- Thôi, khoan đã! Hãy ngồi lại cho yên, rồi tôi nói chuyện cho nghe!

Khách nghe tôi, ngồi yên.

Tôi nói tiếp:

- Cứ ngồi yên vậy! Cứ hít thở tự nhiên! Chỉ hít thở tự nhiên thôi nghe! Rồi đợi tôi có việc một chút. Cố gắng đợi tôi chút nghe. Chuyện của ông *"quan trọng"* lắm. Tôi còn muốn nghe nữa đấy!

Nói thế xong, tôi đi vào phòng trong. Thật ra, tôi chẳng có bận việc chi cả. Mà chỉ muốn ông thở chừng mươi phút cho lắng cái bức xúc xuống mà thôi.

Thấy thời gian vừa đủ, tôi ra:

- Hãy nói tiếp đi, ông bạn, tôi nghe đây!

Khách thở ra nhè nhẹ:

- Cảm ơn thầy, tôi thấy dễ chịu rồi!

- Thế à? Tại sao lại dễ chịu vậy?

- Dạ nhờ hít thở tự nhiên, điều hoà nên nó khoẻ!

Tôi cười, giả vờ ngạc nhiên:

- Thế hoá ra ông biết cả rồi mà còn chạy Đông chạy Tây hỏi thầy nầy thầy kia!

- Tôi biết? Tôi biết cái gì đâu?

Tôi giải thích:

- Cái mà ông hít thở, được gọi là *"thiền"* đó! Đôi khi chỉ cần thở như ông vừa thở thì khí huyết điều hoà, toàn bộ hệ thống thần kinh đều dịu lại. Và cũng từ chỗ này mà quyết định công việc, quyết định nên làm gì thì nó ít sinh ra lầm lỗi đáng tiếc.

- Cảm ơn thầy!

- Hiện tại, chỉ việc tập thở thôi, lắng nghe hơi thở thường xuyên như vậy càng ngày mình càng bình tĩnh và tự chủ hơn. Còn việc rối ren, nợ nần, chuyện này, chuyện khác, từ từ mà phanh từng cái một, gỡ rối từng cái một, tuyệt đối không để nóng nảy và bức xúc làm hỏng cả cuộc đời mình đi!

- Cảm ơn thầy!

Tôi cho ông thêm một *"liều thuốc nhân gian"* để củng cố niềm tin:

- Mắt ông sáng, đen trắng phân minh thì không thể làm người xấu được. Cằm ông đầy đặn, hậu vận tốt, gia đình sẽ vui vầy, yên ấm. Không sao đâu!

- Cảm ơn thầy!

- Khi nào nóng nảy, khó chịu quá thì lên đây uống trà, rồi mình cùng hít thở với nhau. Tôi đặc biệt ưu tiên cho ông đó.

Khuôn mặt khách đã trở nên thư thái:

- Tôi ở Sài Gòn, chứ không ở đây! Cảm ơn thầy đã lắng nghe và thầy cũng đã tế nhị dạy cho cái thiền hơi thở giản dị như vậy, tôi sẽ áp dụng được. Không giấu gì thầy, tôi vừa bán được mảnh đất hương hỏa, hy vọng việc làm ăn tôi từ từ gầy lại được!

Khi ông chào từ giã, tôi nói:

- Mừng cho ông, yên trí mà làm ăn nghe. Hai đứa con trai chơi mệt, chán thì nó sẽ trở về khi biết ông đang bình tĩnh, chí thú làm ăn trở lại; nhưng nhớ là đừng lấy đầu óc mà xử lý, nên dùng trái tim mà cảm hoá dịu dàng thôi!

- Dạ vâng!

- **"Nhớ thở nhé"**!

Tôi cười. Khách cũng cười, xá xá rồi bước đi.

***

Tôi thầm cảm ơn ông khách đã cho tôi một bài học, là từ rày về sau hãy cẩn thận khi giảng nói; *"pháp dược"* mà cho uống lầm người, coi chừng bị thiên hạ *"đấm"* cho chớ chẳng chơi!

Bác sĩ Đỗ Hồng Ngọc

Một ngày kia… đến bờ

Tùy bút gồm 26 tiểu mục *"Một Ngày Kia... Đến Bờ"* là những bài Pháp thoại giá trị dễ hiểu & lý luận khoa học [NXB Đà Nẵng, 2023]. Tất cả sẽ được dịch sang tiếng Đức và lần lượt trích đăng song ngữ ở Báo Viên Giác, với sự đồng ý của tác giả - BBT VG.

➢ Chuyển "Bánh xe pháp"

Khi vừa giác ngộ, Phật đã nghĩ đến chuyện nhập Niết bàn cho rồi, bởi nói ra điều mình đã giác ngộ, đã thấy biết, sống được trong vô tướng thực tướng, thì chẳng ai tin. Suốt 49 ngày suy nghĩ cách tiếp cận bằng "Tứ diệu đế" Khổ Tập Diệt Đạo là hợp lý nhất. Bởi ai mà chẳng Khổ? Ai cũng thấy khổ. Đời là bể khổ. Nước mắt chúng sanh nhiều hơn bốn biển! Vậy, phải làm sao hết khổ, diệt khổ? Đó là mục tiêu gần gũi nhất. Ai cũng mong vậy. Muốn vậy phải biết nguyên nhân của khổ: Đó là Tập. Rồi tìm cách để diệt khổ: Đó là Đạo. Con đường đó là con đường từ chẩn đoán triệu chứng, dấu chứng đến nguyên nhân và chữa trị. Cho nên Phật được xưng tụng là Bậc Y vương. Vua của thầy thuốc. Và Phật "chế" ra rất nhiều thuốc: nào Dược sư nào Dược vương, Dược thượng, các thứ dược thảo… Từ đó, có Tứ diệu đế, Bát chánh đạo, Thập nhị nhân duyên để dần dần xóa bỏ Tham sân si của kiếp người. Phải Giới, tu dưỡng đạo đức trước hết để dẹp bỏ lòng Tham, gốc của mọi sự khổ đau. Rồi có Định để cắt đứt lòng sân hận, oán thù. Trí tuệ sẽ bừng sáng khi không còn Tham sân. Dĩ nhiên phải đi từng bước, kiên trì từng bước và có sự "hợp tác" của "bệnh nhân". Thuốc mạnh quá cũng hỏng. Thuốc chữa được bệnh cũng là thuốc độc. Vì thế mà con đường "điều trị" cái Khổ có lúc phải quanh co, lúc chữa triệu chứng, lúc chữa nguyên nhân.

"Với tâm định tĩnh, thuần tịnh trong sáng không cấu nhiễm, không phiền não, nhu nhuyến, dễ sử dụng, vững chắc như vậy, Ta dẫn tâm, hướng tâm đến Túc mạng minh". Và từ đó, tam minh, lục thông khi trời vừa ửng sáng. Gotama dã thành Phật. Ngài đã giác ngộ và bước vào đời với tấm lòng đại bi, chia sẻ đầu tiên với mấy bạn cùng tu khổ hạnh một thời với mình.

➢ **Con đường độc nhất**

Con đường độc nhất "dẫn tới thanh tịnh cho chúng sanh, diệt trừ khổ ưu, thành tựu chánh trí, chứng đắc Niết bàn" chính là Thiền Định.

Thiền định thì có lẽ đã có từ xa xưa, từ lúc có loài người, nên có vô số cách thức tùy mỗi nền văn hóa. Phật chọn một con đường Thiền Định đơn giản mà hiệu quả: Tứ Niệm Xứ (Satipatthana). Đặt "Niệm" vào 4 xứ (nơi): Thân,Thọ,Tâm,Pháp mà các vị Tổ sau này gút gọn cho dễ nhớ là Thân bất tịnh, Thọ thị khổ, Tâm vô thường, Pháp vô ngã. Thiệt ra không hề đơn giản như vậy. Bởi sau này, trong kinh Đại Bát Niết Bàn, Phật nói rõ về Thường, Lạc, Ngã, Tịnh. Chỉ vì "điên đảo" như người say rượu mà nói Vô thường, Khổ, Vô ngã, Bất tịnh đó thôi.

Thiền mà bị phân tích, xếp loại, đánh giá... sẽ làm cho thiền tiêu vong, không tìm đâu được cái thanh tịnh, hồn nhiên nữa. Do đè nén, ráng tiêu diệt cái tâm "không thiện", tiêu diệt cái thân "bất tịnh" ghê tởm thì chỉ dẫn tới sự tự diệt theo con đường sai lầm của Cồ Đàm (Gotama). Diệt thân để cầu "tâm" thanh tịnh là một sai lầm lớn! Thiền nêu cao "Tức tâm tức Phật" (Thiền tông), mà quên "Tức thân thành Phật" (Mật tông). Không có thân sao có tâm? Không có thân sao có 32 tướng tốt, 80 vẻ đẹp? Cái cách đánh giá, lên lớp, gắn nhãn thật đáng sợ, làm cho con người muốn an tịnh không được mà ngày càng căng thẳng bức xúc, lòng tham ngày càng phát triển, cái ngã ngày càng to đùng, chỉ muốn chống lại với thiên nhiên! Dĩ nhiên trong trường lớp, trong tu viện dành cho các vị xuất gia thì phải theo đúng giáo pháp, từng bước từng bậc. Huệ Năng nhờ không theo trường lớp nào mà chỉ nghe một câu kinh trong Kim Cang mà ngộ. Nhưng từ "ngộ" đến "nhập" là cả con đường dài của chính Huệ Năng.

Thiền là con đường duy nhất để Giác ngộ, nghĩa là để "thấy biết" kiếp sống của con người từ lúc còn trong bào thai mẹ đến khi trở về với bào thai Như Lai, với Như Lai tạng, để hình thành cuộc trường sinh bất tử, hay cũng gọi là "vô sinh". Khi "thấy biết" trọn vẹn con đường quanh co đó, thì không có cái gì sinh cái gì diệt cả. Bất sinh bất diệt. Nó phải vậy, nó cứ vậy... ■

(còn tiếp số tới)

EINES TAGES... DAS ANDERE UFER ERREICHEN
ÜBERSETZT INS DEUTSCHE VON
Nguyên Đạo & Prof. Beuchling

Diese 26 Essays in „Eines Tages... das andere Ufer erreichen" *sind wertvolle, leicht verständliche und wissenschaftlich fundierte Dharma-Vorträge. Sie werden mit Zustimmung des Autors alle ins Deutsche übersetzt und zweisprachig in der Zeitschrift Viên Giác veröffentlicht – Die Redaktion.*

➢ Das Dharma-Rad drehen

Bei seiner Erleuchtung dachte der Buddha zunächst daran, in das Nirvana einzugehen, denn was er erleuchtet hatte, was er gesehen und erkannt hatte, in der Formlosigkeit und der wahren Natur zu leben, würde niemand glauben. Nach 49 Tagen des Nachdenkens kam er zu dem Schluss, dass der Ansatz der „Vier edlen Wahrheiten" über Leiden, die Ursache des Leidens, die Beendigung des Leidens und der Pfad zur Beendigung des Leidens am vernünftigsten war. Denn wer leidet nicht? Jeder fühlt das Leiden. Das Leben ist ein Meer des Leidens. Die Tränen der Lebewesen sind mehr als die vier Ozeane! Also, wie kann man das Leiden beenden, es auslöschen? Das ist das nächstliegende Ziel. Das wünscht sich jeder. Dafür muss man die Ursache des Leidens kennen: Das ist die Anhaftung. Dann sucht man nach einem Weg, das Leiden zu beenden: Das ist der Pfad. Dieser Weg ist der Weg von der Diagnose der Symptome und Zeichen über die Ursachen bis zur Behandlung. Deshalb wird der Buddha als der König der Heiler gepriesen. Der König der Ärzte. Und der Buddha „schuf" viele Medikamente: da sind der Medizin-Buddha, der Medizin-König, der Medizin-Oberste, verschiedene Arten von Heilkräutern... Daraus entstanden die Vier edlen Wahrheiten, der Achtfache Pfad, die Zwölf Ursachen und Bedingungen, um allmählich

Gier, Hass und Verblendung im menschlichen Leben zu beseitigen. Zuerst muss man die Moralischen Vorschriften befolgen, um Gier, die Wurzel allen Leidens, zu beseitigen. Dann gibt es die Meditation, um Hass und Feindseligkeit zu durchschneiden. Die Weisheit wird leuchten, wenn es keine Gier und keinen Hass mehr gibt. Natürlich muss man Schritt für Schritt gehen, beharrlich bei jedem Schritt sein und die „Zusammenarbeit" des „Patienten" haben. Zu starke Medizin ist auch

schädlich. Medizin, die heilt, ist auch ein Gift. Deshalb muss der Weg zur „Behandlung" des Leidens manchmal umwegig sein, manchmal die Symptome behandeln, manchmal die Ursachen.

„Mit einem ruhigen, reinen und klaren Geist, der unbelastet und ungestört, sanftmütig, leicht zu führen und stabil ist, lenkte ich meinen Geist, richtete ihn auf das Wissen der Lebensdauer aus". Und von da an, bei Tagesanbruch, erlangte Gotama die drei Wissensarten, die sechs übernatürlichen Kräfte. Gotama wurde zum Buddha. Er hatte die Erleuchtung erlangt und trat mit einem großen mitfühlenden Herzen in die Welt, um sein Wissen zunächst mit einigen seiner früheren Mitleidensgenossen in der asketischen Praxis zu teilen.

19. „ Der einzigartige (direkte) Weg"

Der einzigartige (direkte) Weg, der zu Reinheit für alle Lebewesen führt, Leid und Kummer beseitigt, wahre Weisheit erlangt und Nirvana erreicht, ist die Meditation. Meditation mag schon seit Urzeiten existiert haben, seit es die Menschheit gibt, daher gibt es unzählige Methoden, je nach Kultur. Der Buddha wählte einen einfachen, aber effektiven Meditationsweg: die Vier Grundlagen der Achtsamkeit (Satipatthana). Achtsamkeit wird auf vier Bereiche (Orte) gerichtet: Körper, Empfindungen, Geist und Lehren, die später von den Meistern für eine leichtere Erinnerung zusammengefasst wurden als: der Körper ist unrein, Empfindungen sind Leiden, der Geist ist vergänglich, die Lehren sind nicht selbst. Tatsächlich ist es nicht so einfach. Denn später, im Mahaparinirvana-Sutra, sprach der Buddha klar über Dauerhaftigkeit, Glück, Selbst, Reinheit. Es ist nur wegen der „Verwirrung" wie bei einem Betrunkenen, dass Unbeständigkeit, Leiden, Nicht-Selbst, Unreinheit gesagt wird. Wenn Meditation analysiert, klassifiziert, bewertet wird..., führt dies zum Untergang der Meditation, und man findet nicht mehr die Reinheit, die Natürlichkeit. Durch das Unterdrücken, das Bestreben, den „nicht guten" Geist, den „unreinen" Körper zu eliminieren, führt nur zu Selbstzerstörung auf dem falschen Weg von Gotama. Den Körper zu zerstören, um einen „reinen" Geist zu suchen, ist ein großer Fehler!

Die Meditation-Praxis hebt hervor, dass „Geist gleich Buddha" ist (Zen-Schule), vergisst aber „durch den Körper wird man zu Buddha" (Vajrayana-Schule). Wie kann es einen Geist geben ohne einen Körper? Wie kann es ohne Körper die 32 guten Zeichen und 80 Schönheiten geben? Die Art und Weise, wie Dinge bewertet, klassifiziert und etikettiert werden, ist wirklich erschreckend. Sie verhindert, dass Menschen Frieden finden, und führt zu zunehmendem Stress und Frustration, wachsender Gier und einem immer größer werdenden Ego, das sich gegen die Natur selbst wenden will! Natürlich müssen in Schulen und Klöstern, die für die Ordinierten vorgesehen sind, die Lehrtexte genau befolgt werden, Schritt für Schritt, Stufe für Stufe. Huineng erlangte Erleuchtung, ohne irgendeiner Schule zu folgen, lediglich durch das Hören eines Verses aus dem Diamant-Sutra. Aber von „Erkenntnis" bis „Eintreten" ist es ein langer Weg für Huineng selbst. Zen ist der einzige Weg zur Erleuchtung, das heißt, das menschliche Leben von seiner Zeit im Mutterleib bis zur Rückkehr zum Mutterleib des Tathagata, zum Tathagatagarbha, zu erkennen, um ein ewiges, unsterbliches Leben zu formen, oder auch „ungeboren" genannt. Wenn man diesen verschlungenen Weg vollständig „sieht", gibt es weder Geburt noch Tod. Ungeboren, unsterblich. Es muss so sein, es bleibt so... ■

(fortsetzen in der nächsten Ausgabe)

THƠ

Tùy Anh

SÓNG BIỂN KINH CHIỀU

Nắng đã đi vào hạ
Gió biển chiều mênh mông
Tựa lưng vào vách đá
Thấm từng giọt sắc không

Giữa biển trời lồng lộng
Lòng bỗng thấy trống không
Qua một thời vọng động
Đã trôi vào hư không

„Giải kiết, giải oan kiết…"
Thời kinh sớm hôm nay
Ôi ngọt ngào tha thiết
Như mật hạnh ươm đầy

Trời xanh bờ cát trắng
Lòng cũng trắng kinh văn
Mang mang mùi biển mặn
Quên lãng nợ hồng trần!

Sóng cuốn sầu viễn mộng
Tan trong lòng bàn tay
Gió dìm dần chiều xuống
Rực rỡ ngoài chân mây

Tiếng mõ dồn da diết
Theo từng bước Lăng Nghiêm
Ôm dấu chân hiền triết
Sớm trở lại từ nguyên

„Giải kiết, giải oan kiết…"
Mọi nghiệp chướng tiêu trừ
Cởi mối dây oan nghiệt
Tiêu dao đời thanh tu…

Ngày giã từ Tu Viện Lộc Uyển
05.7.2022

TRUYỆN CỔ PHẬT GIÁO
SONG NGỮ VIỆT – ĐỨC

Tịnh Ý Giới thiệu

ĐỨC HẠNH ĐƯỢC BÁO ĐÁP

(Phỏng theo " Tích truyện Pháp Cú - Thiền viện Viên Chiếu dịch)

Trưởng giả Cấp-Cô-độc[1] là một đệ tử trung kiên của Phật, nhưng Kala con trai của ông ta thì không. Anh ta chẳng những không muốn cúng dường chư tăng mà ngay cả nghe pháp, hoặc ra chào khi Phật đến nhà, Kala cũng không muốn.

Nghĩ rằng với thái độ như thế, con trai mình có thể sinh vào địa ngục, Trưởng giả bèn nghĩ đến phương tiện để chuyển hóa con mình:

- Này con, nếu con giữ giới trong ngày trai, đi đến Tịnh xá nghe Phật giảng pháp, ta sẽ thưởng cho con một trăm đồng.

Kala hớn hở hỏi lại rồi bằng lòng đến Tịnh xá nghe pháp để được nhận thưởng. Nhưng đến đó, Kala chỉ tìm một chỗ dễ chịu để ngủ và hết buổi về nhà sớm.

Ông Trưởng giả bảo gia nhân dọn cơm cho con ăn, nhưng Kala không chịu ăn, nếu chưa nhận được số tiền mà ông Trưởng giả đã hứa thưởng.

Ông Trưởng giả đành đem tiền thưởng cho cậu trước khi cậu ăn.

Ngày hôm sau, ông lại bảo Kala:

- Này con, hôm nay con đến Tịnh xá nghe Phật giảng, cố gắng học thuộc cho ba một bài kệ ngắn thì ba thưởng cho một ngàn đồng.

Kala nghe vậy vội đến Tịnh xá, tìm chỗ tốt được gần Phật, để ý học nhanh một bài kệ ngắn và định ra về lãnh thưởng. Nhưng Phật biết được tâm ý của

1 Trưởng giả cấp Cô Độc: Cấp Cô Độc (tiếng Phạn: Anathapindika) là một đệ tử tại gia của Phật Thích Ca. Tên của ông là Tu-đạt-đa, do ông thường xuyên cung cấp thức ăn cho những người nghèo và vô gia cư nên được gọi là Cấp Cô Độc. Ông đã hiến tặng một khu vườn mua của Thái tử Kỳ-đà cho giáo đoàn của Phật.

Kala nên phương tiện chưa cho Kala hiểu nghĩa. Kala quyết nán lại nghe thêm… Đức Phật lần nữa khiến chàng chưa hiểu nghĩa. Kala lại ngồi nán lại cho đến lúc hiểu rốt ráo bài kệ và chứng được *"sơ quả"*[2].

Hôm sau, không đợi cha yêu cầu, Kala đã tự động đến Tịnh xá sớm, theo sau chư tăng có Phật dẫn đầu vào thành khất thực. Trưởng giả cấp Cô Độc mừng rỡ thấy con trai mình đã được chuyển hóa.

Ngang qua nhà, Trưởng giả cúng dường Phật và chư tăng thực phẩm. Kala cũng được nhận phẩm vật cúng dường. Khi Phật thọ trai xong, Trưởng giả đặt túi tiền trước mặt con trai rồi nói:

Bởi hôm trước cha có hứa với con vào Tịnh xá học thuộc bài kệ thì được nhận thưởng. Đây là số tiền ba đã hứa.

Kala ngượng ngập, xấu hổ trước đức Phật và chư Tăng:

- Dạ con không cần tiền nữa.

Trưởng giả lại nhắc, nhưng Kala tiếp tục từ chối. Trưởng giả Cấp Cô Độc quay lại bạch Phật: „Con rất hạnh phúc khi thấy con trai con có sự thay đổi lớn".

Phật hỏi vì sao? Ông Trưởng giả thuật lại sự việc.

Đức phật dạy: „Đúng vậy, ông Trưởng giả. Kala đã chứng được *Sơ quả*. Điều này còn quý hơn cả được làm Chuyển Luân vương hay Phạm Thiên vương.[3]

Rồi Ngài nói kệ:

Hơn thống lãnh cõi đất,
Hơn cả sanh cõi trời
Hơn chủ tể vũ trụ
Quả dự lưu tối thắng!"

Lời Bàn:

1. Trưởng giả Cấp-cô-độc là một đệ tử trung kiên của đức Phật, là vị Hộ pháp của Tăng đoàn. Ông tôn kính, cúng dường Phật không ai bằng. Vậy mà con trai ông, Kala thì hờ hững, thậm chí vô phép khi không ra mặt đảnh lễ Phật khi ngài được mời đến nhà để cúng dường. Ông trưởng giả hiểu rõ: Sự bất kính đó có thể khiến con trai mình sa vào địa ngục.

Hoàn cảnh của ông chẳng khác câu nói trong dân gian:*"Cha làm thầy mà con đốt sách"*.

2. Thương con, ông phải tìm cách cứu con. Làm cha, ông hiểu được tính nết của con, nên đã dùng phương tiện để chuyển hóa con mình: **thưởng tiền** nếu Kala chịu đến Tịnh xá nghe Phật giảng!!! Vì muốn có tiền, Kala chịu đến, dù là đến để tìm một góc nào yên tĩnh nằm ngủ. Nhưng ông Trưởng lão đã thành công khi chuyển cậu con trai từ chỗ không chào hỏi, đảnh lễ Phật sang tìm đến Tịnh xá của Phật. Rồi từ bước đầu tiên đó, ông lại nâng lên thành nghe một bài kệ bốn câu… và cuối cùng Kala đạt được thánh quả đầu tiên của người cư sĩ: *Sơ quả - Tu-đà-hoàn*, một quả vị cao quý hơn cả Chuyển Luân Thánh vương hay Phạm Thiên vương!

3. Học kinh, chúng ta cũng thường gặp những trường hợp đức Phật sử dụng phương tiện quyền xảo như vậy để hóa độ chúng sanh. Phẩm *"Hóa Thành Dụ"* trong kinh Pháp Hoa là một ví dụ. ■

2 Sơ quả: Quả vị Nhập Lưu (*Sot̄pattiphala*) cũng gọi là Dự lưu, Tu đà hoàn... Gọi là sơ quả vì đây là thánh quả thứ nhất trong bốn thánh quả: Tu đà hoàn, Tư đà hàm, A-na-hàm, A-la-hán

3 Chuyển Luân Vương: (hay Chuyển Luân Thánh Vương) là một vị vua cai trị bằng Chánh pháp, không dùng bạo lực mà dùng đức hạnh và trí tuệ để trị vì.
Phạm Thiên Vương: Là vị vua trời tối cao cai quản cõi Sắc Giới. Được xem là một trong những vị thần bảo vệ giáo pháp Phật giáo.

Alte buddhistische Geschichten

Tịnh Ý stellt vor – Mỹ Đình überträgt ins Deutsche

Die Tugend findet ihre Belohnung

(Nacherzählt nach „Tích truyện Pháp Cú – Übersetzung des Viên-Chiếu-Klosters")

Der reiche Kaufmann Cấp-Cô-độc war ein treuer und standhafter Schüler des Buddha. Doch sein Sohn Kala war es nicht. Er wollte nicht nur den Mönchen keine Gaben darbringen, sondern weigerte sich sogar, den Dharma zu hören oder auch nur den Buddha zu begrüßen, wenn dieser ins Haus kam.

Der Vater fürchtete, dass sein Sohn mit einer solchen Haltung ins Höllenreich wiedergeboren werden könnte. Darum überlegte er sich ein Mittel, um ihn zu verändern:

- Mein Sohn, wenn du an den Uposatha-Tagen die Gebote hältst und ins Kloster gehst, um die Lehrreden

des Buddha zu hören, dann werde ich dir hundert Münzen geben.

Kala war begeistert, fragte nach und willigte ein. Er ging also ins Kloster, nur um seine Belohnung zu erhalten. Doch dort suchte er sich lediglich ein bequemes Plätzchen, schlief während der Predigt ein und ging früh nach Hause.

Der Kaufmann ließ die Diener das Essen für seinen Sohn bereiten, doch Kala wollte nicht essen, solange er das versprochene Geld nicht bekommen hatte. Also gab der Vater ihm die Belohnung, bevor er sich an den Tisch setzte.

Am nächsten Tag sprach der Kaufmann erneut zu Kala:

- Mein Sohn, heute gehst du wieder ins Kloster, um die Lehrrede des Buddha zu hören. Bemühe dich, ein kurzes Versgedicht auswendig zu lernen. Wenn du das kannst, gebe ich dir eintausend Münzen.

Kaum hatte Kala das gehört, eilte er ins Kloster, suchte sich einen guten Platz in der Nähe des Buddha und prägte sich rasch ein kurzes G□th□ ein, um danach die Belohnung einzufordern. Doch der Buddha durchschaute Kálas Absicht und ließ ihn den Sinn der Worte noch nicht verstehen.

Kala blieb daher länger sitzen und hörte weiter zu. Wieder ließ der Buddha es geschehen, dass Kala die Bedeutung nicht gleich erfasste. So verweilte Kala, hörte geduldig weiter und blieb, bis er den tiefen Sinn des Verses ganz durchdrungen hatte – und in diesem Moment erlangte er die erste Stufe der Heiligkeit (Sot□panna, „Stromeintritt").

Am nächsten Tag, noch bevor sein Vater ihn darum bat, ging Kala von sich aus früh ins Kloster. Er folgte den Mönchen, an deren Spitze der Buddha stand, in die Stadt, um Almosengänge zu verrichten.

Der Kaufmann Cấp-Cô-Độc freute sich sehr, als er sah, dass sein Sohn sich gewandelt hatte. Als sie am Haus vorbeikamen, opferte er dem Buddha und der Mönchsgemeinschaft Speisen. Auch Kala erhielt etwas von den Gaben.

Nachdem der Buddha die Mahlzeit beendet hatte, stellte der Kaufmann den Geldsack vor seinen Sohn und sprach:

- Weil ich dir gestern versprochen habe, dass du für das Auswendiglernen des G□th□ eine Belohnung erhältst, gebe ich dir nun dieses Geld.

Doch Kala wurde vor dem Buddha und der Sangha ganz verlegen und sagte beschämt:

- Vater, ich brauche das Geld nicht mehr.

Der Kaufmann erinnerte ihn nochmals an das Versprechen, aber Kala weigerte sich weiterhin. Da wandte sich Cấp-Cô-Độc zum Buddha und sprach:

- Ehrwürdiger, ich bin überglücklich, die große Veränderung meines Sohnes zu sehen.

Der Buddha fragte ihn nach dem Grund, und der Kaufmann erzählte den ganzen Hergang.

Da sprach der Erhabene:

- Ja, so ist es, Hausherr. Kala hat die erste Stufe der Heiligkeit erreicht, den Stromeintritt. Dies ist wertvoller, als ein Weltenherrscher (Chuyển Luân vương) oder gar ein Brahmagott (Phạm Thiên vương) zu sein.

Darauf sprach der Buddha in Versform:

„Höher als Herrschaft über die ganze Erde,
höher als Wiedergeburt in den Himmeln,
höher als die Macht über das ganze Universum
das Stromeintritt-Ergebnis ist das Höchste."

Kommentar:

1. Der Kaufmann Cấp-Cô-Độc war ein treuer Jünger des Buddha und gilt als einer der größten Beschützer und Unterstützer der Mönchsgemeinschaft. Niemand konnte sich mit seiner Ehrfurcht und seiner Großzügigkeit im Darbringen von Gaben an den Buddha messen.

Doch sein Sohn Kala verhielt sich gleichgültig, ja sogar respektlos: Selbst dann, wenn der Buddha ins Haus eingeladen war, um eine Gabe zu empfangen, erschien er nicht, um ihn zu grüßen oder Ehrerbietung zu zeigen.

Der Kaufmann erkannte klar: Diese Haltung der Respektlosigkeit konnte seinen Sohn ins Höllenreich führen.

Seine Lage war nicht anders als das Sprichwort sagt: „Der Vater ist Lehrer – doch der Sohn verbrennt die Bücher."

2. Aus Liebe zu seinem Sohn suchte der Kaufmann nach einem Weg, ihn zu retten. Als Vater kannte er den Charakter Kálas genau und wählte daher ein geschicktes Mittel: Er versprach ihm eine Belohnung, wenn Kala ins Kloster gehe, um den Buddha predigen zu hören. Aus Gier nach Geld ließ sich Kala darauf ein – auch wenn er anfangs nur kam, um ein ruhiges Plätzchen zum Schlafen zu finden. Doch schon damit hatte der Vater einen entscheidenden Schritt erreicht: Der Sohn, der zuvor nicht einmal den Buddha gegrüßt hatte, betrat nun den Versammlungsort. Von dort aus führte der Vater ihn Schritt für Schritt weiter, bis Kala schließlich bereit war, einen Vers zu lernen. Am Ende aber kam das größte Wunder: Kala erreichte die erste Stufe der Heiligkeit, den Stromeintritt (Sot□panna / Tu-đà-hoàn) – ein Rang, den der Buddha selbst höher stellte als die Macht eines Weltenherrschers oder eines Brahmagottes.

3. Auch in den Lehrreden begegnen wir oft solchen Beispielen, in denen der Buddha mit geschickten Mitteln (up□ya, phương tiện quyền xảo) Menschen zum Erwachen führt. Ein besonders anschauliches Beispiel dafür findet sich im Kapitel „Das Gleichnis von der Zauberstadt" (Hóa Thành Dụ) des Lotos-Sutra (Kinh Pháp Hoa). Hier zeigt der Buddha, dass er je nach Fähigkeit und Neigung der Menschen passende Wege eröffnet, um sie Schritt für Schritt zum wahren Ziel zu führen. ■

TRUYỆN NGẮN
THIẾU NHI

Thi Thi Hồng Ngọc

GIA ĐÌNH MÌNH LÀ CON PHẬT

Tranh: Cát Đơn Sa

LƯƠNG TÂM

Thảo An vừa đi học về nghe mẹ đang trò chuyện với dì Liễu, bạn đạo của mẹ trên điện thoại, mẹ đang khen dì làm thế là có lương tâm, người có lương tâm thì nên làm như vậy. Buổi tối, trong giờ học tiếng Việt, Thảo An đưa ra thắc mắc:

-Thưa mẹ! Con nghe sáng nay mẹ nói lương tâm cái gì đó, chữ này nghe hay quá, nhưng con không hiểu gì về "nó".

Mẹ mỉm cười dịu dàng giải thích:

-Lương tâm là tiếng nói tốt lành trong tim con người, khi mình làm hay nghĩ gì thuận theo lời kêu gọi này thì mình được vui vẻ, ăn ngon ngủ yên.

Ba tán thành, nói thêm:

-Khi mình làm điều gì đó không tốt, mình tưởng là không ai biết, nhưng chính lương tâm nó biết hết, có thể nó không lên tiếng ngay nhưng rồi một dịp nào đó nó sẽ nói và nói liên tục, thế là mình không thể nào sống yên và hạnh phúc được.

Thảo Mai gật gù thích thú:

-Con hiểu rồi, thí dụ như khi con không "lơ" Mia khi bạn cần đến con là con có lương tâm phải không ba mẹ?

Thảo Hiền cúi mặt rơm rớm nước mắt nói khẽ:

-Mấy ngày trước con mèo hàng xóm chạy qua "đụng" vào chân lúc con đang vội đi học, con đá nó một cái rất mạnh, nó kêu to rồi chạy mất. Mấy bữa nay con không thấy nó đâu, chắc nó đau quá đang nằm trong nhà. Như vậy là con không có lương tâm phải không ba mẹ?

BÀI HỌC TRỒNG CÂY

Ba rất thích trồng cây, mảnh vườn nhỏ sau nhà dưới bàn tay chăm sóc của ba trông đẹp tuyệt vời. Thảo Hiền bắt chước cũng tự trồng trong góc vườn một cây hoa nhỏ, mặc dù cô bé tưới nước rất cẩn thận nhưng chẳng bao lâu cây rũ xuống rồi chết mất. Cô bé rất buồn chạy đến bên ba kể lể, ba dẫn con gái ra vườn từ tốn giảng giải:

-Con xem này, có rất nhiều cây khác nhau, mỗi loại cần sự săn sóc khác nhau, không phải cây nào mình cũng phải tưới nhiều nước. Cây cối không những sống nhờ nước mà còn không khí, nắng gió, đất tốt mà còn ở sự chăm sóc có hiểu biết và thương yêu của mình nữa đó con! Cây hoa của con héo rũ vì con tưới quá nhiều lại trồng quá ít đất, rễ cây vừa không đủ dinh dưỡng vừa bị úng nước làm sao chịu được.

Ngừng một lát cho Thảo Hiền kịp suy ngẫm, ba ôn tồn tiếp:

-Con người cũng thế! Muốn giúp đỡ ai hết lòng thì nên tìm hiểu, quan tâm đến những gì họ cần, hoàn cảnh sống, tính cách con người họ. Nếu vội vàng, thiếu suy nghĩ cẩn thận thì sự giúp đỡ của mình có khi làm hại họ dù mình có lòng tốt đấy. Con có hiểu không?

Thảo Hiền ngoan ngoãn nói:

-Cảm ơn ba! Mai ba cho con một cái cây mới để con trồng thử lại nha ba. À còn nữa, ba nói đúng, hôm qua con mời bạn Thu chocolate con lại nó: "Ăn đi! Kẹo này đắt tiền lắm đấy!", thế mà bạn ấy nhất định không ăn, chắc là con nói đã sai rồi! ■

Thi Thi Hồng Ngọc

Unsere Familie sind Buddhisten
Kinderkurzgeschichten
Mỹ Đình überträgt ins Deutsche

Gewissen

Thảo An kam gerade aus der Schule und hörte, wie Mama mit Tante Liễu (Name), einer

Glaubensfreundin, am Telefon sprach. Mama lobte, dass Tante so gehandelt habe — das zeige Gewissen; ein Mensch mit Gewissen solle so handeln. Am Abend, im Vietnamesischunterricht, stellte Thảo An eine Frage:

— Mama! Ich habe heute Morgen gehört, dass du etwas über „Gewissen“ gesagt hast. Das Wort klingt so schön, aber ich verstehe nicht, was „es“ genau ist.

Mama lächelte sanft und erklärte:

— Das Gewissen ist die gute Stimme im Herzen des Menschen. Wenn wir im Denken oder Handeln diesem Ruf folgen, sind wir froh, essen mit mehr Genuss und schlafen in Ruhe.

Papa stimmte zu und fügte hinzu:

— Wenn man etwas Schlechtes tut und denkt, niemand wisse davon, dann weiß das Gewissen es trotzdem. Vielleicht meldet es sich nicht sofort, aber eines Tages wird es sprechen — und immer wieder. Dann kann man nicht ruhig und glücklich leben.

Thảo Mai nickte begeistert:

— Ich verstehe. Zum Beispiel: Wenn ich Mia nicht ignoriere, wenn sie mich braucht, dann habe ich Gewissen, oder Mama, Papa?

Thảo Hiền senkte den Blick, die Augen voller Tränen, und sagte leise:

— Vor ein paar Tagen ist die Katze vom Nachbarn gegen mein Bein gelaufen, als ich eilig zur Schule lief. Ich habe sie ganz heftig getreten, sie hat laut geschrien und ist weggelaufen. Seit ein paar Tagen sehe ich sie nicht mehr — vielleicht tut sie so sehr weh und liegt zuhause. Dann habe ich doch kein Gewissen, oder Mama, Papa?

Die Lektion vom Bäumepflanzen

Papa liebte es, Bäume zu pflanzen. Der kleine Garten hinter dem Haus sah unter seiner liebevollen Pflege wunderschön aus. Thảo Hiền ahmte ihn nach und pflanzte in einer Ecke des Gartens selbst eine kleine Blume. Obwohl das Mädchen sie sehr sorgfältig goss, ließ die Pflanze bald die Blätter hängen und starb. Traurig lief sie zu Papa und erzählte ihm alles. Sanft führte er seine Tochter in den Garten und erklärte:

— Sieh mal, es gibt viele verschiedene Pflanzen, und jede braucht eine andere Art der Pflege. Nicht jede Pflanze muss viel Wasser bekommen. Pflanzen leben nicht nur vom Wasser, sondern auch von Luft, Sonnenlicht, Wind und guter Erde. Außerdem brauchen sie eine Pflege, die aus Wissen und Liebe kommt! Deine Blume ist verwelkt, weil du sie zu viel gegossen und in zu wenig Erde gesetzt hast. Die Wurzeln hatten weder genug Nährstoffe noch konnten sie das viele Wasser aushalten.

Papa hielt kurz inne, damit Thảo Hiền darüber nachdenken konnte, und sprach dann weiter:

— So ist es auch mit den Menschen! Wenn wir jemandem helfen wollen, müssen wir verstehen, was er wirklich braucht, seine Lebensumstände und seinen Charakter. Handeln wir vorschnell und unüberlegt, kann unsere Hilfe ihm schaden, auch wenn wir es gut gemeint haben. Verstehst du das?

Gehorsam nickte Thảo Hiền und sagte:

— Danke, Papa! Morgen gibst du mir bitte wieder eine neue Pflanze, damit ich es noch einmal probieren kann. Ach ja, Papa, du hast recht: Gestern habe ich meiner Freundin Thu Schokolade angeboten und gesagt: „Iss doch! Diese Süßigkeit ist sehr teuer!“ Aber sie wollte sie auf keinen Fall essen. Wahrscheinlich habe ich es falsch gesagt! ■

THƠ TUỆ NGA

DÒNG CỔ NGUYỆT

Chợt nghe gió chuyển mùa sang
Lá rơi từng đợt lá vàng đầy sân
Thấy trong cành lá đường gân
Màu trầm của lá phân vân của cành

Thả cho cánh lá xuôi ghềnh
Vào thời Kinh sớm thấy mình an nhiên
Dòng Cổ Nguyệt, mộng uyên nguyên
Có người ngủ gục đầu trên Kinh Vàng...

Nguyên Trí - Hồ Thanh Trước

Mùa Thu – Lá Rụng – Tâm Buông xả

Đây là một chủ đề quan trọng trong mọi lãnh vực: văn hóa, âm nhạc, triết học tôn giáo và giáo thuyết Phật. Là cư sĩ Phật tử, tác giả bài viết mạn phép luận bàn và chia sẻ với các đạo hữu về chủ đề này.

Mùa Thu gây bao cảm hứng cho văn, thi sĩ, họa sĩ và nhạc sĩ khắp nơi trên toàn thế giới với nhiều tác phẩm mà mọi người trong chúng ta ít nhiều đều biết đến.

-Trong âm nhạc sáng tác nổi tiếng ***Le quattro stagioni*** (Bốn Mùa) của nhà soạn nhạc **Antonio Lucio Vivaldi** (nhạc sĩ người Ý) một biểu tượng nhạc thời kỳ Baroque (1600 – 1750).

-Bài thơ ***Tiếng Thu*** của **Lư Trọng Lư** 1939 được Phạm Duy phổ nhạc mang cùng tên.

-Bài thơ nổi tiếng ***L'automne*** của **Alphonse de Lamartine** trong Méditations Poétiques năm 1820

-Bức tranh ***Alley of Poplars in Autumn*** trong viện Bảo tàng Amterdam do **Vincent Van Gogh** thực hiện 1884.

«Automne Pyrénée» - Tranh của nữ họa sĩ Liễu Đào

Theo quan điểm khoa học mùa là sự phân chia một năm dựa trên những thay đổi về thời tiết, về sự liên hệ giữa sinh vật và môi trường sống. Do vì Trái Đất có trục quay quanh chính mình nghiêng 23°27', và quay quanh Mặt Trời một vòng tạo nên bốn mùa Xuân, Hạ, Thu, Đông (tuy nhiên một vài nơi chỉ có hai mùa).

Theo quan điểm thiên văn học, mỗi một mùa trong bốn mùa tương ứng với khoảng thời gian mà Trái Đất chiếm một phần không gian trong chu kỳ tự quay quanh Mặt Trời.

Bốn mùa còn là biểu tượng của một đời người:

- Mùa Xuân đánh dấu sự đổi mới trong thiên nhiên. Theo truyền thống, mùa xuân biểu tượng cho tuổi trẻ, trong trắng, hồn nhiên, đôi khi mơ mộng, trong giai đoạn học hỏi chuẩn bị cho giai đoạn trưởng thành bước vào đời.

- Mùa Hạ mùa hè là mùa ra quả của hầu hết các loài thực vật. Theo truyền thống, Hạ như một ẩn dụ ngụ ý cho một thời kỳ hoạt động, tranh đấu, nỗ lực bản thân trong hầu đạt đến thịnh vượng, hoặc đỉnh ước mơ cao nhất của một đời người.

- Mùa Thu, nhiệt độ giảm dần và thời gian giữa lúc mặt trời mọc và lặn ngày càng ngắn lại và là mùa **lá rụng**. Thu tượng trưng cho sự giảm dần mọi hoạt động của đời người, chuẩn bị *«rửa tay, gác kiếm»*. Theo nghĩa bóng, mùa thu biểu thị tuổi già hoặc sự suy tàn.

- Mùa Đông, bất kể định nghĩa là gì thì đây cũng là thời kỳ nghỉ ngơi của thực vật và ngủ đông của động vật. Là thời kỳ đi dần đến sự chấm dứt của một đời người.

Biểu tượng của bốn mùa trong Phật giáo

1./ Sự thay đổi của vạn vật qua các mùa mang một ý nghĩa sâu sắc trong triết lý Phật giáo và qua thực hành, chúng ta nhận thấy rằng bản chất tuần hoàn của các mùa phản ảnh sự **vô thường**, nhắc nhở chúng ta về sự biến đổi không ngừng từng giây từng phút về khái niệm vô thường của thiên nhiên, và cuộc sống cũng như sự kết nối của vạn pháp.

2./ Bốn mùa còn mang ý nghĩa Tứ Diệu Đế hay Tứ Pháp Ấn hoặc Quy luật «Sanh Lão Bệnh Tử» cũng như Quy luật «Thành Trụ Hoại Không» và sâu xa hơn nữa liên quan đến «Mười Hai Nhân Duyên» là những giáo thuyết căn bản trong việc tu hành theo Phật giáo:

- Mùa Xuân, tượng trưng cho sự đổi mới và tái sinh, vạn vật đâm chồi nảy lộc, sanh sản. **Sanh** trong luân hồi là một điều **Khổ** (Tứ Diệu Đế); **Thành** sẽ bị chi phối bởi luật **Vô Thường** (Tứ Pháp Ấn) và do **Vô Minh** (Mười Hai Nhân Duyên) trôi lăn trong vòng Luân Hồi Sanh Tử.

- Mùa Hạ, tượng trưng cho sự phát triển, sung túc và đoạn đường dài của sự tăng trưởng **Lão** hóa, chu kỳ này **Tập** (Tứ Diệu Đế) kết hợp tất cả **Khổ** (Tứ Pháp Ấn) và là thời kỳ **Trụ** trong sự tạo nghiệp thiện cũng như bất thiện do **Hành** (Vô Minh duyên Hành ...).

Phật giáo không phải một triết lý suông mà phải quán chiếu, thực hành và cố gắng đạt đến thực

Thu, mùa lá rụng «L'adieu du feuillage»
Tranh của nữ họa sĩ Liễu Đào

chứng vì vậy mùa xuân, mùa hạ theo nghĩa rộng cũng là thời điểm hành giả tu tập đời sống tâm linh vì trong Kinh Địa Tạng Bổn Nguyện có dạy: *'Tất cả những cử chỉ động niệm của chúng sanh trong cõi Nam Diêm Phù Đề không có điều gì chẳng phải là tội lỗi'*. Phẩm «Nghiệp cảm của chúng sanh trong Kinh Địa Tạng» dạy: *'Làm lành cùng làm dữ tùy theo cảnh duyên mà sanh ra, lăn mãi trong năm đường không lúc nào tạm ngừng ngớt, mê lầm chướng nạn trải đến kiếp số nhiều như vi trần. Ví như loài cá bơi lội trong lưới theo dòng nước chảy, thoạt hoặc tạm được ra, rồi lại mắc vào lưới'*.

Phẩm 8 Kinh Địa Tạng có đoạn: *'Lúc đó trong dãy núi Thiết Vi có vô lượng đại Quỷ vương cùng với vua Diêm La đồng lên cung trời Đao Lợi đến chỗ của Đức Phật'*... '*Bấy giờ, vua Diêm La chiêm ngưỡng đảnh lễ Đức Thế Tôn và **ngó ngoái** lại ngài Địa Tạng Bồ Tát*'... Trong phẩm này đại Quỷ vương, tiểu Quỷ vương ẩn dụ tâm vương tâm sở của hành giả nghĩa là tâm thiện tâm bất thiện. Đôi khi hành giả '***ngó ngoái** lại ngài Địa Tạng Bồ Tát*' nghĩa là nhìn lại chân tâm vì Địa Tạng Bồ Tát tượng trưng cho chân tâm thường trụ của mình, nhưng tâm vọng, tâm phan duyên trong cuộc sống thường lôi kéo hành giả xa rời chân tâm. Vì vậy mùa xuân, mùa hạ cũng là thời kỳ tu tập «Tứ Vô Lượng Tâm – Từ Bi Hỷ Xả» để chuyển nghiệp hầu đạt hữu dư niết bàn ngay trong đời này.

- Mùa Thu, chu kỳ thu hoạch, suy ngẫm đến giai đoạn đã qua và cũng là thời kỳ **Bệnh** với ẩn ý vấn đề sức khỏe, tinh thần mỏi mệt suy kiệt vì đối diện với cuộc sống trong thời kỳ trước, tương ứng với giai đoạn **Hoại** có thể dần dần hiểu được **Chư Pháp Vô Ngã** (Tứ Pháp Ấn) không có gì bền chắc, không có gì thực có chỉ là giả hợp nên hướng **tâm buông bỏ** hầu **Diệt** (Tứ Diệu Đế) các **Duyên** đưa đến **Vô Minh**. Hướng tâm về con đường tu tập giải thoát Luân Hồi Sanh Tử.

- Mùa Đông, phát triển **Đạo** (Tứ Diệu Đế) trên đường đi đến điểm cuối đời người **Tử** và tất cả trở về **Không**, đạt đến vô dư **Niết Bàn** (Tứ Pháp Ấn) thoát vòng sanh tử của Mười Hai Nhân Duyên.

Sự thay đổi theo mùa trong Phật giáo tượng trưng cho tính vô thường và tính tuần hoàn của cuộc sống. Quan sát sự thay đổi các mùa giúp chúng sanh hiểu sâu sắc hơn về vô thường của vạn vật trong triết lý Phật giáo và đón nhận sự thay đổi một cách bình thản.

Trong Anh ngữ mùa thu thường được gọi là «Fall (rụng)», vì trước khi rụng, đây là thời điểm của những tàn lá xanh tươi đổi sang màu vàng, nâu, đỏ tạo nên một bức tranh đẹp rực rỡ; là mùa yêu thích của nhiều người và cũng là mùa duy nhất có nhiều tên gọi như Harvest (EN), Najaar (NL), Arrière – Saison (FR). Mùa thu là một biểu tượng mạnh mẽ trong văn học, gợi lên nhiều ý nghĩa đa dạng. Sự suy tàn, đổi mới, cân bằng, ổn định, trưởng thành, khôn ngoan, và vô thường đều là những biểu tượng gắn liền với mùa thu.

Trong Phật giáo, «Lá Rụng» chỉ cho chúng ta rằng không có gì trong cuộc sống thuộc về chúng ta một cách vĩnh cửu. Những điều muốn níu giữ, những tình cảm cố gắng bám víu, đều như chiếc lá kia, bị chi phối bởi luật vô thường một ngày cũng sẽ tan biến. Thiền định giúp hành giả hiểu hiện tượng lá rụng là một hình ảnh biểu tượng của cảm giác, giàu hình tượng và đa nghĩa, ngộ lẽ luân hồi của vạn vật. Vì việc lá rụng về cội hay nước chảy về nguồn là lẽ tự nhiên của tạo hóa, và hành giả chẳng khác gì chiếc lá vàng kia, một ngày nào đó rồi cũng đến lúc xả bỏ báo thân mà trở về cảnh giới vô dư Niết bàn. «Lá Rụng» không phải là dấu chấm hết, mà là một lời nhắc nhở về sự tiếp nối, về một hành trình mới đang chờ đón chúng ta.

Chấp nhận vô thường không phải là buông xuôi,

mà là thấu hiểu rằng, **tâm buông xả** là cách để ta sống an nhiên giữa dòng đời biến động.

Tâm Buông Xả

Buông xả trong Phật giáo là trạng thái tâm từ bỏ những chấp trước, thành kiến, định kiến phiền não, dục vọng, tham ái, phán xét cá nhân và tam độc tham sân si. Buông xả không đồng nghĩa với việc từ bỏ mọi thứ một cách tiêu cực hay trốn tránh trách nhiệm, mà là sự buông bỏ những gì gây ra khổ đau, phiền não, để đạt đến tâm thanh tịnh. Vì dù muốn dù không một ngày nào đó chúng ta sẽ phải rời xa người thân, tài sản, sở hữu để một mình ra đi về cõi khác.

«Phàm sở hữu tướng, giai thị hư vọng» muốn nói rằng, mọi sự vật, dù có hình thức thật sự hay do tưởng tượng, đều không có sự tồn tại vĩnh cửu, không thể giữ nguyên vẹn mãi mãi. Đây là một trong những lý thuyết trọng yếu trong Phật giáo, nhằm giúp con người nhận ra sự thay đổi không ngừng của cuộc sống, từ đó không luyến lưu, không si mê, và biết tận dụng tốt từng khoảnh khắc hiện tại.

Mùa Thu đời người là lúc chúng ta đã thu hoạch được tất các điều mong muốn, gia đình, tiền tài, tài sản, danh vọng, ... cùng nghiệp lành nghiệp dữ. Là giai đoạn mà hành giả thực hành tâm buông xả một cách tích cực, buông xả tất cả theo nghĩa đen lẫn nghĩa bóng chuẩn bị đi vào vô dư niết bàn một cách an nhiên tự tại.

Xin mượn bài thơ Cư Trần Lạc Đạo của vua Trần Nhân Tôn nói lên được phần nào tâm buông xả, tự tại và dùng làm câu kết bài viết.

Cư trần lạc đạo thả tùy duyên.
Ở đời vui đạo, hãy tùy duyên,
Cơ tắc xan hề, khốn tắc miên.
Hễ đói thì ăn, mệt ngủ liền.
Gia trung hữu bảo hưu tầm mịch;
Trong nhà sẵn báu thôi tìm kiếm
Đối cảnh vô tâm mạc vấn Thiền.
Đối cảnh vô tâm hỏi chi Thiền.

Tu hành nên giữ tâm tự tại, buông xả tùy duyên, hễ đói thì ăn không cần chọn lựa, cầu mong theo ý muốn. Khi mệt thì nằm xuống ngủ không đòi hỏi giường cao, chiếu rộng, nệm êm, chăn ấm. Trong nhà sẵn có tất cả mọi thứ, còn cần gì nữa mà tìm kiếm cầu mong. Nếu được như vậy đã là an nhiên tự tại, đã buông xả, đã hành thiền rồi. ■

THƠ - Nguyễn Chí Trung

CÕI MỘT

Nhớ Tô Đông Pha

Dưới chân núi lập nhà tranh
Trần Gian cách biệt về quanh quẩn rừng
Một lời quê cũ tháp tùng
Một lời vây khổn thân cùng cực thân
Tạ tàn năm tháng ngoài sân
Sầu đau đất đá bước chân lữ hành
Lò hương vệt khói mong manh
Phương trời lao viễn mộng đành phải qua
Thiên thu tình mộng chan hòa
Lầm than một cõi lệ là lệ chung.

(28.2.90)

TÔ ĐÔNG PHA
Tranh vẽ của
Triệu Mạnh Phủ
趙孟頫 *(1254-1322)*

Tiểu Lục Thần Phong

MỘT CÁCH HIỂU KINH A DI ĐÀ

Kinh A Di Đà cùng với kinh Vô Lượng Thọ và Quán Vô Lượng Thọ là ba kinh căn bản làm tông của tông Tịnh Độ. So với hai kinh kia thì kinh A Di Đà ngắn, ngôn ngữ dễ hiểu, nội dung không quá thâm sâu hay mật nghĩa như những kinh Đại Thừa khác. Phật tử bắc tông phần nhiều ai cũng đọc tụng và khá nhiều người thuộc nằm lòng.

Nội dung kinh A Di Đà là miêu tả cảnh quan thế giới Cực Lạc, trình bày lời dạy và thệ nguyện của đức Phật A Di Đà, phương cách vãng sanh và sự hộ trì của chư Phật sáu phương cũng như sự gia hộ của chư Phật và thánh chúng cõi Cực Lạc. Trong kinh có một chi tiết rất quan trọng, rất căn bản nhưng hình như mọi người lại ít chú ý và không quan tâm đến. Thông thường mọi người chỉ chú tâm vào nội dung niệm Phật từ một đến bảy ngày để nhất tâm bất loạn mà vãng sanh chứ không nhìn đến đoạn kinh văn này: “ bạch hạc, khổng tước, ca lăng tần già, cộng mạng ngày đêm sáu thời cất tiếng kêu hòa nhã, tiếng chim diễn nói các pháp ngũ căn ngũ lực, thất bồ đề phần, bát thánh đạo phần...”. Phải nói đây là đoạn kinh văn quan trọng, gồm thâu những căn bản cốt lõi của Phật pháp.

Đây là những điều căn bản, là cốt lõi của Phật pháp. Không cứ là Nam tông, Bắc tông hay Mật tông… Hễ tu học Phật pháp thì phải bám sát vào cốt lõi căn bản, nếu chỉ tu học hoa lá cành mà bỏ qua căn bản thì e rằng chẳng hữu ích và chẳng thể có kết quả tốt.

Năm xưa khi Phật thành đạo sau bốn mươi chín ngày nhập định dưới cội cây. Ngài đã đến vườn Nai để thuyết pháp cho năm anh em ông Kiều Trần Như. Bài kinh ấy chính là kinh Chuyển Pháp Luân, ba luân mười hai chuyển để nói về tứ diệu đế. Đức phật chỉ rõ khổ, nguyên nhân khổ, hết khổ và con đường đi đến hết khổ. Con đường đó chính là con đường trung đạo, là bát chánh đạo, con đường chuyển phàm thành thánh, con đường đưa con người đến giải thoát. Tu học pháp môn nào, tông phái nào cũng không thể ra ngoài bát chánh đạo. Ngay cả người không tôn giáo hay tôn giáo khác, nếu thực hành bát chánh đạo thì cũng đi đến giải thoát (tất nhiên là còn tùy thuộc vào căn cơ, năng lực, công phu, trí huệ, phước đức của mỗi người).

Phật giáo cho là một tôn giáo, một học thuyết, một hệ thống triết học, một nghệ thuật sống... dù dưới góc độ nào cũng đều lấy bát chánh đạo làm cương lĩnh, đi con đường trung đạo mà đức Phật đã vạch ra.

Chánh kiến đứng đầu trong bát chánh đạo, chánh kiến có hai là chánh kiến hợp thế và chánh kiến siêu thế. Chánh kiến là sự hiểu biết về khổ, nguồn gốc của khổ, con đường thoát khổ và sự chấm dứt khổ. Chánh kiến tức là tứ diệu đế vậy. Mở rộng và liên hệ một chút là chánh kiến tức cái thấy, cái biết đúng đắn, chân chánh. Chánh kiến là cái nhìn sự vật, sự việc, hiện tượng đúng với bản chất của nó, nói cách khác là như thị (look as is). Chánh kiến là cái tri kiến đúng, không lệch hai bên, không để quan điểm yêu thích can thiệp vào. Điều này quả là khó với người thế gian, vì con người từ xưa đến giờ luôn nhìn sự việc, sự vật qua lăng kính yêu – ghét, thích - chán, lợi – hại, được – mất, ta – địch… Bởi vì thế mà Phật tử sơ cơ chúng ta cần có chánh kiến, có cái nhìn khách quan, cái hiểu biết đúng. Chánh kiến không phải tự nhiên mà có, cũng chẳng phải do Phật hay thánh thần ban cho. Chánh kiến phải tự thân mình tu tập dần dần mới hình thành. Mình mê muội vọng tưởng đã lâu, giờ phản tỉnh xoay lại, phải cố gắng học và hành thì mới có thể có được. Trong thế giới ngày nay, chánh kiến quả là rất khó có, người có chánh kiến cũng khó gặp, đừng nói là Phật tử sơ cơ, ngay cả nhiều vị xuất gia vẫn không có chánh kiến, vì không có chánh kiến nên nói năng, hành động bị sai sử bởi mê lầm, kiến chấp. Vì không có chánh kiến nên nói bậy làm sai để bảo vệ quyền lợi danh vị của mình hay của nhóm mình. Chúng ta có thể thấy cụ thể như những trường hợp đăng đàn nói nhảm, nói xàm, nói bậy tỷ như: ”Trung Quốc là anh, Việt Nam là em. Trung Quốc đánh Việt Nam cũng như anh dạy dỗ em” hoặc “Lý Thường Kiệt đánh Tống là hỗn”, “xây dựng quân đội như Bắc

Hàn"... Rồi bao nhiêu vụ lùm xùm làm ảnh hưởng nghiêm trọng đến uy tín đạo Phật cũng như gây bất mãn trong dân chúng như: Trừ tà, mở ngải, trục vong, lên đồng, cúng sao giải hạn, huy động tiền cúng dường vô tội vạ… Tất cả những trường hợp trên là đều là những điển hình của sự thiếu chánh kiến. Những Phật tử sơ cơ nghe theo, làm theo, tin theo cũng đều là vì thiếu chánh kiến vậy. Người không có chánh kiến sẽ làm bậy nói sai và dễ bị đi sai đường vì sự rù quến của tà môn ngoại đạo (tu theo bà Thanh Hải, Pháp Luân Công…).

Chánh tư duy là sự suy tư theo hướng ly dục, thiện tâm vô sân và ly hại. Chánh tư duy là sự tư duy có chủ ý đúng, ly dục, ly sân tầm và ly hại tầm, đó là theo kinh sách. Còn chánh tư duy theo cách nghĩ của hàng Phật tử sơ cơ thì chánh tư duy là sự suy nghĩ đúng đắn, chân chánh, hợp chân lý. Con người vốn thiên sai vạn biệt vì nghiệp của mình, vì biên kiến, tà kiến, giới kiến thủ. Con người vì tư lợi, vì danh hão, vì mê vọng mà tư duy thiếu sự sáng suốt, tư duy tà vạy. Tư duy đúng và chân chánh phải hợp lẽ đạo, phải khế hợp với tứ diệu đế, tam pháp ấn; Khổ, không, vô thường, vô ngã… Nếu những tư duy mà ngược lại thì đó là tà tư duy. Chánh kiến và chánh tư duy thường đi liền với nhau, chánh kiến quyết định nội dung của chánh tư duy, có chánh kiến thì có chánh tư duy, có chánh tư duy thì chánh kiến vững vàng, cả hai bổ sung cho nhau. Chánh tư duy là những suy nghĩ hiền thiện, đúng pháp, lợi mình, lợi người, lợi vật. Chánh tư duy dẫn dắt nói năng hay hành động của mình đi đúng hướng trên con đường tu học Phật pháp.

Chánh ngữ là lời nói chân chánh, hiền thiện, hợp đạo. Nói năng vì chánh pháp, vì sự thật. Người có chánh ngữ sẽ không nói linh tinh, nói xàm, nói nhảm, nói vì tư lợi, nói vì quyền thế chính trị, danh văn lợi dưỡng… Muốn có chánh ngữ thì ắt phải có chánh kiến và chánh tư duy. Người có chánh kiến tu cái miệng, là một trong tam nghiệp: Thân – khẩu – ý.

Chánh nghiệp thuộc về phần tu giới, không sát sanh, trộm cắp, tà dâm; mở rộng ra thì chánh nghiệp tức là tạo tác sự nghiệp một cách đúng và chân chánh. Nghiệp dẫn dắt tất cả mọi người đi lên hay đi xuống. Nghiệp là do thân-khẩu-ý tạo ra, nghiệp là do tư duy, nói năng hành động của chính mình mà ra. Nghiệp chân chánh thì đem lại lợi lạc cho chính mình, cho gia đình mình và những người xung quanh. Nghiệp chân chánh sẽ đem lại lợi mình, lợi người, lợi vật, đem lại sự thức tỉnh, quân bình, an lạc. Chánh nghiệp của người Phật tử sơ cơ yêu thương giúp đỡ nhau trong đời sống cũng như trên con đường tu học Phật pháp. Người Phật tử sơ cơ giữ những giới mình đã thọ ấy cũng chính là tạo nghiệp chân chánh vậy.

Chánh mạng là sự nuôi mạng hạp đạo, đúng đắn, tuân theo những gì Phật dạy. Mình sống, mình mưu cầu để sống thì kẻ khác hay vật cũng ham sống sợ chết vậy. Chánh mạng là mưu sinh để nuôi thân mạng này nhưng không được làm hại người, hại vật, hại môi trường xung quanh. Người Phật tử sơ cơ sinh sống bằng những nghề lương thiện, mưu sinh để nuôi thân nuôi gia đình cần tránh những nghề gây đau khổ hay chết chóc cho kẻ khác như: chế tạo hay buôn bán vũ khí, ma túy, rượu, nhà thổ, lò mổ... Mình sống và cần tôn trọng sự sống của kẻ khác, không thể lấy sự đau khổ hay chết chóc của kẻ khác hay con vật để nuôi mạng mình.

Chánh tinh tấn tức là sự siêng năng, nỗ lực, kiên trì tu bốn điều cần thiết chân chánh đó là: Việc ác chưa sanh thì đừng để sanh ra, việc ác đã sanh thì làm cho tiêu trừ đi, điều thiện chưa sanh thì hãy làm cho phát sanh, điều thiện sanh ra rồi thì làm cho tăng trưởng. Chánh tinh tấn là sự cố gắng một cách đúng và hợp chánh pháp. Cố gắng tu học, nghiên cứu kinh sách, tụng kinh, niệm Phật, tọa thiền, bố thí, phóng sanh… Nói chung tất cả những gì đem lại lợi mình, lợi người, lợi vật; những gì đem lại an lạc, quân bình và khai mang trí huệ. Chánh tinh tấn là sự cố gắng đúng pháp trên con đường tu học giác ngộ giải thoát. Nếu như cũng cố gắng nhưng sự cố gắng làm cho mình mê mờ, ràng buộc thêm, xa rời chánh pháp thì đó không phải là chánh tinh tấn mà là tà tinh tấn. Tỷ như người Phật tử siêng năng đi hầu đồng, trục vong, bói toán, mở ngải, bùa chú, yêu thuật, cúng bái quỷ thần… thì sự tinh tấn này là tà tinh tấn vì nó không đem lại lợi ích, nó chỉ làm cho mình thêm tà vạy lạc đường. Hoặc giả như cũng tinh tấn nhưng tu theo bà Thanh Hải, theo Pháp Luân Công… thì càng ngày càng xa rời chánh pháp, xa rời con đường giác ngộ và giải thoát. Muốn có chánh tinh tấn thì cần phải có chánh kiến và chánh tư duy để biện biệt được chánh- tà để mà tu học. Nếu cũng cố gắng mà không có chánh kiến, chánh tư duy thì ai bày vẽ gì cũng nghe theo và cuối cùng theo họ vào đường tà.

Chánh niệm, chữ niệm trong phép viết chữ Hán gồm bộ kim ở trên và chữ tâm ở dưới, nghĩa là cái tâm nghĩ nhớ, tập trung ở ngay tại cái phút giây hiện tại. Bây giờ và ở đây. Chánh niệm là sự có mặt của tâm ở hiện tại quan sát một cách khách quan những gì xuất hiện trong ta và quanh ta, cái tâm duy trì ở hiện tại, lặng lẽ, sáng suốt. Chánh niệm đóng vai trò điều khiển tu tập: Quán thân trên thân, quán thọ trên thọ, quán tâm trên tâm, quán pháp trên pháp, đi sâu hơn có lẽ là việc tu học của những bậc xuất gia. Hàng Phật tử sơ cơ chúng ta thì cạn cợt một tí thôi: Chánh niệm là sự nghĩ nhớ đúng, chân chánh ngay hiện tại bây giờ. Quá khứ đã qua không hối tiếc tương lai chưa đến không mong cầu, chỉ có phút giây hiện tại này. Mình làm việc gì thì biết việc ấy, toàn tâm toàn ý vào việc ấy. Hơi thở vào biết thở vào, hơi thở ra biết thở ra, hơi thở ngắn biết hơi thở ngắn, hơi thở dài biết hơi thở dài, an trú vào hơi thở… Người có chánh niệm thì tâm ý không lan man hay vẩn vơ muôn mối, nhà Phật thường ví người không có chánh niệm là "Tâm viên ý mã" tức là cái tâm vọng tưởng loạn động như khỉ chuyền cành, ngựa chạy rông vậy. Người có chánh niệm thì trọn tâm ý trong việc mình làm, biết việc mình làm. Chánh niệm không những chỉ cần cho người học đạo mà còn cần cho cả người ngoài đời. Có chánh niệm thì mới an được cái tâm, tâm có an thì mới định, mới phát sinh trí huệ. Người có chánh niệm thì làm việc gì cũng trọn vẹn, không bị sai sót, hư hỏng.

Chánh định theo kinh sách gồm có: tầm, tứ, hỷ, lạc, nhất tâm. Chánh định (Samadhi) là chú tâm vào một điểm. Chánh định có thiền chỉ (Bhavana) và thiền quán (Vipassana), tùy trình độ mà đi từ thấp đến cao tứ thiền, tứ không… Với hàng Phật tử sơ cơ thì chúng ta chỉ cần biết chánh định tức là định tâm đúng phương pháp, Phật giáo có nhiều phương pháp để định tâm, thiền định là phương pháp rộng rãi, phổ biến và được sử dụng nhiều nhất. Thiền định có nhiều cấp độ thích hợp với mọi căn tánh và trình độ khác nhau, có thiền bắc tông, thiền nam tông, có thiền minh sát, tham thoại đầu, sổ tức, chỉ, quán... Nói chung tất cả đều giúp cho hành giả định được cái tâm, dẹp được cái vọng… tâm có lắng, có định thì huệ mới phát sanh. Ngoại đạo cũng có thiền định nhưng không phải chánh định vì mục đích của họ để khai mở luân xa, cầu đắc thần thông… Chánh định của Phật giáo là để định tâm, để khai mở trí huệ, chánh định là con đường tu học, là một trong tam học: Giới – định- tuệ.

Ngoài Bát chánh đạo còn có những phẩm trợ đạo mà các loài chim ngày đêm sáu thời diễn nói pháp:

"Ngũ căn là năm nền tảng của sự tu chứng đã được đấng thập lực khéo tu tập, khéo chứng đắc, khéo tuyên thuyết:

Tín căn là căn bản của đức tin
Tấn căn là căn bản của tinh cần
Niệm căn là căn bản của tỉnh thức
Định căn là căn bản của chuyên nhất
Huệ căn là căn bản của trí huệ
Ngũ lực là năm sức mạnh của sự tu chứng đã được đấng thập lực khéo tu tập, khéo chứng đắc, khéo tuyên thuyết
Tín lực là sức mạnh của đức tin
Tấn lực là sức mạnh của tinh cần
Niệm lực là sức mạnh của tỉnh thức
Định lực là sức mạnh của chuyên nhất
Huệ lực là sức mạnh của trí huệ

Thất bồ đề phần còn gọi là thất giác chi, tức bảy yếu tố dẫn đến giác ngộ đã được đấng thập lực khéo tu tập, khéo chứng đắc, khéo tuyên thuyết

Niệm giác chi là yếu tố minh sát
Trạch pháp giác chi là yếu tố phân biệt
Cần giác chi là yếu tố tinh tấn
Hỷ giác chi là yếu tố an lạc
Tịnh giác chi là yếu tố lắng đọng
Định giác chi là yếu tố chuyên nhất
Xả giác chi là yếu tố quân bình
(Kinh Bồ Đề Phần)

Như vậy là tiếng chim ở cõi Cực Lạc đã tuyên thuyết con đường trung đạo, tuyên thuyết ba mươi bảy phẩm trợ đạo. Ấy là tất cả căn bản và cốt lõi của Phật pháp.

Tịnh Độ là pháp môn tu học phổ biến rộng rãi trong quần chúng ở các nước: Trung Hoa, Nhật Bản, Việt Nam. Pháp môn niệm Phật thâm nhập sâu rộng trong quảng đại quần chúng vì dễ thực hành. Niệm Phật là một cách đào luyện tâm, thanh tịnh tâm, chuyển hóa tâm, đem tâm trụ vào Phật hiệu thay vì trụ vào ngũ dục lục trần. Câu Phật hiệu như cái mỏ neo giữ cho con thuyền tâm không bị trôi giạt giữa bốn bề sóng gió. Tướng hảo quang Minh của Phật A Di Đà như ngọn hải đăng để chúng sanh trong bể khổ tìm về nương tựa, là đích để đi ra khỏi biển khổ.

Lợi ích của pháp môn niệm Phật to lớn khó nghĩ bàn, tuy nhiên có một điều cần phải nói là Phật tử tu học theo Phật giáo bắc truyền rất mơ hồ về giáo lý, rất nhiều người không biết được căn bản Phật pháp là gì, phần nhiều chỉ đến chùa đốt hương, niệm Phật hay lễ lạy một cách chung chung mơ hồ. Kinh sách có câu: "tu mà không học là tu mù, học mà không tu là đãy sách". Vì thế Phật tử sơ cơ chúng ta cũng cần học, đọc giáo lý để nắm được những vấn đề căn bản. Kinh A Di Đà với đoạn kinh văn các loài chim tuyên thuyết Phật pháp: Bát chánh đạo, ngũ căn, ngũ lực, thất bồ đề phần… Ấy chính là căn bản Phật pháp.

Tu pháp môn niệm Phật cũng cần tu tứ niệm xứ

và học giáo lý căn bản. Khi Sư bà Hải Triều Âm còn sống, Sư bà luôn luôn khuyên nhủ niệm Phật cần phải tu tứ niệm xứ: nhận biết thân bất tịnh để buông bỏ mà niệm Phật, pháp vô ngã để không chấp trước mà niệm Phật, thọ khổ để dốc lòng niệm Phật, tâm vô thường để rỗng rang mà niệm Phật. Có tu tứ niệm xứ, có biết giáo lý căn bản thì niệm Phật đắc lực và hiệu quả hơn. Niệm Phật là quan trọng nhưng giáo lý căn bản là cần thiết, bởi vậy nên trong kinh A Di Đà các loài chim ở thế giới Cực Lạc ngày đêm sáu thời thuyết pháp: Bát chánh đạo, ngũ căn, ngũ lực, thất bồ đề phần… ■

KÊU GỌI ĐÓNG GÓP MỘT MÉT VUÔNG

XÂY DỰNG HỌC VIỆN PHẬT GIÁO VIÊN GIÁC

Học Viện Phật Giáo Viên Giác sẽ là một cơ sở giảng dạy về Phật học, các Ngôn ngữ Pali, Sanskrit, Tây Tạng & Việt tại Hannover, Đức (có giảng kèm tiếng Anh và tiếng Đức). Công trình xây dựng gồm 5 tầng, mỗi tầng 1000 mét vuông.

Chúng tôi kêu gọi cúng dường một hay nhiều lần cho **một mét vuông xây dựng, trị giá 1.500,- Euro.** Cúng dường xin chuyển vào tài khoản sau đây:

Người nhận: Viên Giác Institut
Nhà Bank: Sparkasse Hannover
Account Nr.: 910 570 655
IBAN: DE 90 2505 0180 0910 5706 55
BIC (SWIFT-Code): SPKHDE2HXXX

THƠ

Người Sông Hậu

THÁNG CHÍN MÙA THƯƠNG

Tháng chín gởi mùa vào thu
Bờ vai chùng chình chút nắng
Mây trời bồng bềnh xa vắng
Cúc tần vẫn mướt ngoài sân.

Nỗi nhớ làm ta bâng khuâng
Lang thang tìm về chốn cũ
Gió hát bên đường ấp ủ
Rạ rơm thơm ngát hương đồng.

Lời rao từ gánh hàng rong
Mua đêm nhạt nhòa ký ức
Ngọn đèn trầm tư thao thức
Hanh hao từng chiếc lá vàng.

Phù sa lớp lớp mỡ màng
Hạt mầm lên xanh hy vọng
Vườn ai quả thơm chín mọng
Ngọt ngào cây trái quê hương.

Tháng chín mùa của yêu thương
Mênh mang hương đồng gió nội
Bên nhau yên bình không nói
Thôi thì gởi mùa vào thu.

Lâm Minh Anh

Xa xưa chữ mẫn

Lâu lắm rồi ông Lý mới đến thăm ông Tư vào cuối tuần, cả nhà vui vẻ đón tiếp vị khách đặc biệt, Lam Ngọc chuẩn bị trà bánh rồi cùng Tân ngồi xuống thăm hỏi trò chuyện. Ông Lý hỏi cậu bé Minh Châu đâu, Tân thưa:

-Dạ ! Cháu nó hôm nay đến chùa sinh hoạt Gia Đình Phật Tử từ sáng sớm. Nói về nó, cháu lại có chuyện kể bác nghe. Số là, mấy hôm trước cháu đang tập viết chữ Nho, thằng bé đứng cạnh nhìn rồi nói :"Sao ba mẫn tiệp thế?". Cháu giật mình hỏi nó học được chữ MẪN TIỆP ở đâu ra vậy? Minh Châu cười cười lễ phép trả lời có lần con học thuộc mấy chữ trong Tam Thiên Tự của Ngô Thời Nhiệm được ông nội khen mẫn tiệp có nghĩa là thông minh, khéo léo. Hôm nay nhân có ba và bác Lý ở đây, xin giảng giải cho tụi con có chút hiểu biết về chữ MẪN.

Ông Lý vui vẻ nói:

-Chữ Mẫn mang nội hàm rất sâu sắc, là linh hồn cổ xưa. Một trong những chữ Nho cổ được ghi nhận sớm nhất và mang nhiều ý nghĩa khác nhau.

Giáp cốt văn xuất hiện vào thời kỳ văn hoá đồng xanh 1300 TCN (tiếp theo sau là đồng đỏ), tự dạng Mẫn 敏, bên trái chữ Mỗi 每 (chỉ nữ giới hoặc bà mẹ); bên phải bộ phốc 攴 (xưa kia viết là Hựu 又, hoặc Thốn 寸) động tác tay vỗ nhẹ vào người hay vật. Biểu thị nghĩa gốc 敏 là tay chân nhanh nhẹn, ứng xử linh hoạt, còn nghĩa rộng là cần cù, gắng sức, cẩn trọng, khang kiện, thông minh, sáng suốt…

Tuy nhiên, trên Giáp cốt văn (trước đó là Đào văn) một số tự dạng sơ khai được khắc họa bằng hình ảnh bởi người cổ đại chưa rõ ràng (chữ 敏, 民+攴, cũng không tránh khỏi trong trường hợp ấy), hoặc bị thời gian lâu dài bào mòn xoá mờ, do đó, người đời sau dựa vào hình dạng trên để giải thích nên mang những nghĩa khác nhau:

1/ Chữ Mẫn 敏 có hình dạng bên trái chữ 每 (chỉ nữ giới); bên phải bộ 攴(chỉ bàn tay), mang nghĩa nữ giới dùng tay lấy vật trang sức nhanh nhẹn cài lên mái tóc hoặc búi tóc phía sau đầu.

2/ Chữ Mẫn 敏 biến dạng giống như chữ Độc 毒, có tự dạng trên là chữ Sinh 生 (sinh sản, chỉ sự sống), hoặc chữ Thủ 手 (bàn tay); dưới chữ Mẫu 母 (bà mẹ), mang nghĩa khi phụ nữ sinh con, cần bàn tay bà đỡ nhanh nhẹn, dịu dàng nâng em bé chào đời kịp lúc.

3/ Chữ Mẫn 敏, 每+力) có dạng bên trái 每 (bà mẹ), bên phải chữ Lực 力 (chỉ sức mạnh), khi người mẹ sinh con, cần bàn tay bà đỡ đủ sức mạnh, cẩn trọng khéo léo để nâng em bé chào đời, người mẹ cũng cần sức mạnh chịu đựng khó khăn trong giây phút "khai hoa nở nhuỵ".

4/ Chữ Mẫn 敏 có nghĩa thông với chữ Mẫu 拇 (chỉ ngón tay cái, hoặc ngón chân cái), mang nghĩa nữ giới dùng ngón tay cái rẽ tóc hoặc điểm xuyết đồ trang sức trên đầu.

5/ Chữ Mẫn 敏 khi làm hình dung từ là diễn đạt sự ngây thơ trong trắng của thiếu nữ, và 敏 khi đọc là Hối 悔, mang nghĩa ăn năn, hối lỗi.

6/ Sách Nhĩ Nhã giải thích thêm rằng:

+Phần Thích Nhạc (Lạc) nói: Mẫn trong ngữ cảnh Ngũ Cung âm nhạc phương Đông, là nốt nhạc Thương, quen gọi là Xự tương đương với nốt La thuộc khóa Sol của Thất Cung phương Tây. Biểu tượng nốt nhạc mang âm thanh nặng, người nghe trở nên ngay thẳng, can đảm (Thương vị chi Mẫn - 商謂之敏).

+Phần Thích Huấn nói: Mẫn 敏 tức Mẫu 拇 (ngón tay cái, hoặc ngón chân cái) là chữ giả tá. Chữ 拇 ở đây mượn chữ có âm gần giống nhau để viết, mang nghĩa tay chân mau mắn thận trọng, tâm trí mẫn tiệp, mẫn đạt… Ở dòng thứ 17 còn nói rằng: Theo nguồn gốc bộ tộc nhà Châu, vũ là dấu tích đại nghiệp tiền nhân lưu lại, mẫn là dấu vết ngón chân cái của thượng đế để lại. (Lý đế vũ mẫn, vũ, tích dã, mẫn, mẫu dã - 覆帝武敏武跡也敏拇也). Và ở dòng thứ 97 nói: Chân đạp gấp gáp, và chạy nhanh lẹ gọi là mẫn. (Quyết quyết tích tích, mẫn dã - 蹶蹶踖踖敏也).

Đến thời kỳ Tây Châu,1045 TCN, trên Kim văn chỉ sử dụng theo nghĩa gốc tức chỉ chung cho động tác nhanh nhẹn mà thôi. Sang đời nhà Tần, cải cách theo tiểu Triện, 敏 theo cấu trúc bộ phốc 攴

(ám chỉ đánh khẻ, dùng tay thôi thúc), còn mang nghĩa dùng gậy xua đuổi, hành động khẩn cấp không được trì trệ. Kịp đến thời Đông Hán, trong Thuyết Văn, Hứa Thận cũng theo ý trên nhưng thêm: Mẫn thanh phù, nhóm chữ hình thanh, hội ý, Ngũ hành thuộc Thuỷ. (Mẫn, tật dã, tùng phốc, mỗi thanh - 敏疾也從攵聲聲).

+Từ điển Ngọc Thiên, bộ Phốc, thời Nam Lương (năm 543) Cố Dã Vương 顧野王 nói: Mẫn là thái độ kính trọng, dáng mạo nghiêm chỉnh. (Mẫn, kính dã, trang dã - 敏敬也莊也).

Trong lúc Lam Ngọc kính cẩn rót trà nhài do cô tự ướp mời cả nhà, ông Tư góp lời:

-Dấu mốc truyền thừa văn hóa, chữ 敏 được sử sách thư tịch xưa nay diễn nghĩa như sau:

+Kinh Thi, Đại Nhã, bài thơ Sinh Dân, kỳ 1, 生民, minh họa nguồn gốc xa xưa chữ Mẫn 敏 thông nghĩa với chữ Mẫu 拇 (ngón chân cái) ca ngợi hình ảnh một người đàn bà, sinh ra và nuôi dưỡng muôn vật:

Quyết sơ sinh dân, 厥初生民
Thời duy Khương Nguyên. 時維姜嫄
Lý đế vũ mẫn hâm…。 履帝武敏歆

Tạm hiểu:

Người bộ tộc Châu được sinh ra,
Chính từ hiền mẫu Khương Nguyên
Từ khi bà giẫm lên vết tích ngón chân cái lưu lại, kinh động như có thượng đế giao cảm.

+Kinh Thi, Đại Nhã, cũng từ bài thơ Sinh Dân, kỳ 8, minh hoạ sự kiện chữ Mẫn 敏 khi đọc thành Hối 悔:

Thứ vô tội hối. Dĩ hất (ngật) vu kim 庶無罪敏 (悔). 以迄于今.(Người bộ tộc Châu không hối hận vì có lỗi với Trời. Kể từ trước cho tới tận ngày nay).

+Kinh Thi, Tiểu Nhã, Tề Phong, bài thơ Phủ Điền, kỳ 4, 甫田 minh họa sùng thượng thần Đất tức Xã, thần Lúa tức Tắc, quen gọi là "xã tắc", vốn là tín ngưỡng nông nghiệp (dĩ nông vi bản) về lúa nước phương Nam của tộc Bách Việt, thơ rằng:

Hòa dịch (dị) trường mẫu. 禾易長畝
Chung thiện thả hữu 終善且有
Tằng tôn bất nộ 曾孫不怒
Nông phu khắc mẫn. 農夫克敏

Tạm hiểu:

Ruộng lúa trải dài bát ngát
Tốt tươi hương tỏa bay xa
Cháu chắt bao đời vui thuận
Nông dân chăm chỉ nghiệp nhà.

+Lễ Ký, thiên Trung Dung minh họa chữ Mẫn 敏 theo nghĩa thông đạt: Đạo lý luôn cần hòa hiệp với con người, vì chính khi thi hành cần sáng suốt. (Nhân đạo mẫn chính - 人道敏政).

+Tả Truyện, Hy Công tam thập tam niên, minh họa chữ Mẫn 敏 như là một phẩm đức nhân cách phải có, khi nói: Thành tâm cung kính khi hành lễ, và thể hiện thêm sự trang trọng. (Lễ thành gia dĩ mẫn - 禮成加以敏).

+Hoài Nam Tử, Nguyên Đạo, minh họa chữ Mẫn như là một sự thông suốt cái có không ở đời, khi biết nhận ra: Từ không đến có, từ có đến không. (Tự vô chích hữu, tự hữu chích vô - 自無跖有自有蹠無).

+Quốc Ngữ, Tấn Ngữ: Mẫn được xem như là trí tuệ minh mẫn, nhất là đối với tư tưởng Nho gia, khi nói, Vua Tấn Văn Công thời Chiến quốc vừa thông tuệ lại vừa có tài văn chương. (Thả Tấn Văn công mẫn nhi hữu văn - 且晉文公敏而有文).

+Quốc Ngữ, Tề Ngữ: Mẫn được xem như tài năng mẫn cán, khi nói: Tay chân hết mực mạnh mẽ nhanh nhẹn, tất thích hợp với công việc làm ruộng. (Tận kỳ tứ chi chi mẫn, dĩ tùng sự ư điền - 盡其四支之敏以從事於田).

+Hà Án trong Tập Giải 集解 viết: Lời nói mong muốn nhún nhường nhanh gọn, và hành động kỳ vọng thực hiện nhanh chóng. (Ngôn dục tốc nhi hành dục tật - 言欲速而行欲疾).

+Hàn Dũ trong Liễu Tử Hậu mộ chí minh viết: Tử Hậu tức Liễu Tông Nguyên đời nhà Đường, hồi nhỏ rất minh mẫn, học chẳng điều gì mà không thông hiểu. (Tử Hậu thiếu tinh mẫn, vô bất thông đạt - 子厚少精敏無不通達).

+Thượng Quân Thư nói: Muôn dân gấp rút lo việc cày cấy và đánh giặc. (Vạn dân tật ư canh chiến - 萬民疾於耕戰).

+Quảng Vận 廣韻 tổng kết ý nghĩa của chữ Mẫn khi viết: Mẫn, tật dã, kính dã, thông dã, khang dã, cần dã, tiệp dã, đạt dã …敏、疾也敬也聰也康也勤也捷也達也..

Tân nghe nhắc đi nhắc lại nhiều lần: Tật dã tức tần tật diễn tả sự nhanh nhẹn bỗng nhớ đến trong Thương Ngô Trúc Chi Ca của Nguyễn Du từng miêu tả: Lãng hoa song trạo tật như phi 浪花雙棹疾如飛. Nghĩa là hai mái chèo tung sóng hoa, thuyền lướt nhanh như bay. Rồi lại đưa ra nhận xét:

-Thưa bác Lý và ba, theo thiển nghĩ của con, chữ Mẫn 敏, ngoài nghĩa gốc chân tay nhanh nhẹn, đầu óc phản ứng linh động, người cổ đại phải ứng phó bén nhạy thích nghi trong môi trường sống, khi thiên nhiên còn khắc nghiệt hoang dã, vì muốn sinh tồn con người tự thân phải nỗ lực tìm kiếm cái ăn trước hết (bụng đói chân bò), như thu nhặt hoa quả chung quanh từ hang động, mò cua bắt ốc ven sông ven suối, hoặc bên đầm lầy ao hồ, hoặc săn bắn thú hoang nơi núi cao rừng sâu (công việc này đòi hỏi động tác phải hết sức nhanh lẹ, cẩn trọng và gan dạ, chưa kể là sự quyết đoán cần minh mẫn để săn hạ hoặc bắt con mồi và giữ gìn bản thân an toàn) nhờ đó, có thể bảo đảm đủ lương thực cho đời sống hằng ngày của cả một bộ lạc. Nói đến đời sống tức là nói đến sinh hoạt 生活 loài người. Ý nghĩa chữ sinh 生 (tức sống); mà hoạt 活 (mang nghĩa động 動), với sự sống thì phải thực hiện hoạt động 活動. Cho nên chữ Mẫn 敏 đã sớm có mặt trong lịch sử cấu thành và phát triển văn tự của loài người.

Ông Tư cười khi nghe Tân nêu ra những điều trên, rồi vui vẻ góp lời tiếp:

-Chữ Mẫn theo nghĩa "mẫn tiệp" được minh họa rất sát nghĩa qua bài thơ Bất Kiến-Cận Vô Lý Bạch Tiêu Tức 不見-近無李白消息 (Lâu rồi không biết tin tức của Lý Bạch) của Đỗ Phủ. Miêu tả mối thân tình bằng hữu qúy mến tài năng lẫn nhau (có lẽ cùng là thi sĩ nên dễ cảm nhận, cảm thông) giữa thi tiên Lý Bạch và thi thánh Đỗ Phủ, thơ rằng:

Bất kiến Lý sinh cửu, 不見李生久
Dương cuồng chân khả ai ! 佯狂真可哀
Thế nhân giải dục sát, **世人皆欲殺**
Ngô ý độc lân tài. 吾意獨憐才
Mẫn tiệp thi thiên thủ 敏捷詩千首
Phiêu linh tửu nhất bôi 飄零酒一杯
Khuông sơn độc thư xứ 匡山讀書處
Đầu bạc hảo quy lai. 頭白好歸來

Tạm dịch:

Đã lâu không gặp Lý sinh
Xót thương cho bạn phiêu linh giả khùng !
Người đời mong bạn mệnh chung,
Ngậm ngùi ta nhớ xưa cùng tài nhau
Ngàn thơ ý đẹp ra mau,
Chân trời góc bể rượu sầu nhấp môi.
Núi Khuông xưa đọc sách thôi
Giờ đây tóc bạc về nơi quê nhà.

Ở nước ta, trong bài thơ Cảm kỳ (thị) Hoàng tử Miễn 感示黃子勉 của Nguyễn Hữu Cương (Cang) 阮友岡 diễn đạt Mẫn như sau:

Nỗ lực sự nghiệp đang, 努力事業當
Cập thử minh mẫn thời. **及此明敏時**
Tự năng hữu bất hủ, 自能有不朽
Trường dữ thiên địa thuỳ. 長與天地垂

Tạm dịch:

Gắng hoàn thành sự nghiệp,
Tất minh mẫn có ngày.
Năng lực không mai một,
Cùng trời đất dài thay.

+Nghe đến văn thơ nước nhà, Tân biết Lam Ngọc thế nào cũng có ý kiến góp phần nên ướm lời hỏi, quả nhiên cô nàng vui vẻ nói ngay:

-Dạ! Con rất thích văn chương Việt Nam nên nghe ba, bác Lý và anh Tân nãy giờ bàn về chữ Mẫn làm con nhớ đến lời đối đáp dễ thương mẫn tiệp của bà Đoàn Thị Điểm với anh trai Đoàn Doãn Luân. Khi ông này đi dạo ngoài vườn, chợt nhìn thấy em mình đang trang điểm liền trêu:

Đối kính hoạ mi, nhất điểm phiên thành lưỡng điểm (Soi gương kẽ lông mày, một nét hoá ra hai nét). Ở đây có chữ Điểm là tên bà

Đoàn Thị Điểm đối lại:

Lâm trì ngoạn nguyệt, chích luân chuyển tác song luân

(Tới ao ngắm trăng, một vầng hoá ra hai vầng). Trong đó có chữ Luân là tên của ông anh*. Thế mới biết " Đàn bà dễ có mấy tay" (Thơ Nguyễn Du).

Cả nhà bật cười vì câu nói tinh nghịch của Lam Ngọc. Ông Lý tiện tay nâng ly nhấp mấy ngụm trà nóng, nói tiếp:

-Bây giờ bàn về chữ Mẫn 敏, trích trong Luận Ngữ được ghi lại như sau:

+Thiên Học Nhi, Khổng Tử khuyên nhủ: Quân tử làm việc cần minh mẫn, và lời nói nên thận trọng. (Mẫn ư sự nhi thận ư ngôn - 敏於事而慎於言).

+Thiên Lý Nhân, Khổng Tử nhắc nhở: Quân tử nói năng nên từ tốn, mà thực hành thì nhanh nhẹn. (Quân tử dục nột ư ngôn nhi mẫn ư hành - 君子欲訥而敏於行

+Thiên Công Dã Tràng, Tử Cống hỏi: Do đâu mà Khổng Văn đặt tên thụy là "văn"? Khổng Tử nói: Ông ta thông minh lại ham học, không cho là nhục khi cần hỏi người ở dưới mình. (Mẫn nhi hiếu học, bất sỉ hạ vấn - 敏而好學不恥下問).

+Thiên Thuật Nhi, Khổng Tử nói: Ta sinh ra chẳng phải đã biết đạo lý, do yêu thích văn hoá cổ mà cần mẫn tìm kiếm học hỏi vậy nên. (Ngã phi sinh nhi tri giả, hiếu cổ mẫn dĩ cầu chi giả dã - 我非生而知者好古敏以求之者也).

+Thiên Dương Hoá, Tử Trương hỏi về đạo nhân. Khổng Tử nói: Một trong 5 điều mà "mẫn cán" thì có công. (Mẫn tắc hữu công - 敏則有功). Còn 4 điều kia là: Cung, khoan, tín, huệ - 恭寛信惠).

Như trên cho thấy, cùng nêu ra một câu hỏi, nhưng câu trả lời của Khổng Tử lại khác nhau. Thực ra, Khổng Tử là một vị thầy rất nhạy bén (tinh tế mẫn tiệp) về giáo dưỡng, tuỳ theo trình độ, tuổi tác, cá tính, nghề nghiệp, sở thích… của mỗi học trò mà đưa ra những lời hướng dẫn khác nhau. Cho nên xưa nay được tôn xưng là bậc " vạn thế sư biểu".

Ông Tư nhỏ giọng như muốn gửi gắm tâm sự:

-Thật rõ như người xưa nói, "văn dĩ tải đạo, nghệ dĩ tu tâm"- 文以載道，藝以修心, văn chương và nghệ thuật là phương tiện, là nơi chuyên chở, duy trì đạo lý, cảm hoá giúp con người thanh lọc tâm hồn. Cái hay, cái đẹp không chỉ ở cảm quan, mà luôn gắn liền với cái lý của đạo đức. Và dù cái tôi có lớn đến đâu cũng phải nhỏ lại trước chân lý (quy luật cuộc sống khi già thì phải biết cẩn trọng giữ thân và tâm thức). Do đó, bác Lý ơi! Với tụi nhỏ thì thao tác, đầu óc đều ứng xử nhanh nhẹn, chứ tụi mình tuổi đã già, không chỉ tai mắt chẳng tinh tường, đi đứng khó khăn, cử chỉ chậm chạp đã đành mà tâm trí lại lúc "quên trước quên sau". Thôi thì chỉ còn lại chút sức lực thừa, hằng ngày siêng năng hoạt động và cố gắng đọc sách sử thánh hiền, tìm hiểu về kinh kệ, coi như chịu khó "tắm mát" hay "khơi ấm" trí óc, may ra còn ít nhiều Mẫn Tiệp mà thôi. ■

THƠ

Nguyễn An Bình

NGÀY VỀ

Ngày về nước mắt rưng rưng
Bên bờ lau trắng nhớ từng lời ru
Người thành mây trắng thiên thu
Tre tàn măng mọc đời như vô thường.

Hoa cau thơm mãi sau vườn
Mùa đi để lại dị hương ngậm ngùi
Theo ca dao bước vào đời
Còn mang tiếng hát nặng lời nghĩa nhân.

Nắng mưa bao cuộc thăng trầm
Núi cao tình mẹ thắp ngàn ánh sao
Đường trần ơn nặng nghĩa sâu
Có qua dâu bể ngày sau còn buồn.

Đi qua chớp bể mưa nguồn
Suối khe đã thấm bụi hồng trần gian
Yêu thương khao khát muôn ngàn
Trái tim nồng ấm an lành vòng tay.

Ngày về nhớ ngọn tóc mây
Như sông nhớ suối như cây nhớ rừng
Nhớ đôi quang gánh oằn lưng
Nuôi tôi năm tháng chưa từng thở than.

Thái Công Tụng

Thế nào là 4D trong toàn cầu hóa

1. Dẫn nhập về toàn cầu hóa

-Khi trận đá bóng chung kết giữa hai đội Pháp và Ý diễn ra ở Berlin tháng 7 năm 2006, trước con mắt hàng tỷ người trên thế giới, từ Đông sang Tây, từ Bắc xuống Nam, ta thấy trong đội cầu Pháp có đến một nửa là dân da đen và dân Bắc Phi!

-Nghe tin tức quốc tế qua CNN của Mỹ, BBC của Anh, TV5 của Pháp, thì hình ảnh một sự cố nào đó mới xảy ra vài phút trước đó ở một nơi xa xăm trên hành tinh Trái Đất thì trên màn truyền hình, màn máy tính đã thấy hiện ra ngay, vừa hình ảnh, vừa tiếng nói.

-Nhìn bảng hối suất ta thấy nhiều đồng tiền có thể hoán chuyển dễ dàng; đặc biệt Âu châu có Euro là đơn vị tiền tệ cho rất nhiều xứ Cộng đồng Âu châu. Trước kia đi du lịch từ Pháp qua Đức, qua Ý, qua Espagne lại phải thay đổi đồng tiền sang DMark, sang Lire, sang Peseta…

-Bệnh SARS (viêm phổi cấp tính) từ Trung Hoa lây lan sang các xứ Đông Nam Á và qua Canada do sự lưu thông hành khách máy bay rất nhanh chóng.

-Hàng năm, có chừng 250 ngàn người di dân đủ mọi chủng tộc, màu da, tôn giáo đến xứ Canada, đến hợp pháp! Có thể nói mọi xứ từ A (A như Angola), đến Z (Z như Zimbabwe) đều có người ở đất nước Canada, khiến xã hội Canada càng ngày càng trở thành đa văn hóa.

Vài ví dụ trên đã cho ta 'hương vị' thế nào là toàn cầu hóa.

2. Tiến trình của toàn cầu hóa.

-Toàn cầu hóa, danh từ này mới hiện hữu vào thập niên 80, nhưng thực sự đã có từ lâu đời với Magellan, với Marco Polo, với thương mãi các xứ quanh bờ biển Địa Trung Hải, với con đường tơ lụa buôn bán giữa các xứ Trung Đông, Cận Đông và Trung Hoa. Việt Nam đã buôn bán với Nhật qua thành phố Hội An. Các nước Anh, Pháp chiếm thuộc địa cũng nhắm kiếm thị trường buôn bán. Chiến tranh nha phiến Anh-Trung Hoa nhằm tiêu thụ thuốc phiện. Đến năm 1930 xảy ra cơn suy trầm kinh tế rất lớn, nên nhiều nước như Mỹ chủ trương bảo hộ thương mại.

-Chỉ sau đệ nhị thế chiến, các nước bắt đầu nhận thấy phải tăng cường hợp tác thương mại. Các nước Âu Châu họp bàn thành lập thị trường chung qua nhiều giai đoạn:

a. thoạt đầu là các thỏa thuận ưu đãi thuế quan: hàng rào quan thuế giữa các nước tham dự thấp hơn so với các nước không tham dự.

b. sau đó tiến đến khu vực mậu dịch tự do (zône de libre échange, free trade area) xóa bỏ các cản trở thương mại giữa các nước thành viên;

c. thứ đến là liên minh thuế quan (union douanière) xóa bỏ thuế quan giữa các nước thành viên, hài hòa giữa các nước thành viên và chính sách thương mại

d. rồi mới đến thị trường chung (marché commun) có tự do lưu chuyển lao động và vốn giữa các nước,

e. cuối cùng tiến đến liên minh kinh tế, thống nhất tiền tệ thành EURO, với quốc hội Âu châu và Hiến pháp Âu châu.

Các nước Đông Âu và Liên Xô cũng lập thị trường chung COMECON, nhưng vào thập niên cuối cùng của thế kỷ 20 khi Liên Xô và Đông Âu tan rã với hệ thống xã hội chủ nghĩa thì tổ chức này cũng tan theo.

Các nước Đông Nam Á họp lại thành tổ chức ASEAN bao gồm 10 xứ Đông Nam Á (Việt, Miên, Lào, Thái, Philippines, Malaysia, Brunei, Indonesia, Singapour, Myanmar (tức Miến Điện). Các xứ này đang tiến dần đến chỗ giảm thuế quan để giúp hàng hóa cạnh tranh nhau, đưa đến tiêu thụ mạnh hơn, kéo theo sản xuất mạnh hơn, làm giảm thất nghiệp.

Bắc Mỹ cũng có NAFTA (North America Free Trade Area). Mậu dịch tự do, có nghĩa là giúp các hàng hóa tự do lưu thông giữa nước này với nước kia, cắt giảm quan thuế, bãi bỏ các hạn chế phi quan thuế v.v.

Với công nghệ thông tin phát triển như vỡ bờ qua trung gian của hàng ngàn vệ tinh nhân tạo bay quanh Trái Đất, các trao đổi và liên lạc thông tin đã giúp thế giới càng ngày càng gần hơn, nhỏ hơn, và là một nhân tố thúc đẩy sự tự do thương mại giữa các nước, thoạt đầu với Thỏa thuận chung về Thuế quan GATT (General Agreement on Tariff and Trade), tức tiền thân của Tổ chức Thương Mại Thế giới (WTO, viết tắt từ World Trade Organization) ta thấy ngày nay.

Với toàn cầu hoá, các sản phẩm sản xuất ra có một thị trường tiêu thụ rộng lớn ở khắp toàn cầu, giúp tăng lợi nhuận, làm đầu tàu kinh tế kéo theo các lãnh vực khác; thực vậy, thị trường trong xứ thì nhỏ hẹp, không nhiều người tiêu thụ. Cũng chính vì Trung Quốc có một thị trường tiêu thụ khổng lồ nên các doanh nghiệp Mỹ, Đức, Nhật v.v… mới đầu tư sản xuất tại đó nhiều, từ xe hơi của Đức làm ở Thượng Hải đến các công ty điện tử, điện thoại vì thị trường càng lớn thì quy mô sản xuất cũng lớn (économie d'échelle) làm giảm giá thành, tiêu thụ sâu rộng, lời lãi nhiều.

Với toàn cầu hóa, các nước quy định phải giảm thuế nhập cảng, xóa bỏ các hàng rào phi thuế quan như hạn ngạch, cấp giấy phép xuất-nhập cảng nên mọi hàng nhập cảng đều rẻ, khiến người tiêu thụ mua sắm thoải mái.

Với toàn cầu hóa, các đầu tư, các dịch vụ như ngân hàng, bảo hiểm, các hàng hóa sẽ được lưu thông tự do hơn, giúp tiêu thụ mạnh hơn.

Toàn cầu hóa có nghĩa là thị trường sẽ tự do trong các lĩnh vực thương mại, dịch vụ, đầu tư, bưu chính viễn thông, giao thông vận tải. Toàn cầu hóa bao gồm nhiều lãnh vực nhưng riêng trong lĩnh vực kinh tế tài chính, có thể tóm lược trong 4 chữ D sau đây cho dễ nhớ.

3. Thế nào là 4 D trong toàn cầu hóa?

3.1. Délocalisation.

Toàn cầu hóa đòi hỏi cạnh tranh về giá cả, về chất lượng; các xí nghiệp phải có mặt hàng rẻ, bền, đẹp mới cạnh tranh được trên thị trường quốc tế.

Thực vậy, trước kia, các nước để bảo hộ sản xuất trong nước nên đánh thuế nặng vào mọi hàng nhập cảng (30-50%) nhưng với các hiệp định tự do thương mại, mọi mặt hàng đều từ từ giảm thuế xuống hết (0-5%).

Do đó, vào luồng trong sự gia nhập thương mại quốc tế đòi hỏi phải có các sản phẩm nhiều, chất lượng tốt, giá rẻ mới cạnh tranh được với các hàng xứ khác. Đó là lý do nhiều xí nghiệp các nước kỹ nghệ tổ chức sản xuất các cơ phận khác nhau tại các xứ nhân công rẻ như Mexico, Ấn Độ, Trung Quốc. Thực vậy, trong xe hơi, có thể động cơ sản xuất bên Nhật, bánh xe ở Mexico, ráp cuối cùng tại Mỹ. Máy điện toán thì bộ nhớ 'chip' chế ở Singapore, các linh kiện khác chế ở Mexico, ráp cuối cùng ở Mỹ v.v…

(Hình minh họa do AI tạo)

Ngày nay, không thể có và cũng không nên có một nền kinh tế tự cung, tự cấp cho mỗi xứ mà trái lại phải tìm trong xứ đó các lợi thế so sánh, xem mình có ưu điểm ở đâu, ưu điểm thế nào và nhất là khai thác cái ưu điểm ấy ra sao?

Ví dụ: Canada có nguồn nước vô tận, sản xuất điện rẻ nhất. Mexique cũng như các hải đảo miền Caraibes có mặt trời và nắng ấm và đó là một lợi thế so với Canada, mùa đông dài hun hút nên kỹ nghệ du lịch và dịch vụ rất phát triển; riêng Việt Nam thì giá nhân công rẻ nên cần có các kỹ nghệ tận dụng nhân công như may mặc, giày dép...

Không xứ nào độc lập về kinh tế được hết vì không xứ nào có đủ nguyên liệu để sản xuất sản phẩm. Máy bay sản xuất ở Canada hay ở Mỹ phải có nhôm mà nhôm phải lấy ở các xứ nhiệt đới. Vùng Chicoutimi tại Quebec có nhiều nhà máy sản xuất nhôm vì điện năng Quebec dồi dào, nhưng quặng bauxit phải lấy từ Jamaica, Haiti... Tương tự đồng dùng trong các dây điện là xuất xứ từ các mỏ bên Chili, Congo v.v… Chiều hướng toàn cầu hóa là sự phân công lao động trên bình diện quốc tế, ví dụ: sản xuất sẽ chuyển mạnh vào các nước kém phát triển, còn các nước phát triển cao sẽ sống nhờ dịch vụ như bảo hiểm, ngân hàng v.v...

3.2 Déreglementation. Vì các rào cản thương mại giữa các nước bị xóa bỏ nên các dòng tài chính di chuyển dễ dàng, tạo vốn đầu tư cho các nước có môi trường đầu tư tốt, thông thoáng, có nguồn nhân lực giỏi.

3.3. Désintermédiation. Không cần trung gian vì với toàn cầu hóa, các thông tin có sẵn trên mạng. Các cổ phần, cổ phiếu bán tự do ai mua vào cũng được, ai bán ra cũng được. Mọi dịch vụ ngân hàng phụ thuộc vào truyền thông mà truyền thông tiến đến mọi nhà, hang cùng ngõ hẻm nhờ máy vi tính, nhờ truyền hình, nhờ truyền tin, sử dụng máy vi tính để mua, bán, chuyển ngân… với Web, với e-commerce. Trong lãnh vực mua, bán, người ta có thể khảo giá vé máy bay, vé xe lửa, đặt chỗ trước khách sạn, mua vé máy bay qua Internet. Trong lãnh vực nhân sự, con người với mạng Internet có thể giao cảm, tìm kiếm thông tin dễ dàng nhanh chóng; các tán gẫu (chat), các thảo luận liên lục địa của các công ty đa quốc gia, phỏng vấn nhân viên cũng qua Internet với Webcam: người xin việc có thể được phỏng vấn ngay trên mạng, không cần bay đến chỗ phỏng vấn. Trong lãnh vực tài chính, mọi người chỉ cần máy điện toán là có thể mua, bán cổ phần chứng khoán, các công ty đa quốc gia có thể chuyển tiền từ lục địa này sang lục địa khác trong nháy mắt.

3.4. Décloisonnement. Trước kia, các thị trường có hàng rào (cloison) bảo hộ, với toàn cầu hóa, không còn hàng rào che chở nên thị trường rộng mở, từ hàng hóa đến dịch vụ, đông người tiêu thụ hơn, kéo theo sản xuất mạnh hơn, làm giảm thất nghiệp.

Năm 2019, trào Tổng Thống Trump, với Chiến tranh thương mại Mỹ - Trung trở nên căng thẳng, áp đặt thuế nhập cảng lên hàng hóa Trung Quốc đã ảnh hưởng mạnh mẽ đến các hoạt động kinh tế toàn cầu. Hoạt động xuất khẩu Việt Nam ngay lập tức hứng chịu cú sốc này, tăng trưởng xuất khẩu 6 tháng đầu năm chỉ còn 7,3% - thấp hơn rất nhiều so với con số 17,8% đạt được ở 6 tháng 2018. Hệ quả là thâm hụt thương mại đã quay trở lại ở mức 37 triệu USD trong khi một năm trước đó thặng dư cao ở mức 4,12 tỷ USD.

Cú sốc này đã phần nào bộc lộ rõ điểm yếu lớn của nền kinh tế phụ thuộc quá nhiều vào khu vực kinh tế nước ngoài... Các dữ liệu kinh tế hồi giữa tháng 7 này cho thấy, tăng trưởng của Trung Quốc đang sụt giảm đã khiến giới lãnh đạo nước này không khỏi lo lắng. Cụ thể, tăng trưởng kinh tế Trung Quốc quý II/2019 chỉ đạt 6,7%, mức thấp nhất trong 27 năm qua. Kể từ khi xung đột thương mại với Mỹ bùng phát, đồng Nhân dân tệ cũng rớt giá với mức cao nhất vừa qua lên tới 6,2%. Trung Quốc trước đó đã đưa ra nhiều giải pháp, gồm cả cắt giảm thuế quy mô lớn nhưng vẫn chưa chặn được đà suy giảm tăng trưởng.

4. Các cơ hội và thách thức trong toàn cầu hóa

4.1. Nói qua về các thử thách:

a/ về nông nghiệp. Mỗi năm, các nước chậm phát triển phải nhập cảng phân bón, thuốc diệt cỏ, diệt sâu với giá cao hơn, nhưng bán nông phẩm như gạo, như cà phê với giá rẻ hơn. Như những trận mưa rào đôla nông nghiệp, các nước phát triển nghĩa là thuộc OCDE (Tổ chức hợp tác và phát triển kinh tế) trợ cấp hàng trăm tỷ đô la mỗi năm - xem như 1 tỷ đô la mỗi ngày - cho nông dân để họ sản xuất thực phẩm với giá phải chăng và để họ có mức sống tương đương mức sống ở thành thị. Trợ cấp dưới nhiều hình thức như cho vay lãi suất rẻ, bớt thuế, khảo cứu nông nghiệp v.v... Nhật Bản và Đại Hàn muốn bảo vệ sản xuất gạo trong nước bằng cách đánh thuế cao trên gạo nhập cảng. Hai nước này trợ cấp cho nông dân rất nhiều, nhất là gạo: cứ 1 đôla gạo sản xuất ra trong nước thì phải trợ cấp 80 cents cho nông dân. Pháp, Mỹ, Thụy sĩ v.v... đều trợ cấp cho nông dân. Vì vậy, các nước này thặng dư lương thực, thặng dư sữa, thặng dư bơ, thặng dư dầu ăn, thặng dư lúa mì, thặng dư đậu nành, thặng dư bắp ... nên họ phải bán rẻ hay cho không các nước, đặc biệt là Phi Châu. Nông dân Phi Châu phải ra thành thị, tạo thêm thất nghiệp và kéo theo bất ổn chính trị. Các nước chậm mở mang, muốn có ngoại tệ lại xuất cảng lương thực cho các nước Tây phương, dù trong nước dân ăn chưa đủ no. Ví dụ: Việt Nam xuất cảng gạo nhưng các vùng xa, vùng sâu là địa bàn cư trú người sắc tộc miền núi non còn chưa đủ no. Ấn Độ cũng là nước xuất cảng gạo nhưng gần 260 triệu dân còn bấp bênh lương thực (tạp chí Le Courrier số 197 Mars/Avril 2003).

Các nước nghèo mà kinh tế nông nghiệp là chủ chốt lại muốn các nước tiên tiến cắt giảm trợ cấp nông nghiệp và thuế quan để có thể xuất cảng nông sản được:

-Đường mía sản xuất ở Bresil rất rẻ nhưng các nước Tây Âu chỉ muốn nhập cảng đường mía từ các xứ cựu thuộc địa ở miền Caraibes như Tobago & Trinidad, Barbados v.v…

-Bông vải xứ Mali ở Phi Châu không xuất cảng được sang các nước Âu Châu vì mua bông vải ở Mỹ rẻ hơn, vì ở Mỹ, nông dân được trợ cấp.

-Gạo Thái Lan không xuất cảng qua Nhật được vì nông dân Nhật cũng được trợ cấp khi sản xuất gạo. Giá thành sản xuất gạo ở Mỹ năm 2002 là 475 USD một tấn gạo nhưng vì được trợ cấp nên bán ra thế giới với giá 275 USD một tấn do đó bắt buộc các nước xuất cảng gạo như Việt Nam, Thái Lan cũng phải xuất cảng với giá đó.

Thực vậy, vấn đề nông nghiệp chính là vấn đề gay cấn nhất trong các đàm phán tương lai, đặc biệt là ở hội nghị thương mãi họp ở Cancun (Mexico) năm 2003 vì lập trường khác biệt giữa các xứ.

Như vậy, chính sách thương mại trong toàn cầu hóa phải tăng cường công bằng xã hội chứ không nên làm tăng hố cách biệt giàu nghèo.

b/ về y tế. Với toàn cầu hóa, sự du lịch, đi lại, nhập cư được thông thoáng hơn nhưng cùng đó, sự di chuyển các bệnh truyền nhiễm, từ cúm gà đến bò điên v.v… các bệnh lây lan về tình dục như

AIDS cũng nhanh hơn, gây ra thêm gánh nặng y tế trong khi đó thì lợi tức của các chính phủ bị giảm do việc cắt giảm thuế quan trên mọi hàng nhập cảng nên kéo theo giảm chi cho các ngành y tế, giáo dục. Nhiều thuốc trị bệnh hiểm nghèo được bảo vệ tác quyền đến hàng chục năm do hiệp định TRIPS viết tắt từ Trade-related aspects of intellectual property rights, có nghĩa bảo vệ các lãnh vực của quyền sở hữu trí tuệ, do đó Việt Nam cũng như mọi nước nghèo khác không có quyền sản xuất thuốc đó bán rẻ cho người đau.

c/ về tệ nạn xã hội. Do di chuyển thông thoáng, các buôn bán phụ nữ, trẻ em, các tội ác xuyên biên giới như ma túy, vũ khí, nguy cơ khủng bố cũng dễ dàng hơn

4.2. tuy nhiên, toàn cầu hóa cũng tạo ra những cơ hội: các doanh nghiệp nước ngoài sẽ đem vốn liếng, kỹ thuật cao, lối làm việc do đó các doanh nghiệp trong nước cũng phải cải tổ lối làm việc, cạnh tranh hơn, sáng tạo hơn nếu không sẽ bị đào thải.

Với toàn cầu hóa, khu vực tư trong nước không bị chèn ép bởi các xí nghiệp quốc doanh. Toàn cầu hóa đưa thông tin đến mọi nhà, thông tin khoa học, kinh tế, chính trị... nên xã hội bắt buộc phải cởi mở hơn, giúp dân trí cao hơn.

Toàn cầu hóa với thông tin Internet, Facebook... giúp cho người dân không có huyền thoại như thời Việt Nam còn dưới bóng Liên Xô, các huyền thoại mà nhà thơ Việt Phương - nguyên trợ lý cố Thủ Tướng Cộng sản Phạm Văn Đồng - đã viết sau này:

...
Ta cứ nghĩ đồng chí rồi thì không ai xấu nữa
Trong hàng ngũ ta chỉ có chỗ của yêu thương
Đã chọn đường đi, chẳng ai dừng ở giữa
Mạc-tư-khoa còn hơn cả thiên đường
Ta nhất quyết đồng hồ Liên-xô tốt hơn đồng hồ Thụy Sĩ
Hình như đấy là niềm tin, ý chí và tự hào
Mường tượng rằng trăng Trung Quốc tròn hơn trăng nước Mỹ
Sự thơ ngây đẹp tuyệt vời và ngờ nghệch làm sao (...)

Toàn cầu hóa về kinh tế đòi hỏi các doanh nghiệp phải nâng cao khả năng cạnh tranh của hàng sản xuất trong nước mới xuất cảng được. Nó đòi hỏi những công nghệ mới, kỹ năng mới, quản lý hiện đại giúp sản xuất có hiệu quả hơn, tạo sản phẩm có chất lượng hơn với giá cả rẻ hơn, tạo điều kiện để sản phẩm được tiêu thụ nhiều hơn. Ngoài ra, nếu các nước kỹ nghệ như Âu châu hay Mỹ thấy Việt Nam có giá thành quá thấp là họ nghĩ ngay Việt Nam bán phá giá nên họ đánh thuế nhập cảng cao như Âu Châu đánh thuế trên giày dép, Mỹ đánh thuế trên tôm v.v...

5. Toàn cầu hóa với Việt Nam.

Như vậy, gia nhập vào Tổ chức Thương Mại Thế giới (World Trade Organization WTO) có nghĩa Việt Nam phải cam kết mở cửa thị trường về hàng hóa (từ nông phẩm đến xe hơi, hàng hóa điện tử...) và dịch vụ (y tế, ngân hàng, bảo hiểm, viễn thông, giáo dục, năng lượng...). Điều này hàm nghĩa các doanh nghiệp Việt Nam phải ra sức cạnh tranh với các doanh nghiệp nước ngoài trong quản lý, trong sản xuất, trong tiếp thị, trong giá năng lượng, trong giá cước điện thoại, giá thuê đất v.v... để có sản phẩm rẻ, đẹp và mới, tạo điều kiện để sản phẩm được tiêu thụ nhiều hơn. Việt Nam có lợi thế nhân công rẻ, phải tạo môi trường đầu tư thuận lợi - nghĩa là trong sạch, không tham nhũng - cho những công ty, những doanh nghiệp ngoài nước đến đầu tư. Thực vậy, càng ngày nhiều doanh nghiệp các nước kỹ nghệ muốn đầu tư tại các xứ nhân công rẻ hơn. Thực vậy, lương tháng người thợ ở Việt Nam năm 2005 ở mức 135 Mỹ kim trong khi tại Thái Lan là 146, Trung Quốc là 163, Malaysia là 205 và Philippines là 176. Như vậy chi phí thấp ở Việt Nam là một lợi thế... Song song theo đó, Việt Nam cũng cần đào tạo thêm nguồn nhân lực có kỹ năng cao để thu hút các ngành có chất xám cao, tạo ra các sản phẩm có giá trị gia tăng cao, giúp nâng cao mức sống. Ví dụ tại tỉnh Bangalore ở Ấn độ, có nhiều xí nghiệp Mỹ, Canada đến đầu tư vì xứ này đào tạo nhiều chuyên viên điện toán giỏi và lương thấp hơn so với kỹ sư các nước kỹ nghệ.

Trong nông nghiệp thì với toàn cầu hóa, khi các cam kết cắt giảm thuế trong AFTA (Asian Free Trade Area) và WTO được thực hiện thì có nhiều loại nông phẩm sẽ bị nhiều cạnh tranh hơn: đậu nành, bắp sản xuất tại Việt Nam thì khó cạnh tranh với nông sản Mỹ vì tại Mỹ, các khảo cứu về bắp, đậu nành rất tiến bộ, tạo ra nhiều giống cải thiện năng xuất cao. Việt Nam thì quy mô kinh tế sản xuất manh mún nên giá thành cao. Do đó, Việt Nam phải tìm các lợi thế so sánh trong nông nghiệp, sản xuất những sản phẩm không bị cạnh tranh với các nước khác như trái cây nhiệt đới, rau cải tươi, ngư sản, đó là chưa nói đến phải chuyển đổi nông nghiệp như giảm số nông dân, chuyển từ sản xuất sang dịch vụ, huấn nghệ lại v.v...

6. Kết luận

Nền kinh tế thế kỷ 21 này là một nền kinh tế xu

hướng càng ngày càng khu vực hóa, toàn cầu hóa với đổi trao, thay vì khai thác và lấn chiếm như xưa. Nhưng sự đổi trao đó đòi hỏi một tinh thần liên đới và trách nhiệm:

-Liên đới giữa các nước giàu/nghèo, giữa các nước mở mang/các nước kém mở mang với mục đích là để vực dậy các nước nghèo, thoát khỏi cùng cực triền miên. Trong một nước, sự tăng trưởng kinh tế do toàn cầu hóa mang lại phải được chia xẻ cho tất cả mọi người chứ không phải chỉ một bộ phận xã hội. Sự phát triển kinh tế phải có tính cách bền vững, không phát triển trên nợ nần của các thế hệ tương lai.

-Trách nhiệm vì toàn cầu hóa có thể giúp các mặt tiêu cực xã hội lan nhanh hơn, các tổ chức mafia in bạc giả, rửa tiền, buôn ma túy, buôn bán phụ nữ và trẻ em tội ác, khủng bố do đó mọi xứ có trách nhiệm hợp tác để ngăn ngừa tội phạm, ngăn ngừa trước khi tội phạm xảy ra. Một nền kinh tế cạnh tranh theo kiểu thị trường cần có những thể chế, quy tắc, luật pháp, trong đó có việc tăng cường kiểm soát các ngân hàng bằng giám sát chặt chẽ hơn.

Chúng ta sống trên con thuyền, thuyền chìm thì cộng đồng nhân loại cũng chìm luôn. Con người như vậy phải tập sống bao dung, bao dung với tôn trọng sự khác biệt văn hóa, màu da, tín ngưỡng nhưng trong một khung cảnh luật pháp ở đó quyền ăn nói, quyền làm người phải được tôn trọng. Quyền hành dù là chính trị, văn hóa, truyền thông, tín ngưỡng phải đi đôi với trách nhiệm. Con người gồm thân và tâm. Của cải vật chất dĩ nhiên là quan trọng nhưng còn có các giá trị tâm linh không thể mua hay đo bằng tiền bạc. Hạnh phúc con người không thể đo bằng *bit* hay *byte* mà sự quán chiếu nội tâm để hiểu được bản thân mình có thể còn quan trọng hơn là biết mọi chuyện trên thế giới trong chớp mắt nhờ Internet. Các đền đài, các di tích lịch sử, các cảnh quan chứa các giá trị phổ quát không thể đo bằng tiền. Một khu rừng, một dòng sông có giá trị thẩm mỹ, huyền bí, mơ mộng, tình yêu, thần thoại, tâm linh, lãng mạn chứ không thể xem như là các vật đổi chác.

Mai sau dù có bao giờ
Đốt lò hương ấy, so tơ phím này
Trông ra ngọn cỏ lá cây
Thấy hiu hiu gió thì hay chị về

Nhiều vật vô tri như cỏ cây, như rừng núi, như lăng miếu, đền đài có linh hồn như thơ của Lamartine (Objets inanimés, avez-vous donc une âme?). Các giá trị văn hóa phức tạp hơn là các giá trị tài chính. Không thể xem cái gì cũng là mặt hàng đổi chác buôn bán được.

Mọi vấn đề liên hệ đến nhau: bệnh dịch toàn cầu SARS là một ví dụ; khủng bố World Trade Center cũng là một ví dụ khác. Từ vụ 911 này, du lịch sút kém khiến máy bay không ai đi, nhà hàng không ai đến, do đó nhân viên hàng không bị đuổi và vì máy bay không ai đi nên các hãng sản xuất máy bay phải sa thải nhân viên v.v... Như vậy các vấn nạn không những liên hệ với nhau mà lại có sự gia tăng những yếu tố bất định không đoán trước được, chúng phụ thuộc và phản tác dụng lẫn nhau với những gián đoạn, những hỗn loạn, rẽ hướng, như tăng trưởng các vũ khí nguyên tử tại các xứ Ấn Độ, Hồi quốc, Bắc Hàn, khủng bố Hồi giáo bảo căn v.v...

Nhưng vấn đề cốt lõi lại chính lại là một vấn đề văn hóa: làm sao cho thế giới không phải là một sân chơi cho các cầu thủ hạng nặng (các xứ giàu có) mà là một sân chơi đa dạng trong đó mọi dân tộc tham dự chia xẻ các khổ đau, các an lạc, các thành quả, tạo ra một hiền hòa giữa người và người, **nghĩa là tạo một nền kinh tế có bộ mặt con người,** một hài hòa giữa người và thiên nhiên, trong một tinh cầu nhỏ bé (Trái Đất) trong dãy Thiên Hà bao la. ■

Bác sĩ Nguyễn Ý Đức

Cười - Mười Thang Thuốc Bổ

"Laughter is the most inexpensive and most effective wonder drug".[1] - Bertrand Russel

Ta thường nghe nói: "Cười bằng mười thang thuốc bổ", "Cười là dược phẩm tuyệt hảo", hoặc "Cười mang vui cho người, cho ta".

Những ý kiến về sự ích lợi của nụ cười với sức khỏe này không phải là khám phá mới lạ, nhưng khoa học thực nghiệm ngày nay đã chứng minh các nhận xét đó là đúng.

Cụ Nguyễn Công Trứ của ta chẳng lấy nụ cười để giải cơn sầu:

"Ngồi buồn mà trách ông Xanh,
Khi vui muốn khóc, buồn tênh lại cười;
Kiếp sau xin chớ làm người,
Làm cây thông đứng giữa trời mà reo".

Vâng, làm cây thông ngạo nghễ vươn cao lên mà reo cười chẳng thú lắm sao.

Cụ Nguyễn Khuyến thì:

"Được thua hơn kém lưng hồ rượu,
Hay dở khen chê, một trận cười"

để xóa bỏ mọi tị hiềm trách móc khen chê.

Cụ Phan Bội Châu thì lấy nụ cười để xóa bỏ mọi dị biệt, oán thù giữa con người với con người:

"Bủa tay ôm chặt bồ kinh tế,
Mở miệng cười tan cuộc oán thù"

Nhưng nhân ái hơn vẫn là nụ cười của mẹ hiền:

"Ví mà tôi đổi thời gian được,
Đổi cả thiên thu tiếng mẹ cười"-
Trần Trung Đạo

Friedrich Nietzsche triết lý *"Trên thế gian, con người chịu nhiều đau đớn quá ghê gớm khiến họ bắt buộc phải sáng tạo ra tiếng cười".*

Nhà nhân chủng học Francois Rabelais thì cho *"Cười là đặc tính của con người".*

Triết gia Pháp Henri Louis Bergson thêm *"Biết cười và biết chọc cười là hai đặc tính của con người và là một hiện tượng tích cực của xã hội"*

Vậy Cười là gì nhỉ?

Theo Tự Điển Việt Nam của Nguyễn Như Ý, cười là "tỏ rõ sự vui vẻ, thích thú bằng sự cử động môi hoặc miệng và có thể phát ra thành tiếng".

Các tác giả Lê Văn Đức và Lê Ngọc Trụ định nghĩa cười là "nhích môi, há miệng, nhe răng, phát ra tiếng hay không để tỏ sự vui mừng hay một ý tứ gì".

Một tác giả khác giải thích "cười là một hành động tạo ra những âm thanh và cử động của mặt và thân thể, biểu thị một cách sôi nổi một sự thích thú, vui vẻ hoặc khinh bỉ".

Cười là một động tác bẩm sinh, xuất hiện ở bất cứ em bé nào sanh ra được dăm tuần lễ, dù các em chẳng may có bị tật nguyền khiếm khuyết thính thị. Bé mới sanh 10 ngày tới sáu tháng chưa biết nhột mà cảm thấy khó chịu khi ta cù vào chân. Sau tuổi đó, khi cù thì bé lại lăn ra ngủ vì không biết cách đối phó. Mãi tới bốn tuổi bé mới biết nhột và cười khi ta cù gãi vào chân.

Nói chung, để được gọi là cười, phải có sự phối hợp của ba yếu tố: hơi thở thoát khỏi miệng từng hồi đứt đoạn; tiếng động do không khí chạm vào thanh quản và sự co giựt của bắp thịt trên mặt. Các bắp thịt này rất nhỏ, ngắn nhưng tương ứng với nhau: một cơ chuyển động thì các cơ khác cũng phụ họa theo.

Cười bắt đầu ở cửa miệng với sự nhếch mép làm chuyển động các bắp thịt ở miệng, mũi, má, quanh mắt. Chuyển động lan xuống khí quản, dây thanh âm, các bắp thịt ở bụng, hoành cách mô, phổi. Hơi thở thoát ra rồn rập và nếu kéo dài có thể đưa tới hụt hơi, ngộp thở.

Những kiểu cười

Trên mặt có 15 cặp bắp thịt tham dự vào việc cười, trong khi đó thì có tới 72 bắp thịt cần được vận dụng để nhăn nhó, khó chịu. Y lý và võ thuật Đông phương cho là có cả trăm huyệt cười trên cơ thể, với ba huyệt chính: một nằm ở gan bàn chân, huyệt đại tiếu ở nách và huyệt kinh môn ở lưng.

Tùy theo các bắp thịt co mà ta có những nụ cười khác nhau:

* nụ cười nửa miệng, cười mỉm chi, chúm chím;
* cười duyên, cười tình, cười con mắt có đuôi;
* cười rúc rích với nhau như mấy bé gái nói vụng với nhau về mấy cậu trai cùng trường;
* cười khì, cười hề hề thành thật vì vui không hậu

1 "Tiếng cười là liều thuốc kỳ diệu rẻ tiền nhất và hiệu quả nhất" (Bertrand Russell). *Ghi chú của BBT Báo Viên Giác.*

ý, vô thưởng vô phạt;

* cười khoái trá, cười giòn tạo không khí vui vẻ, sung sướng;

* cười hóm hỉnh ranh mãnh nhìn vào mắt kẻ đối thoại như muốn tỏ rằng mình đã biết cái bí ẩn, bề trái của họ;

* cười xòa, cười huề bỏ qua mọi căng thẳng cho xuôi công việc;

* cười ngoại giao, cầu tài nịnh, cười lỏn lẻn, dã lã để được việc cho mình;

* cười mát chế giễu, cười khẩy coi thường, cười nhạt không bằng lòng, cười quỷ quyệt ngọt ngào nhưng đầy âm mưu xấu;

* cười tới chảy nước mắt, vãi đái và đau cả bụng;

Lịch sử kim cổ đã có nhiều nụ cười đáng nhắc nhở như tiếng cười ô trọc, ngạo mạn của Võ Tắc Thiên; cười khêu gợi của Dương Quý Phi; nụ cười thầm kín, huyền bí khi ẩn khi hiện trên bức tranh của thiếu phụ Joconde; nụ cười hứa hẹn của Điêu Thuyền khi chuốc rượu Lã Bố; cười vô tư, tự do của bầy trẻ vừa tan lớp học; cười đáng giá ngàn vàng của Bao Tự; cái cười khoái trá, liên tục đến chết của Trình Giảo Kim trước tình đời đen bạc tráo trở; cười hà hà, khanh khách, the thé rồi ằng ặc của Bành Trưởng Lão khi bị Hoàng Dung thôi miên; cười thỏa mãn của Ngưu Cao khi nhảy xuống sông bắt sống được tướng địch Ngột Duật... Hoặc

"Miệng cười bừng nở hàm răng lựu;
Sáng cả trời xanh mấy dặm trường", qua thơ Huy Cận.

Và công dụng của Cười ra sao?

Kinh nghiệm dân gian Việt Nam vẫn nói "Cười bằng mười thang thuốc bổ".

Cách ngôn Ái Nhĩ Lan có câu "Một nụ cười thoải mái, một giấc ngủ ngon là các liều thuốc hữu hiệu nhất của các thầy thuốc".

Voltaire đã có ý kiến "Nghệ thuật của y học là giữ cho người bệnh được thoải mái để cho thiên nhiên làm hết bệnh". Thiên nhiên đây phải chăng là nụ cười.

Đã có nhiều quan sát, nghiên cứu thực nghiệm về công dụng của nụ cười với sức khỏe.

1- Ích lợi thể xác

a-Với bệnh Tim.

Theo Bác sĩ thần kinh tâm trí William Fry, chuyên viên về hài hước và sức khỏe, thì đã có những chứng minh khoa học là sự cười đùa thích thú kích thích đa số các hệ thống sinh lý trong cơ thể. Một cơn cười rung bụng làm tim đập mau hơn, máu lưu thông dễ dàng hơn, các bắp thịt vận động co duỗi tốt hơn. Nó giống như một sự vận động và sau trận cười ta cảm thấy thư giãn thoải mái. Những nụ cười như vậy ngăn cơn suy tim bằng cách làm tâm thần thoải mái, nhẹ nhàng, tan biến buồn rầu, tức giận, giảm ứ đọng máu lưu thông tránh tai biến não, làm giảm khó chịu vì nan bệnh ung thư...

Trên Tạp san Y Học Hoa Kỳ JAMA ngày 12-1984, Bác sĩ Donald Black cho hay cơn cười vui tái tạo sự thăng bằng, kích thích máu lưu thông và tạo ra cảm giác thoải mái.

Tại Đại Hội lần thứ 73 của Hiệp hội Tim Hoa Kỳ tại thành phố New Orleans, Hoa Kỳ, ngày 15 tháng 11 năm 2000, Bác sĩ chuyên khoa Tim Mạch Michael Miller trình bày là người bị bệnh tim cười 40% ít hơn so với người cùng lứa tuổi không có bệnh tim. Họ thường ít nhận ra hoàn cảnh đáng cười hoặc là lợi dụng hoàn cảnh đó để thoát ra khỏi một khó chịu. Ngoài việc cười ít hơn, họ còn dễ giận hờn dù hoàn cảnh có tích cực, đáng vui. Theo Bác sĩ Miller, cho tới bây giờ, để giảm nguy cơ lên cơn suy tim, ta thường giảm chất béo, vận động cơ thể, không hút thuốc lá. Nhưng trong tương lai, có lẽ lời khuyên để có một trái tim lành mạnh, sẽ gồm có vận động cơ thể, ăn uống đúng cách, giảm chất béo, không hút thuốc lá kèm theo một hoạt động hữu ích khác là cười đùa vui vẻ nhiều lần trong ngày.

Người ta chưa biết tại sao cười ngừa được bệnh tim nhưng chắc chắn là sự căng thẳng tâm thần có liên hệ tới tổn thương viêm thành mạch máu rồi chất béo đóng trên động mạch vành, đưa tới lên cơn đau tim. Nên nhớ một trong những nguy cơ của cơn suy tim là căng thẳng, lo âu... Khi tươi cười thì ta cảm thấy tự tin, tích cực và kiểm soát được sự hoảng sợ và sẽ phục hồi mau hơn.

b-Với Huyết áp.

Nụ cười làm hạ huyết áp. Khi mới cười thì huyết áp hơi nhích lên một chút. Nhưng sau một tràng cười, cơ thể đã thoải mái rồi thì huyết áp giảm xuống

c-Tăng sức đề kháng.

Cười tăng khả năng chống nhiễm trùng của cơ thể. Theo Hội Tiếu Trị Liệu American Association for Therapeutic Humor, cười tăng sản xuất T cell chống lại vi khuẩn, tăng sức đề kháng, tăng hóa chất tốt trong cơ thể.

d-Cười với viêm xương khớp

Nhà báo Norman Cousins bị bệnh viêm cứng khớp đốt xương sống. Ông ta thấy mỗi ngày khi cười rung bụng mươi phút thì giảm đau và ngủ thoải mái được hai giờ mà không cần dùng thuốc men gì. Theo Cousins, sự cười có tác dụng tốt vào tâm trí ông ta do đó giảm khó khăn bệnh hoạn.

Cười làm thư giãn bắp thịt bằng cách tăng hóa chất catecholamine, hóa chất này lại kích thích tiết ra một chất giảm đau tự nhiên của cơ thể là endorphins.

đ-Cười giảm cơn đau

Nhiều bệnh viện đã áp dụng trị liệu bằng Cười như một thứ thuốc làm giảm đau đớn, lo âu ở bệnh nhân ung thư giai đoạn cuối. Hiện nay có trên 1300 Câu Lạc Bộ Cười Laughter Club trên thế giới do Bác sĩ Kataria bên Ấn Độ khởi xướng thành lập. Ta nhớ rằng có nhiều cơn đau cũng do cảm xúc mà ra và nếu ta ngâm mình trong sầu bi, tự trách thì cơn đau tăng, mà qua sự vui cười hớn hở thì đau cũng giảm lần.

e-Cười với hô hấp

Cười làm hô hấp tốt hơn và giảm thán khí trong máu; tăng cường hệ miễn dịch, có nhiều huyết cầu tố chống lại nhiễm hô hấp; cung cấp nhiều dưỡng khí cho não bộ, khiến ta suy nghĩ tốt hơn; giảm huyết áp, giảm u sầu; làm bắp thịt mạnh hơn. Có người đã nói rằng nếu ta thực hiện từ 100 tới 200 cơn cười mỗi ngày thì sẽ mang lại ích lợi cho cơ thể tương đương với mươi phút chạy bộ.

g-Cười với trí não

Những nụ cười giúp máu huyết lưu thông dễ dàng, do đó não cũng được nuôi dưỡng đầy đủ. Các chức năng của não hoạt động hữu hiệu hơn, con người tinh anh sáng suốt hơn.

h-Cười với vận động cơ bắp

Trong khi ta cười thì các bắp thịt ở hoành cách mô, lồng ngực, trên mặt, trong ruột... đều chuyển động và trở nên mạnh mẽ, dẻo dai hơn, tiêu hóa thực phẩm hữu hiệu, dưỡng khí vào phổi nhiều... Cười cũng giúp tiêu hao một số năng lượng dư thừa nằm trong các tế bào mỡ ở bụng, ở mông, tương tư như một lúc đi bộ.

2-Ích lợi Tinh thần

Victor Hugo có nói: "Tiếng cười là ánh nắng mặt trời làm tan biến mùa đông trên gương mặt lạnh như tiền".

Còn Arnold Glasgow thì cho "tiếng cười là viên thuốc an thần không có tác dụng phụ".

Các nghiên cứu cho hay, nụ cười làm giảm căng thẳng, làm tinh thần phấn khởi, làm thư giãn tâm hồn và giúp ta cảm thấy thoải mái.

Óc hài hước thay đổi thái độ con người. Họ trở nên nhã nhặn, hiền hòa, dễ thương hơn. Không có óc hài hước, con người như ù lì, trì trệ, cau có.

Theo Joe Goodman, Giám Đốc Chương Trình Hài Hước Humor Project, thì một số kích thích tố tiết ra do căng thẳng đều bị cơn cười vui làm tan biến. Trong đời sống hàng ngày, ta không thể tránh được những phút căng thẳng, nhưng một cơn cười phá đều làm nó hết đi. Ta có thể tự hài hước mà không mất tiền mua, không cần gia nhập câu lạc bộ sức khỏe hoặc đi khám bác sĩ. Ông ta đề nghị chúng ta lập một thư viện với nhiều phim, sách hài hước khác nhau. Khi thấy dấu hiệu buồn phiền thì vào coi một đoạn phim, đọc một đoạn văn vui, để rồi cười phá lên.

Freud coi cười là môn thuốc tẩy xổ ưu phiền.

Darwin coi cười là đối nghịch với khóc mà khóc là dấu hiệu của phiền não, đau đớn.

Từ lâu, các nhà y học đã nhận thấy rằng những bệnh nhân yêu đời, tự tin và hy vọng đáp ứng thuận tiện hơn với điều trị và mau lành hơn người lúc nào cũng u sầu, than thân, nản lòng.

Voltaire có ý kiến tương tự: "Có người cười như lên cơn động kinh; người ta cũng nói có kẻ chết vì cười; điều này tôi không tin lắm nhưng chắc chắn là có nhiều người chết vì sầu thảm".

Tác giả Nguyễn Gia Thiều cũng đã viết:

"Giết nhau chẳng cái lưu cầu,
Giết nhau bằng cái u sầu độc chưa".

3-Cười với tương quan xã hội

Nhà văn tiền phong Nguyễn Văn Vĩnh thì: "Việt Nam ta có một thói lạ là thế nào cũng cười. Người ta khen cũng cười, người ta chê cũng cười. Hay cũng hì mà dở cũng hì; phải cũng hì, quấy cũng hì. Nhăn răng hì một tiếng, mọi việc hết nghiêm trang".

Cười làm ta tự tin, yêu đời hơn, tăng giao hảo với mọi người. Nơi làm việc mà có sự hòa thuận, vui vẻ thì nhân viên làm việc với nhiều hiệu năng, giảm căng thẳng, tăng sản xuất và tăng tình cảm đẹp giữa người này với người khác.

Nụ cười có sức mạnh hàn gắn mọi xích mích, bất hòa, đổ vỡ vì nụ cười mang con người xích lại với nhau, tạo ra quan hệ tốt. Có người đã nói "Nụ cười là khoảng cách ngắn nhất giữa hai con người".

Cười cũng cho ta một khoảng cách để lùi lại, một thời gian để suy nghĩ và đối phó với khó khăn rồi tiếp tục tiến tới.

Làm sao để có nụ cười

Cười là một xúc động lành mạnh dễ lan truyền, chứ không nguy hiểm như lây lan cúm gia cầm, cúm người. Đây là một hoạt động giải trí tự nhiên, không tốn tiền, không có tác dụng xấu, thích hợp cho mọi người, mọi tuổi. Chỉ một nụ cười nhỏ nhưng niềm vui có thể lan truyền khắp trái đất.

Cho nên khi thấy một nụ cười, hãy tiếp nhận, đừng để nó lạc lõng và hãy tạo ra một dịch cười, khiến mọi người cùng nhiễm cái vui. Cũng may là rất ít người miễn nhiễm, dị ứng với cười, dù là đến từ ai.

Để có óc hài hước, có nụ cười:

Mỗi ngày hãy tìm kiếm cơ hội để cười.

- Tăng tiếp xúc với nguồn hài hước.
- Mỗi ngày dành mươi mười lăm phút để cười.
- Khi nghe một câu chuyện cười thích thú thì ghi lại.
- Cười VỚI mọi người chứ không cười VỀ người ta. Người với người khác làm tan băng giá mà cười (giễu) về người khác là tạo ra băng đá.
- Tránh nói chuyện buồn.
- Cười khi thấy thích hợp.
- Học cười ở trẻ em: tới tuổi mẫu giáo, các em cười 300 lần mỗi ngày, còn người lớn giỏi lắm chỉ cười được 17 một ngày. Liệu có hà tiện quá không nhỉ ?!!!

Kết luận

Nói về ích lợi của Cười đối với cơ thể thì nhiều vô tận.

Xin kết luận với câu nói của Steve Bhearman: “Hài hước có sức mạnh chữa trị rất lớn đối với xúc động. Ta không thể vừa tức giận, sợ hãi, đau đớn khi ta đang ôm bụng cười phá lên”.Và của Đức Đạt Lai Lạt Ma: “Nếu ta duy trì một tình cảm thân ái và đầy tình thương thì tự nhiên cửa lòng ta mở rộng. Qua cánh cửa đó, ta sẽ đối thoại dễ dàng với mọi người. Ta sẽ thấy rằng họ cũng như ta và từ đó ta sẽ sẵn sàng liên hệ với họ và tạo ra một tình bạn tốt, sẽ bớt đi sự e dè, không còn cảm giác sợ hãi, nghi ngờ, bất an”.

Người Nhật mỗi buổi sáng đều chào đón bình minh với lời cầu nguyện và vỗ tay, như để khơi động mở màn cho một ngày mới. Chỉ với vỗ tay là tiếng gọi thể xác bừng tỉnh, làm ta thấy vui vẻ, sung sướng.

Giá như, ai cũng làm được như vậy, thì thế giới sẽ tràn ngập những nụ cười...

Bác sĩ Nguyễn Ý-ĐÚC
Texas –Hoa Kỳ.

Các Infografik về Y khoa thường thức của nhóm Bác sĩ CN St (Đức)

CHUÔNG KHUYA

Lời thơ : Hoà Thượng Thích Như Điển.
Phổ nhạc : Trương Ngọc Huệ

Ghi chú: Bài hát được chính ca sĩ Ngọc Huệ trình bày lần đầu tiên trong đêm Văn Nghệ Cúng Dường Đại Lễ Vu Lan Pl.2569 tại Tổ đình Viên Giác Hannover, trong khuôn khổ Phần Giới thiệu Báo Viên Giác.

Lê Hứa Huyền Trân

MÙA VU LAN... NHỚ

Thành nặng nhọc lê bước lên cầu thang rồi đẩy cửa kính văn phòng bước vào chỗ ngồi quen thuộc mỗi ngày của mình. Tiếng máy lạnh trong văn phòng vẫn kêu o o cứ như đang báo hiệu giờ làm đã bắt đầu và cơn nắng bên ngoài dù từ sớm đã vươn lên mạnh mẽ như táp vào những người bên dưới chúng. Chỉ mới sáng thôi nhưng dường như cơn đau đầu kinh niên suốt cả tháng qua vẫn đang dằn vặt Thành mỗi ngày, anh vói lấy vài viên thuốc trong cặp táp ra uống đại.

-Ăn sáng chưa mà đã uống đấy? – Qui nhoài người ra sau để nói với qua hỏi thăm Thành.

-Chưa kịp, nhưng đau đầu quá. Nếu không uống sợ làm không nổi.

-Ăn đỡ cái bánh mì ngọt này.

-Thôi, mắc công bay mùi trong phòng máy lạnh. Để bận trưa ăn.

Thành chỉ kịp nghe vài tiếng càu nhàu của Qui ước chừng cô nàng vẫn lo cho anh lắm. Anh mở laptop lên bắt đầu một ngày với guồng quay công việc quen thuộc, văn phòng đầy những người cũng bắt đầu trở nên im lặng, chỉ còn tiếng gõ lốc cốc trên máy tính; vài tiếng thở dài khi gặp một kế hoạch khó và tiếng đồng hồ nhích dần từng giây khó nhọc…

Nếu giờ này còn ở quê chắc hẳn má đã bắt Thành nằm dài trên cái phản gỗ để mà xoa bóp đầu. Từ bận nhỏ Thành vẫn hay có những cơn đau đầu vặt, mỗi lần như thế má lại để Thành nằm gọn trong lòng và lấy hai bàn tay xoa lấy đầu như một kiểu để mát xa. Ba đi cộ về khi thấy cảnh đó thể nào cũng nói:

-Nó đi chơi nắng cả ngày nên thế đó, bà coi tui phải đi làm cả ngày, tui mới là người cần được xoa bóp này.

Cả hai má con nó sẽ cười khì khi nghe ba chọc như vậy. Gia đình nhỏ hạnh phúc lúc nào cũng ngập tràn tiếng cười dù gánh nặng cơm áo gạo tiền không thôi khi nào ngừng đè trên vai những con người nhỏ.

-Trưa rồi đấy, không chịu đi ăn thì ăn hộ cái bánh mì ngọt đó đi. Chắc giờ nó cứng còn hơn đá.

-Bà giống má tui rồi đấy.

Tuy miễn cưỡng thế nhưng Thành cũng với tay qua lấy, Qui miễn cưỡng đứng dậy ngoái nhìn như mong Thành đổi ý đi ăn cơm chung nhưng anh vẫn cắm cúi vào chiếc laptop vì công việc còn đương dang dở. Văn phòng trở nên thưa thớt người vì bước vào giờ cơm trưa, chỉ mỗi Thành vẫn đang cắm cúi với công việc. Từ khi lên phố anh trở nên thu mình lại, ít giao tiếp với đồng nghiệp, cũng không hay nói chuyện với anh, lúc nào cũng tách ra riêng lẻ. Cuộc sống xô bồ nơi phố thị dường như cũng hoàn toàn phù hợp với anh, đó là một xã hội thu nhỏ nơi người và người tạo cho nhau một ranh giới. Cả cái văn phòng của anh cũng vậy, mỗi góc làm việc là một cái ô thu nhỏ, với cái vách cao ngang ngực nhưng khi ngồi xuống không mấy ai

THƠ TÔN NỮ MỸ HẠNH)

YÊU THƯƠNG Ở LẠI BÊN NGƯỜI

Cho tôi xin một nụ cười
Hoa yêu thương nở môi người bao dung
Sẻ chia bao nỗi khốn cùng
Suối nguồn tuôn chảy thủy chung một lòng.

Cho tôi hái một đóa hồng
Phù sa tươi mát ruộng đồng trổ hoa
Tình người nào ở đâu xa
Tấm lòng thơm thảo chan hòa mến thương.

Cho tôi yêu một con đường
Hàng cây xanh mát phố phường reo vang
Qua cơn dông bão lụi tàn
Thôi bao giọt lệ ngập tràn xót xa.

Cho tôi kết một vòng hoa
Chắp tay tưởng niệm thiết tha kiếp người
Tình thương ở lại bên đời
Hoa đăng thắp sáng những lời thiện tâm.

được nhìn thấy mặt ai.

-Má đang đãi lạc rồi, con coi nhặt vừng, chiều nay má nấu bánh đúc đổi bữa.

Thành chợt nhớ lại má luôn nhớ mọi lời Thành nói, bữa đặng úp được mớ cua, Thành đem về bỏ đầy lu, lại vòi vĩnh má nấu bánh đúc riêu, ấy thế mà má nhớ…

Lại nhìn chiếc bánh mì ngọt trên tay lòng không khỏi bồi hồi, tự nhiên nhớ lại những năm tháng dưới quê, vị ngọt trở nên mặn chát và đắng nghét nơi khóe miệng. Nhưng đó cũng là lúc má chưa bỏ Thành đi.

***

Tiếng trống tập những ngày này bắt đầu giòn giã hơn, đám trẻ đương lội ngoài đồng chợt ngẩng người đứng nghe rồi xì xào háo hức:

-Dãy là sắp tựu trường lại rồi đó bây, tao mong đi học quá, nhớ lớp lắm rồi.

-Mày nên nghĩ tới cái đống bài tập cuối ngày đi là vừa. Ôi, còn đâu những ngày rong chơi.

Duy chỉ có thằng Thành là lặng thinh, nó cẩn thận lội bì bõm qua chỗ nước người lớn vừa gặt, cúi người mót được quả trứng vịt chạy đồng đánh rơi, miệng nở nụ cười nghĩ tới việc đổ chả để ba và nó đi làm về sẽ có bữa cơm chiều đổi món.

-Qua thầy qua nhà tao nhắc về vụ tựu trường với ba má tao cho khỏi lỡ ngày rồi. Mày có qua chưa Thành?

-Mày nghĩ ba nó để nó đi học chắc.

Rồi như cảm thấy lỡ lời đám trẻ lặng im. Tiếng trống trường im bặt càng khiến cho buổi chiều thêm màu cô quạnh. Sau vụ lúa, người lớn thường hay cho đám trẻ thả vịt trên đồng, lũ vịt sẽ tranh thủ ăn những bụng no nê của những hạt lúa còn sót lại khi chạy máy gặt. Đám trẻ vừa lùa vịt, cũng vừa mót lúa đợt cuối, vậy mà cũng đầy những bị. Thả vịt đến chiều thường cũng sẽ mót được vài quả trứng mà lũ vịt đẻ trên đồng, và đến khi chiều tan, khi ngày bắt đầu tắt những giọt nắng đầu tiên chúng vẫn thường tự thưởng mình bằng những trò chơi như thả diều trên những triền đê.

Ở cái miền quê nghèo này được đi học đã là một điều xa xỉ, dù được hỗ trợ nhiều nhưng vì gánh nặng cơm áo, mọi thành viên trong gia đình đều là nhân tố mưu sinh. Nhà Thành chỉ có hai cha con nó, mẹ nó cám cảnh sự nghèo đã bỏ đi sau những tháng ngày tưởng chừng hạnh phúc. Nhưng khi nó lớn dần lên ba nó bắt đầu đổi tính, bắt đầu nhậu nhiều hơn và mỗi khi nhìn thấy cái mặt y chang má của nó ba nó lại dần nó nhừ tử. Dẫu ông thường đánh nó khi rất say và chỉ non trận đòn đã say khướt nhưng cũng đủ hằn lên trên người đứa nhỏ những vết lằn rát đỏ thịt da. Nó biết ba nó thương nó, bằng chứng là ông chưa bao giờ bỏ rơi nó, có gì ngon ông cũng mang về cho nó, đó là những khi ông tỉnh. Dù ông rất kiệm lời, hai cha con ít khi nói chuyện với nhau. Về việc đi học thì mỗi năm để được đi học với nó giống như một cực hình, nó biết nhà nó còn khó khăn dẫu nó rất ham học, nó vừa không dám đề cập với ba, vừa muốn đi học.

(Hình minh họa do AI tạo)

-Không có tiền đâu mà đi học.

Ba nó sẵn giọng nói với thầy khi thầy đến nhà mấy lần vận động. Thầy nhìn nó bất lực và nhìn cả những vết lằn trên tay nó, vốn là một người thầy trẻ nhiệt huyết thầy đã thưa lên chính quyền cả về bạo lực gia đình. Qua quá trình đấu tranh của thầy và cả những bằng chứng từ những người xung quanh, mọi người bắt đầu tách cha con nó ra, nó sẽ về để ông bà nuôi dưỡng chứ như giờ vừa không được đi học, vừa bị đánh…Thế nhưng rồi Thành quyết định bỏ học ở quê lên phố tìm đường lập nghiệp.

Thành đã bươn chải đủ mọi nghề trên phố thị trước khi gặp được một cơ hội làm việc ở một công ty nhỏ. Vì tính năng động tháo vát anh rất được cấp trên tin tưởng, trong thời gian làm anh tranh thủ học thêm bằng đại học song song và nhờ thế cũng cất nhắc được thăng tiến và ít ra là có mức lương đủ sống nơi phố hoa lệ này. Đến năm thứ tư Thành đã bắt đầu dành dụm được chút ít hàng tháng gửi về quê nhưng chưa khi nào anh gọi về hoặc gửi thư, đơn giản vì anh sợ, anh sợ sự giận dỗi của ba.

-Chiều nay đi ăn lẩu đi. Đãi trả cái bánh mì ngọt hồi trưa.

-Đang ăn chay ông ơi, biết tháng này tháng gì không?

-Tháng cô hồn.

-Đúng là mấy cái người không có lối sống tích cực. Nay là tháng Vu Lan, là tháng báo hiếu đó, nên bình thường tui sống dở với ba mẹ rồi, tháng này phải tích cực ăn chay báo hiếu.

Câu nói đùa của Qui vốn vô tư nhưng lại khiến lòng của đứa con xa nhà chợt chạnh lại. Qui dường như cũng biết được nên cũng khựng lại và cũng chợt nhìn về khoảng không phía trước xa xăm:

-Không định về nhà à? Đã năm năm rồi đấy.

Một mùa Vu Lan nữa lại về, những năm tháng Thành đi xa nhà cũng chỉ mong được đổi lại có những bữa cơm no đủ cho đấng sinh thành dưới quê nhưng ngày ra đi đã là cuộc cãi vã, lúc ba nói sẽ từ mặt Thành, Thành cảm thấy ông đã không chừa cho Thành một con đường để về nữa. Thành không dám hỏi thăm ai dưới quê, cũng không cho ai thân quen phương thức liên lạc vì anh sợ, sợ mình sẽ bị mang tiếng trách móc, sợ bị xem là bất hiếu. Dù ngày anh ra đi hoàn toàn chỉ vì muốn báo hiếu mẹ cha.

-Thử về một lần đi, trước xem ba như thế nào, sau có bị đuổi đi nữa thì cũng an tâm. Tui về với ông…

Ngày ấy trên chiếc xe đò nhỏ từ phố thị về với miền quê, chàng trai cảm thấy mình trở nên nhỏ lại, chặng đường xa lạ lắm vì đã rất lâu rồi đặng chưa đi. Lòng Thành miên man suy nghĩ, năm năm trước ba anh đã rất giận, liệu năm năm sau ông có còn muốn thừa nhận đứa con đã ra đi biền biệt không một tin tức như này không? Chiếc xe dần dần đi qua cổng làng quen thuộc, mọi thứ dường như trở nên quá đỗi thân quen đến độ cả không khí cũng trở nên ngọt ngào. Qui nắm chặt tay Thành khi chiếc xe bắt đầu dừng lại trước chiếc cổng màu rêu và tiếng người trong nhà xôn xao khi thấy bóng Thành đổ dài xuống khoảng sân nhỏ.

Thành dễ dàng nhận ra bóng ba đứng trong khoảng sân đầy nắng đương bưng bát canh chay ra phía trước cúng rằm. Ba cũng đang thắp nhang và cũng tranh thủ bày biện lại mâm cơm nhỏ có đầy đủ các món ăn đã được chuẩn bị tỉ mẩn cẩn thận, dù toàn là món chay, như mọi năm Thành vẫn thấy khi bé. Vừa nhác thấy bóng Thành ba đã đứng sững, Thành vội chạy vào đỡ lấy bát canh bưng đến cho ba, dường như dù cao lớn bao nhiêu anh vẫn sợ khi đứng trước ba mình. Nhưng sợ nãy là sợ không được thừa nhận. Ba Thành nhìn thấy anh đang từ từ tiến tới, bằng sự dịu dàng nhất mà mình có ông khẽ hắng giọng:

-Lại đây thắp nhang cho các cụ với ba.

Nước mắt Thành chợt rưng rưng rơi vì điều gì đó không rõ, thứ bền chặt nhất trên đời mãi mãi là tình thân. ■

Tôi sinh ra và trải qua những ngày tuổi thơ ở Huế. Như vậy cũng đủ để tôi tự hào đã chia sẻ cùng Huế với tất cả những thủy chung của lòng mình. Thế rồi, tôi cũng phải xa Huế đã 30 năm, quê hương đó vẫn rạng ngời trong tâm tưởng.

Huế dấu yêu ơi! có bao nhiêu điều phải nhớ: thời thơ ấu ấm áp trôi đi, tuổi học trò thần tiên trong ngôi trường màu hồng ghi dấu bao nhiêu kỷ niệm cùng với dấu chân của những chàng trai thích đón đưa mỗi khi tan trường. Tôi với Huế biết bao tình thương mến, mỗi con đường, mỗi dòng sông, núi đồi, lăng tẩm, thành quách, chùa chiền là của Huế, là của tôi...

Mặc dầu phải tất tả trong dòng đời xuôi ngược và biết rằng Huế là xứ sở thật kỳ, ở thì có điều không ưa nhưng đi xa thì lại nhớ, trong tôi vẫn chan chứa nỗi niềm với Huế. Nói như ai đó: „nằm ngửa nhớ trăng, nằm nghiêng nhớ Huế“, nỗi nhớ thấm vào máu thịt, sâu lắng vào tâm hồn của những kẻ tha hương lòng vẫn bùi ngùi mỗi khi nhớ đến và chỉ muốn quay về!

Tôi yêu Huế có lẽ vì mùa đông ở đây buồn lê thê, buồn đứt ruột. Thành phố như chịu tang mười mấn trong tiếng khóc không muốn dứt. Mưa rơi và mưa rơi suốt ngày, chao ơi là da diết! Huế của tôi ướt át, mưa nhỏ hạt, mưa lớn hạt, mưa ngày đông tháng hạ. Mưa nhức nhối, mưa dai dẳng, mưa lê thê, mưa đến cô gái xuân thì cũng thẩn thơ sầu nhân thế! Mưa Huế là mưa của tình bạn, không thân không ai đội mưa mà đến. Mưa Huế chắp cánh cho tình yêu, những người yêu nhau thường thích đi lang thang trong cơn mưa. Tình yêu của người Huế nghĩ thật lạ kỳ, từ An Cựu về Thành Nội chỉ để mượn một cây bút chì trong một chiều mưa tầm tã! Có lẽ vì thế cho nên mối tình nào của Huế phần lớn đều sũng nước mưa, không lấy được nhau dù cả chục năm sau nằm nghe mưa rơi mà vẫn nhớ! Ngày ấy, tôi thích đọc „Mưa Trên Cây Sầu Đông“ của Nhã Ca vô cùng, những giọt nhựa sầu đông chính là những giọt lệ khóc cho những mối tình ngang trái đắng cay.

Lạ thật, cứ nghĩ đến Huế tôi khó quên những vọng âm từ quá khứ của những tiếng hò khoan ai oán ở bến Văn Lâu, những điệu Nam Ai Nam Bình rên rỉ. Hình như vẻ đẹp ở đây là vẻ đẹp tàn tạ khói sương, Huế có tiếng hò ru con buồn thúi đất như cơn mưa rả rích. Đặc biệt vào những mùa đông, nằm nghe mưa rơi tí tách trên máng xối, đâu đó từ làng xóm vắng tiếng à ơi là nước mắt có thể trào ra được!

Ngày nhỏ, tôi hay về quê ngoại ở Lương Quán,

nhìn qua bên kia sông làng Long Hồ với tiếng gà xao xác, hàng cau thưa im vắng lòng cũng đã thấy bâng khuâng trong nỗi buồn diệu vợi! Tôi thích những buổi chiều đứng bên này đồi Vọng Cảnh nhìn sang bên kia điện Hòn Chén mù sương, vài con đò lặng lẽ xuôi về trong hoàng hôn mà bâng khuâng cả tấc lòng! Có một lần tò mò theo mấy người bạn lên điện Hòn Chén dự lễ vía vào tháng bảy âm lịch, tôi đã nhìn thấy những cô hầu đồng lộng lẫy xiêm y, rõ ràng son phấn. Ai cũng xì xụp khấn vái rất tâm thành hạnh phúc, thứ hạnh phúc ngắn ngủi trước điện thờ. Tàn hương lễ bái, chạm mặt với cuộc sống trăm bề vất vả, họ lại thấy thực tế quá phũ phàng! Tôi đã tham dự với nhiều ngạc nhiên lẫn thích thú và suy nghĩ cho cùng có lẽ họ nghèo một phần cũng vì những tốn kém cúng lễ một cách cuồng tín. Hình như họ miệt mài đi tìm những mê cung huy hoàng trong hoang tưởng để quên đi nỗi khổ đau nghèo đói. Vào những ngày vía lớn, chợ Đông Ba chất ngất vật dụng và tiền bạc của thế giới vô hình; đi ngang đó mình tưởng như đang dự một buổi triển lãm trong một thành phố hoang đường đầy huyễn hoặc!

Nguyên Hạnh HTD

Nỗi Niềm Với Huế

Tuy Huế bị mang tiếng „mùa đông thiếu áo, mùa hè thiếu cơm" nhưng có lẽ ngôn ngữ cũng bất lực khi nói về cái đẹp huyền diệu của những đêm trăng xứ Huế. Trong vườn khuya, trăng sáng mà ấm áp, lung linh mà soi rõ cỏ cây. Dưới bến sông, trăng mơ màng; yên lặng một mình nhiều đêm tôi đã ngồi như thế và dệt mộng. Huế đẹp nhất là mùa sương. Đứng bên ni bờ nhìn qua bên tê bờ sông là hai thế giới. Cầu Trường Tiền như cầu vồng trên trời, ngó về bến Thừa Phủ chẳng khác sông Ngân Hà, mờ mờ ảo ảo, ẩn ẩn hiện hiện trong làn sương mù trắng xóa. Riêng tôi, tôi tương tư tiếng chuông chùa Thiên Mụ, tiếng chuông trong trẻo, ngân nga, đã đánh thức tôi nhiều đêm suốt bao tháng năm thơ dại.

Làm sao tả hết nỗi bàng hoàng xao xuyến khi trở về chốn xưa mà qua ngàn trùng xa cách, lòng tôi hằng lưu luyến! Tôi ngỡ ngàng giữa chốn xưa yêu dấu, khi chiều xuống một chút nắng vàng còn vương trên tóc, tiếng thông reo vi vu, đất trời, núi đồi cây cỏ và con người như hòa lẫn vào nhau. Hoặc trong gió sớm ru mát, cảnh trí hai bên đường nên thơ, đồng ruộng xanh tươi, làng quê với mái ngói đỏ au hay những túp lều tranh xơ xác, người dân quê đang cắm cúi trên những mảnh ruộng nhỏ nhoi của cuộc đời họ. Con trâu già lười biếng nhai cỏ, vài cánh cò trắng chập chờn bay lên. Rồi thẫn thờ nhìn nước sông Hương phát xuất từ thượng nguồn, dòng sông từng xao xuyến để rồi có lúc phải chia lìa đôi ngả. Huế dạt dào tình thương và ngàn đời khó quên cho những ai đã trót sinh ra và làm người dân xứ Huế!

Tôi muốn trở về đi lại những con đường xưa, ngồi thật lâu bên bờ bến cũ, vốc những ngụm nước trong xanh mà rũ bớt bụi đời phiền muộn! Trong những tia nắng hanh vàng còn sót lại của mùa Xuân xứ Huế, tôi sẽ đi dọc con đường Lê Lợi, con đường có lá hôn nhau trên cao, con „đường phượng bay mù không lối vào" lòng bồi hồi xúc động run rẩy nghẹn ngào!

Có phải Huế là khu vườn ướt đẫm mồ hôi lưng áo mẹ, là con đường chói lòa nắng trưa in dấu chân mẹ về, là đêm trăng trên mặt hồ thăm thẳm với tiếng dế trong bờ cỏ bụi cây như Bùi Bích Hà đã viết không? hay Huế cũng là những chiều mưa âm thầm với nỗi niềm thương nhớ ray rứt khôn nguôi!

Nói mãi cũng không hết được những nhớ thương chất ngất về Huế đẹp, Huế thơ, về quê hương nghèo lắm ai ơi của tôi!

Huế là rứa đó, hờ hững mà da diết, chua chát mà ngọt ngào, dịu dàng mà dữ dội! Huế lãng mạn, Huế đoan trang, Huế đa tình mà vẫn chung tình và mãi mãi Huế là kho tàng vô giá trong trái tim của những con người Huế:

Khi mô anh về thăm xứ Huế,
Nhớ gói giùm em một chút mưa,
Gói thêm mớ lạnh từ chân tóc,
Buốt thấu buồng tim vẫn chưa vừa.
...
Hẹn đến mùa sau sẽ về thăm,
Thăm từng cái lạnh giấu trong chăn.
Nghe mưa rả rích trong đêm vắng,
Để nhớ vô cùng những tháng năm.

(Thơ - Thiếu Anh)

Đỗ Trường

NGUYÊN SA: THI CA VỚI TÌNH YÊU VĨNH CỬU

Tôi đã đến với Paris rất nhiều lần. Song lần nào cũng cho tôi cảm giác như lần đầu vậy. Và chưa thu sang, vậy mà hình ảnh Paris với những con đường lá đổ của những Cung Trầm Tưởng, Hoàng Anh Tuấn, Nguyên Sa vẫn chợt hiện về trong tôi. Bởi, có lẽ ba ông thi sĩ cùng năm sinh (1932 tại Hà Nội), du học cùng thời, đều có những bài thơ hay viết về Paris, đánh đúng vào tâm trạng con người chăng?

Có thể nói, Cung Trầm Tưởng, Hoàng Anh Tuấn, Nguyên Sa là những viên gạch đầu đặt nền móng cho Văn học Việt ngay từ thập niên 50 của thế kỷ trước. Và tập thơ mang tên: Hy Vọng của Nguyên Sa ra đời vào năm 1954 tại Paris chứng minh thêm cho nhận định này, khi ta đi sâu vào nghiên cứu Văn học Việt nơi hải ngoại.

Các tác giả thời kỳ này chịu ảnh hưởng sâu sắc thi pháp chủ nghĩa lãng mạn Pháp. Tuy nhiên, sau đó Nguyên Sa đã đảo bút theo chiều hướng khác, nhằm tạo ra con đường mới cho thi ca. Song dường như, Nguyên Sa đã không thành công. Do vậy, ta thấy những bài thơ hay của ông vẫn đều thuộc về chất lãng mạn, hồn vía vần điệu thơ (các cụ) tiền chiến cả. Thơ Nguyên Sa giản dị, dễ hiểu không kén người đọc. Và đặc biệt tài năng đơn giản hóa từ ngữ, hình ảnh ẩn dụ trong biện pháp tu từ so sánh, đi vào tâm lý mọi tầng lớp người đọc một cách tự nhiên, nhất là giới học sinh, sinh viên: *"Không có anh lấy ai đưa em đi học về/ Lấy ai viết thư cho em mang vào lớp học/ Ai lau mắt cho em ngồi khóc/ Ai đưa em đi chơi trong chiều mưa/ (...) Không có anh nhỡ một mai em khóc/ Ánh thu buồn trong mắt sẽ hao đi"* (Cần Thiết)

Tuy đến với thi ca muộn hơn Cung Trầm Tưởng, và Hoàng Anh Tuấn, song cả cuộc đời Nguyên Sa lăn lộn, dành trọn vẹn cho nó. Cho nên đọc Nguyên Sa, ta có thể thấy, tình yêu con người và thi ca, cùng với tư tưởng ban đầu xuyên suốt sự nghiệp sáng tạo của ông. Thật vậy, Nguyên Sa đưa thi ca, tình yêu trở về đúng vị trí trong môi trường, cuộc sống vĩnh cửu này: *"Tôi phải xin thưa: bị lừa gạt đã nhiều/ Nên nguyện suốt đời thật dạ thương yêu/ Nên nguyện suốt đời vĩnh viễn làm thơ/ Cho những người con gái lấy chồng/ Mang theo làm vốn liếng"* (Tâm sự)

Nguyên Sa viết nhiều, hơn hai chục tác phẩm đủ thể loại, từ thi ca, văn xuôi tiểu thuyết, lý luận phê bình, cho tới tâm lý học cùng với cái tên cúng cơm: Trần Bích Lan. Ở thể loại nào, Nguyên Sa Trần Bích Lan cũng thành công, mang lại nhiều cảm xúc sâu sắc cho người học, và đọc. Với tôi, ông không chỉ là nhà giáo, nhà thơ, nhà văn, nhà báo mà còn là một nhà văn hóa.

***Luồng sinh khí mới thổi vào hồn thi ca.**

Không chỉ là viên gạch lót đường cho Văn học Việt hải ngoại sau này, Nguyên Sa còn cùng Hoàng Anh Tuấn, Trịnh Viết Thành, Cung Trầm Tưởng, Đỗ Long Vân, Nguyễn Xuân Vinh... đưa một luồng sinh khí mới về với Văn học miền Nam, ngay sau khi đất nước bị chia cắt. Hy vọng là tập thơ đầu, nhưng dường như người đọc biết đến Nguyên Sa, chỉ từ khi Thơ Nguyên Sa tập 1 (1958) được in ấn phát hành. Và có lẽ, đây cũng tập thơ trữ tình hay nhất của ông.

Viết bằng cảm xúc bất chợt, do đó Nguyên Sa không câu nệ, hoặc bỏ qua niêm luật, vần điệu để giữ nguyên cảm xúc ban đầu ấy. Do vậy, không cứ lần đầu, hay những lần sau… từ ngữ, hình ảnh lạ và độc đáo của Nguyên Sa luôn cho tôi cảm xúc khác nhau. Tiễn Biệt được Nguyên Sa viết vào khoảng năm 1953 (1954?) là một bài thơ như vậy. Mỗi câu thơ như một câu hỏi tu từ (không lời giải đáp) bâng khuâng, mềm mại, song xoáy sâu vào nỗi buồn trống vắng trong lòng người. Và với lời thơ tự sự ấy, Tiễn Biệt đã được Song Ngọc phổ thành ca khúc Tiễn Đưa làm rung động bao thế hệ qua: *"Người về đêm nay hay đêm mai/ Người sắp đi chưa hay đi rồi/ Muôn vị hành tinh rung nhè nhẹ/ Hay ly rượu tàn run trên môi/… Sao người không là một cung đàn/ Cho lòng tôi mềm trong tiếng than/ Khi trăng chảy lạnh từng chân tóc/ Khi gió se trùng muôn không gian".*

Về nơi quê nhà, mà dường như hồn vía Nguyên Sa vẫn để ở đâu đó Paris. Và: *"Paris có gì lạ không em?"* câu hỏi chỉ là cái cớ để thi nhân giãi bày tâm trạng của mình mà thôi. Có thể nói, Paris có gì lạ không em, là một bài thơ có từ ngữ, với hình ảnh rất đẹp. Và nó là một trong những bài thơ điển hình về tài năng nghệ thuật sử dụng hình ảnh so sánh mới lạ, độc đáo (mong manh dễ vỡ) của Nguyên Sa: *"Paris có gì lạ không em?/ Mai anh về giữa bến sông Seine/ Anh về giữa một dòng sông trắng/ Là áo sương mù hay áo em?/ Anh sẽ thở trong hơi sương khuya/ Mỗi lần tan một chút sương sa/ Bao giờ sáng một trời sao sáng/ Là mắt em nhìn trong gió đưa".* Hỏi, song thực ra đã là câu trả lời đối với thi nhân. Mắt hay em, một hình ảnh hoán dụ cho nhau, gợi lên niềm tin ấy trong lòng người thi sĩ: *"Paris có gì lạ không em?/ Mai anh về mắt vẫn lánh đen".* Có thể nói, nghệ thuật hoán dụ cũng là một trong những đặc điểm làm cho lời thơ Nguyên Sa đậm nét gợi hình, gợi cảm đến gần hơn với âm nhạc. Ở đây, nhà thơ đã mượn hình ảnh hương cốm (được bọc bởi) lá sen để bộc lộ tâm trạng của mình. Một khổ kết, mang mang hồn vía ca dao như trộn vào những câu thơ thất ngôn thật hay của Nguyên Sa vậy: *"Vẫn hỏi lòng mình là hương cốm/ Chả biết tay ai làm lá sen?".*

Do vậy, ta có thể thấy, Mùa thu Paris của Cung Trầm Tưởng, Paris có gì lạ không em của Nguyên Sa đã được Phạm Duy, và Ngô Thụy Miên phổ nhạc, là hai ca khúc trữ tình, cùng điệu Valse hay nhất về Paris của âm nhạc Việt.

Ở nơi đất Việt, nhớ Paris hay nhớ đến em đã cho Nguyên Sa cảm hứng viết: Tôi sẽ sang thăm em. Một bài thơ viết bằng cảm xúc tự nhiên, với những câu thơ dài ngắn. Đây là bài thơ tiêu biểu về sự "bất qui tắc" nhẹ niêm luật, với bố cục lỏng lẻo, cùng những hình ảnh, câu từ mới lạ của Nguyên Sa. Và nếu bóc tách ra, đây chỉ là những câu khẩu ngữ thường nhật, có phần so le, lởm chởm, phi logic. Vậy mà ghép tổng thể, bài thơ (và con người) chợt bùng cháy lên cái khao khát mãnh liệt của tình yêu: *"Tôi sẽ sang thăm em/ Để những mớ tóc màu củi chưa đun/ Mầu gỗ chưa ai ghép làm thuyền/ Lùa vào nhau nhóm lửa/ Tôi sẽ sang thăm em/ Để tình yêu đừng chua cay/ Để tình yêu là sóng/ Một dòng sông gặp gỡ dòng sông".*

Và rồi Nguyên Sa cũng quay trở lại Paris để cùng người yêu nhóm lên ngọn lửa tình vĩnh cửu đó. Bài thơ Nga ra đời trong hoàn cảnh tâm trạng như vậy của Nguyên Sa vào khoảng năm 1954. Khi đọc Nga, có một số nhà văn, nhà phê bình cho rằng, Nguyên Sa đã thay đổi quan niệm về cái đẹp, với giá trị thẩm mỹ hoàn toàn khác: *"Hôm nay Nga buồn như một con chó ốm/ Như con mèo ngái ngủ trên tay anh/ Đôi mắt cá ươn như sắp sửa se mình/ Để anh giận sao chả là nước biển!".* Vâng, có lẽ tôi không nghĩ như vậy. Bởi, bài thơ Nga được viết khi Nguyên Sa và Nga (người yêu) đang sống ngay tại Paris. Mà ở đó, chó mèo còn được âu yếm, quý mến hơn cả con người. Cái văn hóa này đã nhập vào Nguyên Sa và Nga rất sâu đậm. Do vậy, sự so sánh này của Nguyên Sa ở trời Âu là điều rất bình thường. Với tôi, đây chỉ là sự ví von ngộ nghĩnh, trong một bài thơ kể lể, với những từ ngữ, hình ảnh được lặp lại quá nhiều lần nhàm nhạt, chứ không có sự thay đổi quan niệm về cái đẹp, với giá trị thẩm mỹ, thẩm mẽo gì ở đây. Nói dại (vui), vào năm 1954 ở Việt Nam, thời các bà còn mặc quần cẳng què (chân què) bác nào làm thơ ví vợ, hay người tình như con chó ốm, mèo hen (mà chó ốm nào mắt đầy gỉ nhé) bảo đảm, kiểu gì cũng bị guốc của các bà ghè cho không sứt đầu cũng mẻ trán…

Và một lần nữa, Nguyên Sa trở về đất Việt. Nắng Saigon làm cho ông nhớ đến cái dịu dàng đất Bắc. Nơi ông đã sinh ra và lớn lên. Từ cảm xúc bất chợt ấy, để Nguyên Sa viết nên Áo Lụa Hà Đông. Một bài thơ được nhiều người biết và yêu thích, có sức sống lâu dài. Có thể nói, Áo Lụa Hà Đông có hình ảnh so sánh, cùng sự liên tưởng rất mới lạ, độc đáo: *"Nắng Sài Gòn anh đi mà chợt mát/ Bởi vì em mặc áo lụa Hà Đông/ Anh vẫn yêu màu áo ấy vô cùng/ Thơ của anh vẫn còn nguyên lụa trắng/ Anh vẫn nhớ em ngồi đây tóc ngắn/ Mà mùa thu dài lắm ở chung quanh/ Linh hồn anh vội vã vẽ chân dung/ Bày vội vã vào trong hồn mở cửa".* Với tôi, Áo Lụa Hà Đông hay, song không thuộc nhóm những bài thơ hay nhất của Nguyên Sa. Tuy nhiên, Áo Lụa Hà Đông giàu nhạc tính, và hình ảnh lời thơ đẹp, đã trở thành ca khúc hàng đầu của âm nhạc Việt, dưới bàn tay tài hoa của Ngô Thụy Miên.

Thời kỳ này, say mê với nghề gõ đầu trẻ, do vậy thơ Nguyên Sa đi sâu vào giới học sinh, sinh viên. Màu áo sân trường với những từ ngữ, câu thơ giản dị, nhí nhảnh và sinh động, Nguyên Sa đánh đúng vào (tâm lý) lứa tuổi đang thay đổi tình cảm, tâm sinh lý. Và Tuổi Mười Ba là bài thơ tiêu biểu về giai đoạn này của Nguyên Sa. Đây cũng chưa hẳn là bài thơ hay nhất của Nguyên Sa, song nó đã được Ngô Thụy Miên phổ thành ca khúc cùng tên thật tuyệt vời: *"Áo nàng vàng tôi về yêu hoa cúc/ Áo nàng xanh tôi mến lá sân trường/ Sợ thư tình không đủ nghĩa yêu đương/ Tôi thay mực cho vừa màu áo tím".*

Cho nên, đọc Nguyên Sa cho tôi thấy một điều: một bài thơ không hay, vẫn có thể trở thành ca khúc rất tuyệt vời. Và bài thơ rất hay, nhưng chưa chắc sẽ trở thành một nhạc phẩm hay.

Nguyên Sa có rất ít bài thơ dở, hoặc quá dở. Song thật đáng tiếc, đôi khi những bài thơ, hoặc khổ thơ rất hay, lạc vào đó một câu thơ dở. "Nói chuyện với Phạm Công Thiện" là một bài thơ như vậy. Hình ảnh, với tính triết lý sâu sắc, nhưng được kết bằng một câu thơ mang tính khẩu ngữ: *"Có cũng xong, mà không cũng xong"* đã làm hỏng cả một đoạn thơ. Để ta tiếc cho cả một bài thơ thơ hay. Đành rằng, thơ đôi khi phải có những câu nói, tuy nhiên, không phải câu khẩu ngữ nào cũng có thể đưa vào trong thơ: *"Ta muốn cùng người một tối nay/ Đầu sông uống rượu cuối sông say/ Người trên sườn núi, ta từ biển/ Từ giấc mơ nào đã tới đây? (...) Thơ như hữu thể mà vô thể/ Có cũng xong, mà không cũng xong".*

Và Tháng Sáu Trời Mưa cũng vậy. Một bài thơ trữ tình, giàu nhạc tính rất quen thuộc với người đọc của Nguyên Sa. Do đó, nó đã được nhạc sĩ Ngô Thụy Miên, và Hoàng Thanh Tâm phổ thành những bản nhạc cùng tên. Bài thơ có những câu rất nhẹ nhàng và gợi cảm: *"Hãy biến cuộc đời thành những tối tân hôn/ Nếu em sợ thời gian dài vô tận/ Da em trắng anh chẳng cần ánh sáng/ Tóc em mềm anh chẳng thiết mùa xuân/ Trên cuộc đời sẽ chẳng có giai nhân".* Tuy nhiên, câu kết của khổ thơ hơi bị phô, và sến: *"Vì anh gọi tên em là nhan sắc".* Bởi thơ hay dứt khoát phải tinh tế, đằm thắm, dù đó là những lời ngợi ca. Rất đáng tiếc, khi phổ nhạc các nhạc sĩ vẫn giữ nguyên câu thơ (dở) đó của Nguyên Sa.

Và có một điều đặc biệt khác, khi đi sâu vào đọc Nguyên Sa, ta thấy câu kết thường (là câu thơ) tóm gọn hồn vía của cả bài thơ. Và Năm Ngón Tay một trong những bài thơ mang đặc điểm điển hình này của Nguyên Sa. Thật vậy, cả bài chỉ là những câu khẩu ngữ, mang tính liệt kê, chẳng dính tí tẹo gì đến thơ ca thi phú cả. Ấy vậy, Nguyên Sa chỉ khái quát bằng câu kết, một câu hỏi tu từ làm cho bài thơ bật ra điều thú vị một cách chân thực, gây bất ngờ cho người đọc: Bởi, em còn ngón tay nào, để giữ lấy bàn tay anh đang đi quá giới hạn cho phép. (nói vui, cái món này, khi yêu có lẽ gã đàn ông nào cũng đã mò mẫm, và trải qua): *"Năm ngón tay/ Trên bàn tay năm ngón/ Có ngón dài ngón ngắn/ Có ngón chỉ đường đi/ Có ngón tay đeo nhẫn/ Ngón tay tô môi/ Ngón tay đánh phấn (...) Em còn ngón nào/ Để giữ lấy tay anh?".* Tuy nhiên, có cách cảm nhận khác: em còn tay nào giữ chặt, để anh không thể lìa xa (em). Vâng, theo cách hiểu này, thì bài thơ trở nên quá thường, mất đi hình ảnh, tính ẩn dụ của nó.

Không chỉ có những điều thú vị, mà Nguyên Sa còn cho người đọc tự mường tượng và liên tưởng tới những điều táo bạo khác ở sau câu thơ, từ ngữ đẹp, với đường nét dù kín đáo, song rất gợi cảm trước "bức tranh Sen và Đào". Với tôi, Hoa Sen Và Hoa Đào là một trong những bài thơ hay nhất ở thể lục bát của Nguyên Sa: *"Em vào tắm dưới hoa sen/ Những khe nước chảy những miền hải lưu/ Những thuyền lạc dưới trời sao/ Hỏi em hay hỏi hoa đào của anh/ Chỗ đào có lá sen xanh/ Bờ xa thấp nghiêng mình dáng sông/ Tuyệt vời giữa một dòng trong/ Đầu sông tóc ướt, lưng vòng biển khơi".*

Tuy cố gắng vùng vẫy thoát ra khỏi khuôn khổ cái cũ, hay hồn vía thơ tiền chiến, song những bài thơ hay của Nguyên Sa dường như đa phần thuộc thể thơ thất ngôn. Thật vậy, đọc: Tương Tư, hay Em gầy như liễu trong thơ cổ... những bài thất ngôn này, ta thấy hồn vía cổ thi cứ như bám riết lấy Nguyên Sa vậy. Với tôi, Em gầy như liễu trong thơ cổ là bài thơ hay. Một bức tranh toàn bích nhất của Nguyên Sa. Bài thơ đã chứng minh thêm cho tài năng thiên về sử dụng phép so sánh, hoán dụ của Nguyên Sa. Và hai câu thơ, tôi nghĩ là tuyệt bút của ông: *"Em gầy như liễu trong thơ cổ/ Anh bỏ trường thi lúc thịnh Đường"*. Vâng, với vẻ đẹp (mong manh) như tơ, như liễu trong thi ca cổ, anh chẳng phải làm bài trường thi (thơ dài, trường thiên) họa lại dáng hình em chăng? Thành thật mà nói, đọc xong những câu thơ này của Nguyên Sa, tôi lặng đi giây lát, có một cảm giác như trước đây đọc Hoàng Hạc Lâu do Vũ Hoàng Chương dịch vậy. (Tuy nhiên, tôi nghĩ câu thơ này còn nhiều nghĩa, và cách cảm nhận khác nhau nữa*): "Anh nhớ em ngồi áo trắng thon/ Ngàn năm còn mãi lúc gần quen/ Em gầy như liễu trong thơ cổ/ Anh bỏ trường thi lúc thịnh Đường/ Anh nhớ sông có nguyệt lạ lùng/ Có trời lau lách chỗ hư không/ Em tìm âu yếm trong đôi mắt/ Thấy cả vô cùng dưới đáy sông"*.

Có ai đó viết: Đương thời, Nguyên Sa được xem là một hậu duệ Xuân Diệu của thơ tình miền Nam. Với nhận định này, tôi nghĩ người viết đọc thơ Nguyên Sa hơi bị hời hợt. Bởi, cái tôi bao trùm, xuyên suốt thi ca Nguyên Sa, rất khác (trái ngược) thơ Xuân Diệu của những khái quát, cùng định nghĩa bản chất của tình yêu, dành đọc nơi hội trường đông người. Do vậy, có thể nói, cái tôi trữ tình trong thơ Nguyên Sa, như là con đường độc đạo vậy.

***Tư tưởng với những vần thơ thế sự, xã hội**

Chiến tranh, sự đảo điên của xã hội, con người, cho nên xung quanh Nguyên Sa rặt một phường: *"Mười phương vẫn một bọn hề/ Những thằng bưng điếu vác cờ chạy quanh"* (Thư cho bạn). Từ đó ông nhận ra thân phận con người trước cái thực hư, trắng đen lẫn lộn của cuộc sống: *"Ở trong âm bản em buồn/ Thì ra dương thế vẫn còn cõi âm"* (Chụp hình Tết). Vì vậy, với Nguyên Sa sự cuồng vọng, chiến tranh, thắng thua đều vô nghĩa: *"Ta ngồi so kiếm một mình/ Kẻ thua người thắng cuối cùng vẫn thua"* (So kiếm). Với tư tưởng như vậy, nhà thơ đứng ra khỏi cuộc chiến để viết. Sự trực diện, và công bình đó cho ta thấy được cái chân thực, và nóng hổi tính thời sự trong thơ Nguyên Sa. Và Cắt tóc ăn Tết là một bài thơ như vậy. Nó viết theo mạch cảm xúc, tâm trạng bị cắt nát của thi nhân, trước nỗi đau và u uất của con người, và xã hội. Và cái sói mòn đạo đức, hủy hoại lương tâm ấy, không chỉ của những kẻ đầu nậu, cầm cờ chạy quanh, mà còn có sự hèn nhát của cả chính tác giả nữa: *"Cắt cho ta.../ Sợi xích chiến xa, sợi dây thòng lọng/ Sợi hưu chiến mỏng manh, sợi hận thù buộc chặt/ Sợi sát vào nhau đánh sáp lá cà/ Sợi cắt non sông thành Bắc Nam, thành khu chiến/ Sợi lên thẳng trực thăng/ Sợi xuống ngầm địa hạ/ Sợi đặt chông/ Sợi gài mìn.../ Cắt cho ta/ Cho cả những thằng sa đích phê bình văn nghệ rẻ tiền/ Cho cả những thằng xẻo thịt non song/ Cho cả những thằng băm vằm tổ quốc/ Cho chính bản thân ta bơi trong tội lỗi"*.

Cắt mãi, song ung nhọt vẫn còn đó, và Nguyên Sa đành bất lực. Buộc ông phải ủ nỗi buồn ưu tư đó vào trong thơ. Và nếu Cắt tóc ăn Tết là lời hùng

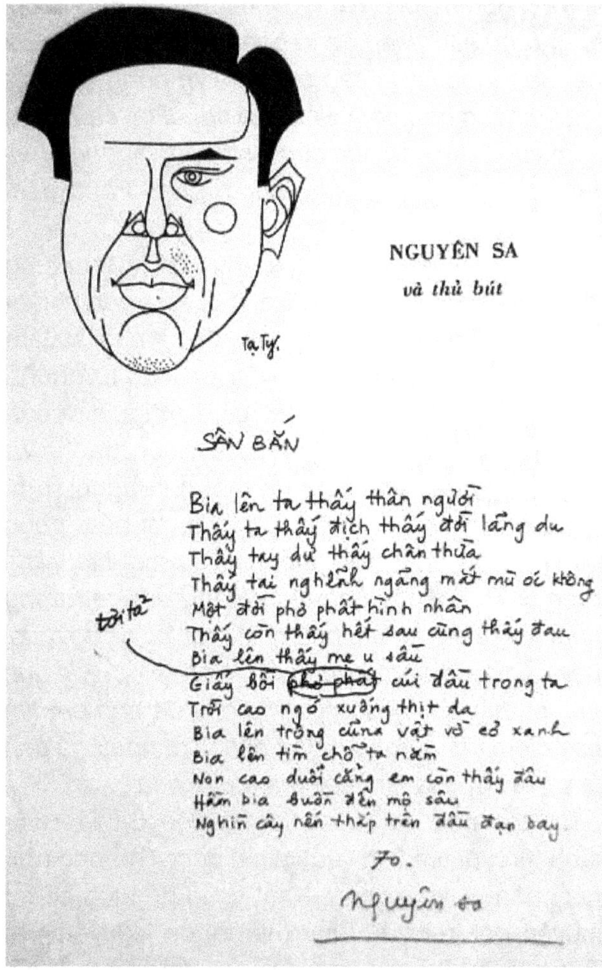

Theo "Tạ Tỵ. Mười khuôn mặt văn nghệ". Grafik trích lại từ trang Web "Phay Van"

hồn tuyên án, thì đến với Bây giờ lời thơ Nguyên Sa mang đậm nỗi chán chường, buồn than của cả thế hệ sinh nhầm thế kỷ. Và trước địa ngục đó, lời thơ thế sự Nguyên Sa cương nhu theo cảm xúc, tâm trạng của mình, nhưng tất cả đều nặng như những lời luận tội vậy. Đọc những trang thơ này, ta không chỉ thấy tài năng, mà còn thấy được chí khí, lòng can đảm của nhà thơ nữa: *"Thế kỷ chúng tôi chót buồn trong mắt/ Dăm bảy nụ cười không đủ xóa ưu tư/ Tay quờ quạng cầm tay vài tiếng hát/ Lúc xòe ra chẳng có một âm thừa/ Của địa ngục ở hai bên lồng ngực/ Phải vác theo trăm tuổi đường dài"*.

Tôi đã đọc khá nhiều người viết về thân phận những cô gái bán hoa phong trần. Nhưng có lẽ, không tác phẩm nào cho tôi thực sự cảm động như: Đợi Khách của Nguyên Sa. Đây là bài thơ không chỉ sâu sắc về nội dung, mà còn có lời thơ rất đẹp. Và trên hết lòng nhân đạo, với cái nhìn cảm thông của nhà thơ. Và vẫn thể thơ bát ngôn, Đợi Khách một lần nữa chứng minh: những bài thơ hay của Nguyên Sa đều thuộc về hồn thơ cũ. Dù ông cố phá bỏ những ràng buộc ấy: *"Em đứng lẫn bên góc hè phố vắng/ Như loài hoa hoang dại trong rừng sâu/ Màu da tơ bóng tối ngã u sầu/ Đôi mắt đẹp từng cánh sao tắt lịm/ Em đứng đợi một người không hẹn đến/ Bán cho người tất cả những niềm vui/ Chút tình hoa còn lại thoáng hương phai/ Em dâng cả làn môi khô nước ngọt/ Trong đêm mỏi hàng mi mờ khê ướt"*

Tự trách, và sám hối, quả thực đó là tấm lòng cao cả của người thầy Nguyên Sa, dù trách nhiệm đó không thuộc về ông. Do vậy, đọc Xin lỗi sự lầm lẫn quá khứ, tuy được Nguyên Sa viết từ những năm 1967 ta càng thấy được sự hèn nhát, bỉ ổi của những kẻ chức quyền, bán mua chiến tranh. Và nhân cách, trách nhiệm của một con người, một nhà thơ sống mãi, dù (trên) sáu mươi năm cuộc đời của Nguyên Sa đã khép lại: *"ta mới biết rằng trong cuộc đời dạy học ta là thằng dốt nát/ trong mười mấy năm ta làm bao nhiêu tội lỗi/ trong mười mấy năm ta không nói cho học trò ta biết.../để anh em tìm thấy tọa độ trong rừng già/ để anh em tìm thấy điểm đứng trong ruộng đồng bát ngát/ để đạn đừng xuyên qua tim/ hãy tha thứ cho ta".*

Có thể nói, cả cuộc đời Nguyên Sa là cuộc hành trình đi tìm tình yêu và cái đẹp. Thơ ông như một chân lý, khát vọng. Khát vọng đó luôn có sự chuyển đổi trong tư tưởng và thi ca Nguyên Sa. Chính vì vậy, nó cho ông lòng can đảm đến với nỗi khổ đau của con người trong cái bi kịch mù lòa, và bất hạnh của dân tộc. Sự nghiệp, và con người Nguyên Sa để lại cho hậu thế chúng ta nhiều bài học và những kinh nghiệm sâu sắc. Và tôi xin mượn Sợi Tóc, một bài thơ tóm gọn hồn khí, tâm nguyện của Nguyên Sa đã được khắc trên mộ bia ông, để kết thúc bài viết này, như tưởng nhớ đến một nhà thơ tài hoa, lãng mạn, và cũng đầy chí khí vậy: *"Nằm chơi ở góc rừng này/ Chưa thiên thu cũng đã đầy cỏ hoang/ Xin em một sợi tóc vàng/ Làm hoa sự cho ngàn kiếp sau/ Biết đâu thảo mộc bớt đau/ Biết đâu có bản kinh cầu dâng lên?"* ■

THƠ

Silvia Schmidt

Trương Văn Dân Việt dịch từ bản tiếng Ý

...VÀ TÔI ĐÃ PHẢI CHẤP NHẬN

...VÀ TÔI ĐÃ PHẢI CHẤP NHẬN ...

Rằng tôi không biết gì
về thời gian...
Đó là một điều bí ẩn. Đối với tôi
Vì tôi không thể hiểu
Về sự vĩnh hằng.
Tôi đã phải chấp nhận,
Là thân xác của tôi
Không phải là bất tử,
Rằng nó sẽ già đi
Và một ngày nào đó nó sẽ tiêu tan.
Rằng chúng ta được tạo ra,
Bằng những kỷ niệm và cả những lãng quên;
Những ước muốn, những ký ức
Những cặn bã, những ồn ào.
Những thì thầm, im lặng,
Ngày và đêm,
Bằng những câu chuyện nhỏ
có những chi tiết mỏng manh.

Tôi phải chấp nhận rằng,
Tất cả đều là tạm thời
Mọi thứ chỉ là thoáng qua.
Và tôi đã phải chấp nhận,
Rằng tôi được đưa đến thế giới này
Để làm điều gì đó,
nên cố gắng để lại
Điều tốt đẹp nhất của tôi
Những dấu chân
Trước khi xa lìa cõi thế.

Tôi phải chấp nhận,
Rằng ba mẹ tôi Sẽ không ở bên tôi mãi mãi
Còn những đứa con của tôi,
Từ từ, từng chút,
Sẽ chọn lấy con đường riêng biệt
Mà chúng sẽ đi
Nhưng không có tôi bên cạnh.

Và tôi đã phải chấp nhận,
Con cái không thuộc về tôi,
Như tôi đã tưởng, và rằng
Tự do đi hay đến
Cũng là Quyền của chúng.
Tôi cũng phải chấp nhận,
Là tất cả tài sản của tôi
là tôi được Đời cho vay mượn,
Và nó chưa bao giờ thuộc về tôi
rằng đời chỉ giao tôi giữ tạm
vì chúng sẽ thoáng qua
Như sự tồn tại của bản thân tôi. trên Trái Đất.

Và tôi phải chấp nhận rằng,
mọi thứ vật chất còn lại
sẽ được những người khác sử dụng
Khi tôi không còn ở trên đời này nữa.

Tôi cũng phải chấp nhận,
Mỗi ngày
Tôi đều quét vỉa hè trước nhà mình
Nhưng thế cũng không bảo đảm
Nó là sở hữu của tôi
Dù tôi có quét với sự kiên trì
để ảo tưởng rằng mình được sở hữu nó.
Tôi đã phải chấp nhận,
Cái mà tôi thường gọi
Là nhà của mình
Nhưng đó chỉ là nơi trú ẩn tạm thời
Vì một ngày nào đó,
Nó sẽ là Nơi trú ẩn trần gian
Của một gia đình khác.

Và tôi còn phải chấp nhận,
Sự níu kéo vì gắn bó với đồ vật,
Chỉ khiến tôi thêm đau đớn
Trong ngày tạm biệt
Khi rời bỏ trần gian.
Tôi cũng phải chấp nhận,
những con vật tôi yêu
những cái cây mình trồng,
Hoa và chim chóc của tôi
Trước sau cũng đều phải chết.
Tất cả,
Chưa bao giờ thuộc về tôi.

Thật quá khó
Nhưng tôi vẫn phải chấp nhận điều đó.
Cũng như tôi phải chấp nhận,
những điểm yếu của tôi,
những hạn chế của tôi
vì thân phận của tôi
là của những người phàm,
Nên cuộc đời chỉ là thoáng chốc.

Tôi cũng phải chấp nhận,
Rằng cuộc sống sẽ tiếp tục mà không có tôi
Và, sau một thời gian,
Đời cũng sẽ quên tôi.

Tôi phải khiêm tốn thú nhận,
Rằng tôi đã phải chiến đấu
Rất nhiều trận chiến nội tâm
Để có thể chấp nhận những điều đó.
Và tôi phải chấp nhận,
Rằng tôi không biết gì về thời gian,
Nó là cái gì
Quả là một bí ẩn đối với tôi.
Điều mà tôi không hiểu,
Vĩnh cửu là gì
Chúng ta dường như
không ai biết gì về nó
Dù bao nhiêu điều người ta đã viết,
Đã bao nhiêu lần giải thích
Để giúp ta hiểu Về thế giới và cuộc đời
Mà chúng ta đang sống!
Nhưng, Tôi đã bỏ cuộc, và
đã phải chấp nhận những gì
tôi cần chấp nhận,
Và nhờ thế tôi đã thôi đau khổ.
Tôi đã buông bỏ,
Niềm tự hào và Sự kiêu ngạo,
Và tôi đã thừa nhận rằng
Thiên nhiên
Xử lý mọi việc
Như nhau
Công bằng,
không phân biệt hay thiên vị.
Tôi phải làm như thế,
Tự vô hiệu hóa bản thân
Để mở rộng vòng tay
Và ghi nhận
Cuộc sống là như thế.
Thừa nhận rằng.

Tất cả chỉ thoáng qua
Đó là cách hoạt động
Khi chúng ta ở trên trái đất
Điều này
Giúp chúng ta suy gẫm
Và chấp nhận, Để có thể đạt được
Sự bình yên mong ước!
Rằng sự suy ngẫm này
Thấm vào sâu thẳm
Trong trái tim của chúng ta,
Để nó biến thành
LÒNG TỪ TÂM
VÀ TÌNH HUYNH ĐỆ
ĐỂ NÓ LẤP ĐẦY TÌNH YÊU
VÀ BIẾN TA TRỞ THÀNH MỘT THỨ ÁNH SÁNG CỦA RIÊNG MÌNH,
NHƯNG KHÔNG QUÊN
NHỮNG NGƯỜI THÂN THIẾT.
Một cái ôm chân thành thật chặc
từ trái tim tôi đến trái tim của bạn

"Cuộc sống là một món quà
Là những gì được trao cho bạn"

***

Ghi chú : Trương Văn Dân dịch từ bản tiếng Ý từ trang web Univers... nhưng rất tiếc là không thấy ghi tên tác giả. Sau đó TVD tìm tòi và cuối cùng mới biết tác giả là Silvia Schmit, là nhà tư tưởng và nghị sĩ người Đức.

(Hình minh họa do AI tạo)

Chúc Thanh

THEO NGỌN MÂY TẦN

Đoái thương muôn dặm tử phần
Hồn quê theo ngọn mây Tần xa xa
(Nguyễn Du)

Hai chữ Mây Tần lấy ở điển tích của Hàn Dũ:
Mây ngang Tần Lĩnh biết nhà mình đâu?
Tuyết phủ Lam Quan ngựa khó qua.
Ý nói về nỗi đi xa, nên nhớ quê nhà, đầu tư cố hương!
Quê hương khuất bóng hoàng hôn
Trên sông khói sóng cho buồn lòng ai.
Thơ Đường

Hai chữ Mây Tần hẳn là tâm sự của nhà văn Linh Bảo, bà thiệt là người, theo sách vở ghi lại, bà phải sống cuộc đời xa quê hương. Bà vừa ra đi về miền miên viễn ở tuổi thọ 98, nhớ thương, tưởng niệm và cầu mong Linh Bảo siêu thăng tịnh độ quốc, tìm lại được mây Tần «nhật mộ hương quan hà xứ thị».

Nhắc đến hương quan hà xứ thị? Nhất là nhắc lại Mây Tần, ta không khỏi nhớ đến đại thi hào Nguyễn Du, vì sao? Thưa, có lẽ vì tư tưởng của ông hiện diện ở mọi nơi, mọi lúc, với mọi người, trong tất cả mọi hoàn cảnh.

Cái triết lý nhân bản của cụ Nguyễn Du đã được rất nhiều tác giả danh tiếng trình bày. Tất cả, họ đều viết hay ở mọi khía cạnh, mọi chi tiết. Và truyện Kiều thì chúng ta bàn mãi cũng không chán và không hết, nên lúc này, C.T xin mạn phép nhắc lại, có thể kể thêm vài chi tiết qua sự hoàn chỉnh luận án về triết lý nhân bản Kiều của tác giả linh mục Vũ Đình Trác.

Thưa, xin viết lại đây, chỉ là do lòng ưu ái với văn chương quê mẹ và cũng xin luôn nhớ về những tác giả luôn đầy ắp tâm tình gói gọn hai chữ Việt Nam.

* * *

Luận án của L.M Vũ Đình Trác là một luận án triết học Việt Nam hoàn thành năm 1975 hoàn chỉnh và biện trình tại đại học Sophia – Tokyo Nhật Bản năm 1984 bản Việt văn do chính tác giả xuất bản và giữ bản quyền xuất bản năm 1993 «Thời điểm Công giáo» phát hành in tại NV Printing, Garden Grove, C.A.

"Than ôi! Một bước phong trần, mấy phen chìm nổi! Trời tình mù mịt, bể hận mênh mông. Sợi tơ mành theo gió đưa đi, cánh hoa rụng chọn gì đất sạch! Ai dư nước mắt khóc người đời xưa? Thế mà giống đa tình luống những sầu chung, giọt lệ Tầm Dương chan chứa; lòng cảm cựu ai xui thương mướn? Nghe câu ngọc thụ não nùng. Cho hay danh sĩ giai nhân, cùng kiếp hoa nghiêm nặng nợ. Ngán nỗi non xanh đất đỏ, để riêng ai lưu lạc đau lòng".

Trên đây là lời mở đầu bài tựa Hán văn, đề tựa là Thanh Tâm Tài Nhân thi tập của Chu Minh Trinh, Đoàn Tư thuật dịch.

Công việc viết và sưu khảo, hệ thống tư tưởng một luận án, một cuốn sách dĩ nhiên mang lại nhiều lợi ích, có những lợi ích chung cho mọi người và bên cạnh cũng là lợi ích cá nhân. Nhưng ý muốn thực hiện và lòng đam mê của tác giả Vũ Đình Trác mang chủ đề rất Việt Nam, triết lý nhân bản truyện Kiều, thiết nghĩ đây là một ý thức về nguồn mạnh mẽ và thân mến cho chúng ta, mọi người Việt Nam đang sống xa rời mà luôn luôn gìn giữ tâm hướng về quê hương Việt Nam.

Truyện Kiều của Nguyễn Du, đa số người Việt Nam ai ai cũng biết nghĩa là đã nghe nói tới, đã thuộc vài câu hay thuộc nhiều đoạn, đã từng nghe lẩy Kiều, hay đã yêu và đã giảng nghĩa lưu loát về Kiều. Nói chung, đây là một tác phẩm rất nổi danh, rất được lưu truyền trong dân gian, phổ biến rộng rãi từ lãnh vực văn chương truyền khẩu sang văn chương bác học.

Người nhà quê Việt Nam, khắp Bắc, Nam, Trung… vẫn có thể nằm võng đu đưa và thích chí đưa đẩy, ê a vài câu Kiều lẩy:

"Còn non còn nước còn dài
Còn về còn nhớ tới người hôm nay…"

Câu này trích ở đoạn Kiều tiễn biệt Kim Trọng. Người bình dân ta cũng vậy, khi thương ai, nhớ ai và trông đợi thì ngân nga… còn khi tức tối thì cũng biết nổi dóa:

"Ma đưa lối quỷ dẫn đường,
Lại tìm những nỗi đoạn trường mà đi".

Nhưng chán chê rồi ai ai cũng nương theo Nguyễn Du mà tự giải thoát được những uẩn ức của cuộc đời, có thể gọi theo văn chương bác học là tri thiên mệnh:

"Cho hay muôn sự tại trời,
Trời kia đã bắt làm người có thân,
Bắt phong trần phải phong trần
Cho thanh cao mới được phần thanh cao"
…
Thiện tâm ở tại lòng ta
Chữ tâm kia mới bằng ba chữ tài."

Vì người ta yêu cầu chuyện mà viết thật nhiều sách để bàn về Nguyễn Du và triết lý Kim Vân Kiều. Sách bàn về Kiều có lẽ viết không bao giờ hết, càng viết càng giàu có, ý tưởng càng phong phú, tư tưởng càng rộng rãi và thâm thúy.

Điểm cá biệt là bên cạnh đó, người bình dân Việt Nam không còn phải khó khăn lắm để đọc Kiều, vì cái bút pháp tự nhiên của Nguyễn Du:

"Nghĩ đời mà ngán cho đời,
Tài tình chi lắm cho trời đất ghen"

Khi nhớ quê hương, cha mẹ ở xa thì người học ít, học nhiều, người ở đâu đâu, chân trời, góc bể cũng đồng ý với cái buồn bã của Kiều mà cũng rung rung nước mắt:

"Đoái thương muôn dặm tủ phần
Hồn quê theo ngọn mây Tần xa xa
…
Xót thay huyên cỗi xuân già
Tấm lòng thương nhớ biết là có nguôi"
Truyện Kiều – Nguyễn Du

Truyện Kiều của Nguyễn Du xuất hiện vào thế kỷ XVIII là thời kỳ phồn thịnh của lịch sử văn chương Việt Nam. ■

Thu Hoài

CHỜ AI MỘT THUỞ

Lần đầu tiên gặp, trông chị rất đẹp và trẻ lắm! Cứ ngỡ chị khoảng trang lứa hoặc nhỏ hơn! Mới hay, không riêng gì tôi, cả đám bạn ai cũng lầm. Vì đến khi biết về tuổi đời, chị hơn những đồng lứa như tôi - phải nói, ít nhất từ ba đến năm tuổi!

Nhìn chị, khó thể nào mà đoán được hay phủ nhận nét trẻ trung, qua hình dáng tự nhiên. Chị có sắc đẹp như một loài lan kéo dài với thời gian, bền bỉ.

Đơn giản, chị hồn nhiên và diễm lệ.

Tôi quen chị qua Vũ, bạn học tôi, cũng là em bạn dì với chị.

Hôm gặp, thấy chị đứng bên cây hoàng lan, trong tay đang cầm những nhánh hoa đầu mùa. Thành thật, tôi cứ ngỡ là em gái của Vũ.

Nghĩ lại những gì tôi đã nói với chị, đôi khi nhớ về, khó mà tránh khỏi sự ngượng ngùng. Nhưng chắc chắn một điều: tôi biết, chị rất hài lòng về sự lầm lẫn đó.

Hôm đó, nhìn bàn tay của chị, với đóa hoa nõn nà, nằm trong ngón tay mềm mại. Thêm mùi hương theo sau bước chân, khi chị quay gót vào nhà - tôi liên tưởng đến lời thơ của Đinh Hùng:

Búp lan dài mướt ngón tay
Cả lâm tuyền nhớ gót giày phong hương (1)

Dần dà, tôi cảm nhận chị cũng mến tôi. Không biết có phải tôi dễ sai, hay có lẽ tôi thích được chị nhờ giúp để có cơ hội nhìn hay nghe chị nói. Mỗi điều, tôi tự hiểu trong lòng, ở đó, như có điều gì khiến đến an tâm và hạnh phúc.

Cứ thế, thân tình ngày mỗi đến kề cận hơn. Đặc biệt là những hôm chị nhờ chở qua phố mua dăm ba chút đồ, với tôi, còn nỗi hãnh diện nào hơn, được là người đưa chị đi - được gần bên chị.

Tôi hay mâu thuẫn với chính mình: một mặt, tôi thích được nhìn chị tươi tắn như mọi ngày; mặt khác, tôi không mấy ưa thích khi nhìn chị thắm thiết nói cười vào những ngày anh Tuấn về phép cuối tuần.

Tôi tin rằng, chị đã có nhiều cuộc tình đi qua trong đời, chẳng hạn như tình nhớ, tình sầu, có khi chỉ là tình thương hại! Tuy nhiên, để có một tình yêu trong đời, trong đó yêu người và được người yêu: đó là điều đã mấy ai may mắn?

Anh Tuấn là người được chị yêu - một sĩ quan tác chiến! Người về thăm chị ít nhất một đôi lần trong tháng. Và phải nói thật lòng, tôi không mấy thích anh ta!

Chị rộn ràng trong những ngày anh về phép. Tươi như hoa trong ngày xuân.

Tôi mang cảm giác khó chịu đến lạ lùng khi nhìn chị sánh vai đi bên anh dưới phố. Đôi khi tự hỏi: Có phải ánh nắng của ngày chói chang trong mắt? Đã khiến tôi không còn mấy thích chiếc áo dài màu thanh thảo mà lòng thường hay khen thầm, mê ngắm khi chị mặc vào những ngày lễ hội!

Hoặc có phải vì gió? Khiến vạt áo lụa mềm lả lơi quấn quýt, quyến luyến như không rời trên bộ đồ quân phục mà anh Tuấn thường hay mang về phép như mọi lần.

Những hôm như vậy, tôi về lại nhà, ngồi im lặng trong góc tối một mình, đa đoan, mang nỗi lòng ấm ức!

Anh Tuấn về rồi đi.

Những khi anh không về, tôi thường xuyên mang nỗi lòng ích kỷ, nhìn chị ngồi lặng thầm bên song cửa, nhẫn nại ngồi đan áo, đợi chờ.

...

tháng chín nhìn chị ngồi đan
dã quỳ đã chớm, nắng vàng ngoài song
tháng chín vạt áo gần xong
chị ngồi đan nốt đường cong nỗi sầu...(*)

Tôi nhớ một đêm cuối năm, chị mang nỗi buồn, trĩu ưu tư, khi biết anh không thể về được, Vũ và tôi được chị kéo lại ngồi uống chút rượu, chờ đón giao thừa.

Nói là chút thôi, nhưng giữa đất trời - mỗi chút gió mây cũng có thể trở thành dông bão!

Không lâu, trước khi thời khắc bước qua thềm năm mới, Vũ phải rời vì có hẹn với bạn gái bên cầu. Để lại tôi ngồi một mình với chị.

Đêm đó, cũng là lần đầu tiên, tôi như cuốn theo dòng mê lộ, nên đã uống rất nhiều. Chúng tôi chừng như không còn nhớ đến thời gian, trong khi không gian đang khuất chìm trong men rượu!

Chị say trên ngực áo tôi.

Bên mùi nhang quyện trong đêm giao thừa năm ấy, phảng phất phấn son và hương tóc. Phủ, xõa trên mặt tôi khi chị cúi xuống nhìn. Và trong hơi thở đượm chất nồng nàn, tôi mang cảm nhận đôi môi của chính mình mềm đến ngây ngô, mê dại. Có vài sợi tóc vướng lặng thầm, lẻ loi. Ngơ ngác.

Trong mờ ảo của màn đêm, cùng với hơi thở rộn ràng cuống quýt giữa không gian chung điểm của giao thừa. Bất chợt, tôi nghe tiếng nấc gọi thầm của chị đang mê man, thảng thốt: "Tuấn ơi!" Âm thanh lênh đênh, gợn lên mơ hồ trong đôi mắt chị.

Ngoài kia, dăm ba tiếng pháo chen lấn tiếng súng vọng về. Và chừng như không riêng chị, cả chính tôi - đang cùng mang nỗi lòng trơ trọi.

...

Những năm tháng sau đó chiến trường ngày mỗi sôi động. Anh Tuấn càng ít về. Và cuối cùng, ngày nghe tin anh bị tử thương khi đang hành quân qua sông, để ngậm ngùi chấp nhận - đó là ngày anh sẽ vĩnh viễn không bao giờ trở lại.

...

Tráng sĩ chưa về
Vườn sau sông ấy
Người đứng đầu sông
Người cuối sông này (3)

Không biết giữa rủi may, đã có ai dự đoán, rồi cũng phải có ngày! Nhưng anh có hay, khi anh nằm xuống bên kia sông, cũng là lúc bên này, người mong chờ anh về, dở dang, ngã gục.

...

Đưa người, ta không đưa qua sông
Sao có tiếng sóng ở trong lòng?
Bóng chiều không thắm, không vàng vọt
Sao đầy hoàng hôn trong mắt trong (2)

Tôi tin rằng, Thâm Tâm đã có riêng dòng cảm xúc khi ông ghi lại bài thơ Tống Biệt Hành. Lãng đãng, với cái nhìn "đầy hoàng hôn trong mắt trong", có thể là biểu tượng của một Kinh Kha qua sông Dịch. Tuy nhiên, trong dòng cảm nhận ấy, tôi mang cảm tưởng lời thơ mang ý niệm riêng cho người đọc, tùy theo mỗi góc cạnh của nỗi lòng.

Cho chị:
Chị thà coi như là hạt bụi (2)
Và cho tôi:
Em thà coi như hơi rượu say (2)

Rơi trong niềm đau, tôi nhìn chị thuở ấy - mà nghĩ đến nỗi lòng của không biết bao nhiêu thiếu nữ: *"Tóc thề đã quấn khăn tang" (3)*

Cho đến bây giờ nghe lại, tất cả, chừng như là huyền thoại.

Tôi mang nỗi niềm xót xa, nhìn chị. Thu về, vẫn còn ngồi đan áo cho anh những ngày sau đó. Tôi chợt thầm mong nếu anh có thể về lại như những ngày phép cuối tuần, để những mong được thấy chị tươi cười, xinh xắn. Cùng là lúc, tôi cảm thấy xấu hổ với chính mình. Bởi lẽ trước đó không lâu, tôi không muốn thấy anh.

Tôi xuống đời bon ba khi những cơn mưa của tuổi xuân chưa kịp thấm đầy môi mắt, đã vội vàng bước vào mùa hè của 1972, tràn ngập lửa đạn mưa bom!

Con đường quê hương đầy dằn xóc, quanh co, và lối về ngày mỗi hiếm hoi, không còn được gặp chị những năm sau đó. Chúng tôi thất lạc nhau giữa dòng cuốn vô thường. Những mơ ước được bình yên, về ngồi lại trước hiên sân sau tháng Tư 1975 trở nên xa xỉ. Căn nhà qua đó một thời, nhìn lá xuân xanh, đã đổi chủ thay màu, khô héo qua giữa mùa vàng thu, lá rụng!

Trong nỗi ngậm ngùi hoài niệm về một thời vàng vọt, tôi luôn thấy chị, hình ảnh một thiếu nữ dịu dàng - bên song cửa vào thu, ngồi lặng thầm đan áo:

ĐAN ÁO MÙA THU (*)
Quên bẵng sao ? anh đi không trở lại !
Gió bấc thâm, dằn vặt bên chốn này
Khuyết bao lần, trăng vỡ ghé qua đây
Vầng u tịch xói mòn đời đơn lẻ

Chị đan áo bên song chiều gió nhẹ
Lá ngoài hiên xào xạc, ngỡ bước ai !
Áo đan xong – chờ – tháo ra – đan lại
Anh không về mặc thử áo mùa thu

Chị đan áo khi lá mùa chưa rũ
Sợi len buồn luồn qua lại bao lần
Đã mỏi mòn theo chỉ móc kim đan
Se sắt lạnh! Khi mùa đông đang tới

Thu năm nay không còn ai ngồi đợi
Bên song buồn có sợi tóc ai vương
Gió lay động qua hàng cây cẩm chướng
Thấy bướm vàng nhớ màu áo chị đan

[Viết cho một thời vàng vọt - Thu Hoài]

---

(1) Hoa Bay Về Ngàn - Đinh Hùng
(2) Tống Biệt Hành - Thâm Tâm
(3) Mười Hai Tháng Anh Đi - Lời thơ Phạm Văn Bình
(*) Thơ Thu Hoài.

Hà Bạch Trúc

Còn lại

Mùa thu đã về với chút gió se lạnh và lá vàng xào xạc khắp lối đi. Một chiếc lá vừa rụng chợt làm khách ngẩn ngơ. Chiếc lá úa vàng như gợi nhớ mùa xuân êm ái đã qua và hạ nồng nàn vừa dứt.

Sáng hôm nay Trang trở lại trường sau thời gian dài gián đoạn. Mặc dù không gian ở đây có khác nhiều với trường xưa của nàng ở Việt Nam nhưng Trang không cảm thấy bỡ ngỡ hay xa lạ lắm. Cũng hàng cây rợp bóng sân trường, cũng giảng đường cao rộng với những hàng ghế nối tiếp nhau, và ở đây cũng những khuôn mặt sinh viên thật trẻ, hồn nhiên, sinh động.

Trang vào lớp sớm, thấy vài sinh viên ngồi rời rạc ở mấy dãy bàn đầu. Trời se lạnh, Trang mặc chiếc áo len mỏng màu thiên thanh, chợt nhớ đến những chiếc áo lụa màu mỡ gà thật nhẹ và mát mà ngày xưa nàng vẫn thường mặc đến trường. Nhẹ nhàng ngồi xuống chỗ đầu hàng ghế ở cuối lớp, nàng nhìn thấy phía dưới bàn có một ngăn tủ hẹp. Bất chợt một hình ảnh quen thuộc hiện về, rồi một cảm giác bàng hoàng kéo đến khiến Trang ngẩn ngơ. Đây có phải là cái ngăn tủ có lá thư mà nàng đã tò mò đọc hơn mười năm về trước?

Ngày đó đã lâu, Trang là cô sinh viên mới bước chân vào đại học. Vốn tính lười nên lối học trên đại học có vẻ thích hợp với nàng. Vì không bắt buộc điểm danh hàng ngày nên nàng chỉ đến lớp những môn nào thích hay cần phải đến. Thời gian còn lại nàng tha hồ đi dạy thêm hay đi kèm trẻ để kiếm tiền tiêu vặt. Hôm đó Trang đến trường sớm vì có giờ học trên giảng đường lớn, phải đi sớm để có chỗ ngồi. Như thường lệ nàng đến ngồi ở dãy ghế cuối giảng đường. Định cất sách vở vô ngăn tủ dưới bàn thì nàng chợt nhìn thấy một chiếc phong bì. Không thấy đề tên ai gởi, ai nhận, mà cũng không dán kín. Tò mò nàng mở ra xem. Trên tờ giấy trắng học trò, một nét chữ khá đẹp và hai câu thơ:

Bước rất nhẹ như mây mềm dưới gót
E nắng buồn làm rối tóc mưa ngâu

Trang không rành văn chương Việt Nam nhưng cũng thấy hai câu thơ nhẹ nhàng, dễ thương quá. Có lẽ ai đó vừa cảm hứng sáng tác trong giờ học hoặc ai đó thấy hay, chép rồi bỏ quên, nàng nghĩ. Nàng xếp tờ giấy trả lại phong bì. Tuần sau vào giờ học trên giảng đường, Trang cũng đến ngồi ở chỗ cũ. Chiếc phong bì vẫn còn đó, và tò mò nàng mở ra xem. Cũng tờ giấy trắng hôm trước nhưng kìa ... dưới hai câu thơ hôm nọ có thêm hai câu nữa.

Bước rất nhẹ như hường qua sắc đỏ
Như màu trời len lén bước vào xanh

Lạ thật, không lẽ người ta lại vô tình bỏ quên lần nữa, sau khi đã làm thêm hay chép thêm hai câu thơ mới? Trang đưa mắt nhìn quanh, chỉ thấy vài cô sinh viên không quen. Nàng xếp tờ giấy trả lại phong bì. Suốt buổi học, nàng bắt gặp mình mấy lần nghĩ đến bốn câu thơ và cảm thấy mình không được tự nhiên lắm. Lúc ra về, không hiểu sao nàng cố bước thật nhẹ, phải chăng vì muốn yểu điệu như người trong thơ hay vì sợ vỡ sự rung động mong manh ban đầu của ai đó.

Phải chờ một tuần nữa, Trang mới lại có giờ học trên giảng đường. Nàng hồi hộp tiến đến chỗ ngồi thường lệ. Chiếc phong bì vẫn nằm đó và nàng chẳng ngạc nhiên khi thấy có thêm hai câu thơ mới.

Bước nhè nhẹ như bóp mềm hơi thở
Như ngập ngừng chưa nỡ xé chiêm bao

Giờ học hôm đó hình như Trang không vô được mấy chữ. Cứ nhìn quanh quẩn để đoán thầm ai là "thủ phạm" trò chơi lý thú này. Ai đó có điều gì muốn nhắn nhủ nàng, hay có điều gì riêng tư muốn thố lộ mà không dám nói? Sao không làm quen theo kiểu thông thường như hỏi thăm bài vở hoặc giả vờ mượn sách? Nàng tự hỏi mình có phải là đối tượng của lá thư hay tất cả chỉ là một sự tình cờ. Hồn thơ đẹp quá, gần như một lời tỏ tình tuyệt vọng. Tự nhiên nàng có ý nghĩ thủ phạm chắc hẳn không đẹp trai lắm... Dù sao nàng cũng sẽ bước thật nhẹ để mộng đẹp người ấy còn dài.

Tuần lễ kế tiếp, phong thư vẫn nằm đợi nàng ở chỗ cũ, và Trang đọc tiếp hai câu thơ mới.

Bước rất nhẹ như mùa thu con gái
Như bàn tay khẽ hái tiếng đàn tranh

A thì ra "người ta" biết nàng chơi đàn tranh; người ta gởi lời thơ đến cho riêng nàng. Nhưng người ta là ai trong số gần trăm sinh viên ở chung quanh? Ai là người theo dõi từng bước chân của nàng và ai lặng lẽ viết những câu thơ cho nàng đọc?

Những tuần lễ sau đó là những câu thơ nối tiếp nhau, mỗi tuần hai câu, cũng trên tờ giấy ban đầu.

Em đi ngang xin ráng bước cho êm
Đừng đánh thức thời gian đang ngủ kỹ
Có đi ngang xin chọn lúc bất ngờ
Đừng nói trước để anh buồn vơ vẩn
Có đi qua xin em đừng đánh phấn
Tóc buông rèm lứa tuổi thích ô mai

Trang thôi không thắc mắc ai là "thủ phạm" để lại lá thư cho nàng đọc mỗi tuần. Nàng chỉ nôn nóng chờ đợi ngày đến trường để nhìn thấy nét chữ bay bướm và những câu thơ gởi riêng cho nàng. Tuần lễ nào không có giờ học trên giảng đường, Trang bồn chồn nghĩ đến chiếc bàn ở cuối lớp và lá thư đợi nàng.

Nhưng rồi hai tháng sau, một lần Trang không thấy lá thư trong ngăn tủ. Lạ nhỉ, hay người ta đã ngã bịnh, hay có chuyện gì bất trắc xảy ra? Thời chiến mà, mấy ai biết được ngày mai. Hay phải chăng chiêm bao đã vỡ? Bao nhiêu câu hỏi làm bận lòng Trang. Mấy tuần nàng lặng lẽ đến trường, thấy giảng đường giờ trống vắng, thênh thang và vô duyên chi lạ.

Rồi một hôm, khi Trang không còn chờ mong nữa thì lá thư lại bất ngờ xuất hiện.

Tay vụng quá nên thư không viết nổi
Mực trong bình như cẩm thạch ngẩn ngơ

A thì ra người ta định thay đổi chiến thuật, định viết thư thay vì mượn lời thơ để tỏ ý với nàng, nhưng rồi lúng túng mãi không viết được nên đành trở lại phương pháp cũ. Càng hay, Trang nghĩ, bởi nàng thích thơ hơn. Những câu thơ thừa sức chuyên chở ý tình mà lại không trực diện làm bối rối một ai. Một bài thơ hay sẽ còn đẹp mãi.

Trang chờ xem người ta còn những lời gì nữa. Nhưng rồi nàng phải nghỉ học mấy tuần vì phải theo mẹ đi xa. Lần trở lại giảng đường, nàng hồi hộp rồi vui mừng gặp lại lá thư trong ngăn tủ. Và nàng thật sự bối rối khi đọc bốn câu thơ lần này.

Em có về ăn cưới những vì sao
Để chân bước trên dòng sông loáng bạc
Ở một chỗ tưởng chừng như đi lạc
Yêu một người mà cảm thấy mênh mông

Lời tỏ tình đã thốt ra. Một đi không trở lại. Người ta đã tỏ hết nỗi lòng. Không biết có chờ đợi gì ở mình, Trang nghĩ. Nàng xếp lá thư trả lại phong bì, nhưng thay vì để lại chỗ cũ trong ngăn tủ, nàng bỏ lá thư vào sách của mình.

Nàng đảo mắt nhìn quanh khắp giảng đường … rồi như có một linh cảm nào thúc giục, nàng quay đầu nhìn về phía hành lang ngoài cuối lớp. Trong đám sinh viên đứng ngoài hành lang ấy, nàng bắt gặp một đôi mắt đăm đăm nhìn nàng, ý chừng nhìn đã lâu, từ trước khi nàng quay đầu lại. Đôi mắt thăm thẳm, nồng nàn như muốn nói thật nhiều, đôi mắt làm nàng nghĩ đến bài thơ của mấy tháng nay. Rồi một nụ cười nhẹ trên gương mặt chữ điền của người ấy. Trang bối rối nhưng thật lòng, nàng không ngạc nhiên lắm. Người và thơ thật hợp.

Tuần lễ sau đó, nàng nhận được lá thư cuối cùng. Nguyên bài thơ chép trên giấy trắng học trò bằng nét chữ bay bướm, *Bài Thơ Còn Lại* của Hoàng Anh Tuấn, trong đó có hai câu được viết bằng mực khác màu.

Em nguyên vẹn là bài thơ bé nhỏ
Anh còn nguyên là một kẻ yêu em

Như mối tình đầu muôn thuở, như bài thơ còn lưu luyến mãi, như kỷ niệm thời gian không xóa nổi, bài thơ của lứa tuổi đôi mươi đã theo nàng qua bao nhiêu năm tháng, theo nàng đến tận nơi đây… Mãi mãi theo nàng. ■

Helsinki Cathedral, Trái Tim Trắng của thành phố

Helsinki, thủ đô của Phần Lan

Chỉ hai tiếng rưỡi đồng hồ, con chim sắt cõng du khách từ Frankfurt, Đức nhẹ nhàng đáp xuống Helsinki, Phần Lan. Xong thủ tục nhập cảnh ở phi trường, như thường lệ, hai chị em tôi kéo hành lý đến quầy đổi tiền. Chút ít tiền lẻ bất cứ nơi đâu cũng cần thiết như lời cám ơn, khi mình được giúp đỡ. Ông nhân viên trong quầy mau mắn:

-Chào cô, tôi có thể giúp cô được gì nào?

-Chào ông, tôi muốn đổi tiền.

Nhớ, Thụy Điển có Swedish Crown, Na Uy có Norwegian Crown, tôi suy diễn tiếp:

-Tôi muốn đổi Euro ra Finnish Crown.

Tôi chưa kịp khen thầm mình nhanh trí, ông nhân viên hóm hỉnh trả lời:

-Rất tiếc, tôi không thể giúp cô được. Tôi chỉ có thể đổi Euro thành Euro cho cô mà thôi.

Cả ông ta và tôi cùng cười xòa. Ui, mình đúng là đãng trí thứ thiệt. Phần Lan đã gia nhập Eurozone từ 1999 và dùng Euro ngay từ buổi đầu như những quốc gia thành viên khác.

Ngày trước, nhắc đến những thủ đô bắc Âu, người ta thường nghĩ đến Oslo giàu có của Na Uy, Copenhagen trẻ trung của Đan Mạch. Giờ đây, Helsinki dần dà từng bước góp mặt vào danh sách những thủ đô được du khách ưa chuộng. Sức thu hút của thành phố ngày càng tăng. Từ 15 năm nay, Helsinki là một trong những thành phố tân tiến nhất Âu châu.

Diện tích Phần Lan lớn hơn diện tích Việt Nam 6 ngàn cây số vuông. Thế mà, dân số lại chưa đến 20% của Việt Nam. Hầu hết 5,5 triệu người Phần Lan sống tập trung ở thủ đô Helsinki và vài thành phố lớn. Với số lượng gần 188 ngàn hồ nước, Phần Lan có biệt danh "xứ sở ngàn hồ". Mãi đến đầu năm 2022, 80% dân Phần Lan muốn đất nước trung lập, không tham gia vào những liên minh quân sự. Nhưng sau khi Nga gây chiến với Ukraine, 80% dân số đồng ý vào NATO để có thêm sức mạnh quốc phòng. Ngôn ngữ chính thức là tiếng Phần Lan và tiếng Thụy Điển. Người Phần Lan rất kiệm lời. Đứng chung trong thang máy, chẳng ai hé môi góp chuyện. Chào hỏi người lạ ngoài đường hiếm khi xảy ra. Trong bài thơ "Phong cảnh Phần Lan" (Finnische Landschaft), Bertolt Brecht đã viết: "Dân tộc Phần Lan là dân tộc lặng thầm trong hai ngôn ngữ."

Nơi gặp gỡ đầu tiên ở thủ đô là Helsinki Cathedral, thánh đường Helsinki. Theo cách người Phần Lan nói: đó là Trái Tim Trắng của thành phố. Thánh đường

Helsinki (tiếng Phần Lan: Helsingin tuomiokirkko, Suurkirkko) là nhà thờ Tin lành, nằm ở quảng trường Thượng Viện, ngay giữa trung tâm thành phố. Carl Ludwig Engel đã đưa ra những kế hoạch đầu tiên vào đầu năm 1819. Nhà thờ được xây dựng từ năm 1830 đến năm 1852 để vinh danh Sa Hoàng Nicholas I của Nga. Ban đầu được gọi là Nhà thờ St Nicholas. Khi Phần Lan độc lập vào năm 1917, nhà thờ được đổi thành Suurkirkko (Nhà thờ lớn). Đây là một địa danh chính của thủ đô, cũng là một trong những công trình kiến trúc nổi tiếng nhất ở Phần Lan.

Rời nhà thờ lớn Suurkirkko, chúng tôi đến thăm nhà thờ Temppeliaukio, nhà thờ đá hiện đại ở quận Etu-Töölö, một kiến trúc nổi bật của Phần Lan, một trong những nhà thờ đặc biệt nhất trên thế giới. Tòa

Sibelius Monument, Töölö, Helsinki

nhà được xây trong vách đá. Ánh sáng ban ngày chiếu qua mái nhà bằng đồng với 180 cửa sổ. Các bức tường nhà thờ cao từ năm đến tám mét được làm bằng đá thô, không gọt giũa. Nhà thờ có chiều cao tính đến đỉnh mái vòm là 13 mét. Ngoài việc sử dụng cho các thánh lễ của Nhà thờ Tin Lành, nhà thờ còn được dùng cho các buổi hòa nhạc.

Sau khi đến thăm thánh đường Helsinki và nhà thờ đá, du khách có được buổi chiều tự thám hiểm, tìm tòi thủ đô. Trên đường đến bến phà sang quần đảo pháo đài Suomelinna, chúng tôi đi ngang khu chợ trời cạnh bến cảng, người dân địa phương gọi là Kauppatori. Nơi đây, khách hàng có thể mua mọi thứ: từ cá hồi tươi cho đến thịt tuần lộc. Khách hàng không chỉ thưởng thức những món ăn ngon lạ tại chợ, mà còn có thể tìm kiếm quà lưu niệm đặc biệt: những món đồ thủ công mỹ nghệ bằng gỗ, bằng đá, hoặc mũ lông thú, da tuần lộc...

Đi phà từ bên Helsinki qua Suomenlinna chỉ 15 phút. Suomenlinna (Pháo Đài của Phần Lan), ban đầu được đặt tên là Sveaborg (Lâu Đài của Thụy Điển) là một pháo đài được xây từ thế kỷ thứ 18 trên một quần đảo nối liền nhau, nằm ven thủ đô Helsinki. Việc xây dựng pháo đài bắt đầu vào năm 1748 khi Phần Lan còn thuộc Thụy Điển, để bảo vệ đất nước trước chủ nghĩa bành trướng của Nga. Pháo đài được UNESCO công nhận là di sản thế giới từ năm 1991.

Cô hướng dẫn viên ân cần nhắc nhở: "Quý khách nhớ dành thời gian đến thư viện của thành phố." Trên đường tìm đến thư viện, chúng tôi níu áo một thiếu nữ, có vẻ như sinh viên, hỏi đường. Cô bé tươi tắn chỉ dẫn:

-Hai cô đi ngõ này, quẹo phải, thấy nhà ga, đi thêm một chút nữa.

Tôi bắt chuyện:

-Tôi nghe nói thư viện này rất đồ sộ.

-Vâng, với cháu, như là phòng khách lớn vậy. It is like our big living room. Cháu vào đấy đọc sách, học bài hoặc hẹn gặp bạn bè.

Thư viện Trung tâm Helsinki Oodi, thư viện công cộng ở Helsinki, được khánh thành vào ngày 5 tháng 12 năm 2018, vào đêm trước Ngày Độc lập của Phần Lan. Năm 2019, Liên đoàn Hiệp hội Thư viện Quốc tế (IFLA) vinh danh Oodi là Thư viện Công cộng tốt nhất của năm. Thư viện như một trung tâm giao tiếp, với hơn 100.000 cuốn sách và nhiều khu vực phục vụ nhu cầu tinh thần của mọi lứa tuổi, mọi tầng lớp xã hội. Thư viện có phòng thu âm, xưởng phim, phòng hội nghị, khu vực thủ công mỹ nghệ, các loại máy in... Cư dân Phần Lan làm thẻ thư viện, mượn sách vở, băng nhạc, nhạc cụ... miễn phí. Hai chị em tôi thích thú đi lòng vòng. Dọc bên trái là dãy nhiều bàn có cờ tướng. Một hình ảnh tuyệt đẹp. Chúng tôi dừng chân ngắm bức tranh thật sinh động: ông cháu, tình nhân, bạn bè... từng cặp đang chăm chú bên bàn cờ tướng. Khắp nơi có chỗ ngồi đọc sách: những bậc cầu thang, những ghế nệm thoải mái... Đây kia có những chậu cây kiểng thật (cây thật chứ không phải cây nhựa), tạo một không gian thoải mái. Có những phòng họp cho hai người, bốn người để sinh viên tập trung viết bài, chuẩn bị thi cử... Những bàn máy may để tập dợt may vá. Nhiều bàn computer nối với máy in. Khu sách trẻ em có đồ chơi, có những tấm thảm êm mịn để các cháu thoải mái lăn bò, trong khi cha mẹ yên tâm đọc sách. Nơi đây, vài thanh niên đang nằm trên sàn, gối đầu trên ba lô vải đọc sách. Chỗ kia vài người xếp bằng, đắm hồn trong suy nghĩ bên laptop. Vài cụ già, tóc bạc phơ, ngồi trong xe lăn, vẫn chăm chú với cuốn sách trong tay. Chúng tôi xuýt xoa tiếc rẻ phải rời thư viện, rảo bước về xe buýt để tiếp tục cuộc hành trình.

Đài tưởng niệm Sibelius trong công viên cây cỏ xanh tươi ở quận Töölö thuộc Helsinki tưởng nhớ Jean Sibelius (1865–1957) nhà soạn nhạc lỗi lạc, có những đóng góp to lớn vào nền âm nhạc của thế giới. Tác phẩm nghệ thuật gồm 600 ống đàn bằng thép, được kết nối vào nhau. Nhìn từ xa, giống như cây đàn organ lơ lửng giữa không gian. Vào ngày đầy gió, những làn gió chuyển động len lỏi qua những ống đàn sẽ tạo nên tiếng nhạc tưởng như giai điệu của gió. (Tôi chợt nhớ đến giai thoại về Sibelius nhà văn Trịnh Y Thư kể trong tạp bút *Chỉ Là Đồ Chơi*. Nhạc sĩ Sibelius, như nhiều văn nghệ sĩ khác, rất thích ngồi quán. Một hôm, đã khá trễ, ông vẫn tụm năm, tụm ba với bạn bè trong quán. Vợ ông gọi, hỏi kháy: "Ông biết bây giờ mấy giờ không?" Ông cao giọng: "Tôi là nhà soạn nhạc. Làm sao biết bây giờ là mấy giờ.")

Đường về Lappi/ Lappland

Lappi nằm ở vùng cực bắc của Phần Lan, giáp với Thụy Điển, Na Uy, Nga và biển Baltic. Vùng này dân cư thưa thớt, khu định cư của người Sami, một tộc người bản địa, xuất xứ từ phía bắc Fennoscandia. Thủ phủ của vùng, Rovaniemi là cửa ngõ của khu vực. Đường sá sạch sẽ như lau, như ly, có đoạn thẳng tắp, có đoạn ngoằn ngoèo. Xe chạy êm êm giữa hai bên đường ngút ngàn cây cỏ xanh tươi, trời mây nước hài hòa. Du khách tận hưởng không khí trong vắt, không gian êm ả và cảm giác an lành. Đó đây các cô cậu tuần lộc (reindeer) nhởn nhơ, thong dong như giữa chốn không người. Xe cộ tự giác vui vẻ tránh sang một bên. Du khách hớn hở lấy máy hình ra nháy lia lịa.

Ông già Nô-En (cách nói của chúng tôi thuở nhỏ ở Việt Nam) không sống ở Bắc Cực như người ta thường nghĩ. Quê nhà của ông là Phần Lan. Bưu điện của Santa Claus ở Rovaniemi có hai thùng thư. Thùng màu vàng nhận thư thường, sẽ được chuyển ngay theo chuyến bay gần nhất. Thùng màu đỏ, thư, thiệp được giữ ở đấy đến Giáng Sinh, ông già Nô-En sẽ cưỡi tuần lộc đến trao thiệp đúng ngày. Thiệp và tem đều đắt. Nhưng ai nấy hoan hỉ lựa thiệp, hí hoáy viết đôi dòng gởi về cho người thương, người thân. Một món quà đáng yêu vào dịp Giáng Sinh mà không phải năm nào ta cũng có thể tặng được.

Làng Ông già Noël nằm trong Vòng Bắc Cực ở Lappi của Phần Lan. Khu vực xung quanh làng thuận lợi để quan sát Bắc Cực quang. Mùa của Bắc Cực quang từ cuối tháng 8 đến đầu tháng 4. Tiếc là chúng tôi đến đây hơi sớm, bầu trời trên Vòng Bắc Cực không đủ tối để nhìn thấy Bắc Cực quang. Rời Rovaniemi, chúng tôi đến Sodankylä, một trong những nơi lạnh nhất Phần Lan, từng có mùa đông giá rét với nhiệt độ âm 51 độ C. Từ tháng Sáu đến giữa tháng Bảy, giữa đêm vẫn còn mặt trời. Bù lại, Đêm Bắc Cực kéo dài từ ngày 19 đến 25 tháng Mười Hai, mặt trời không mọc trong thời gian này. Chúng tôi đến thăm trại nuôi tuần lộc. Hiện giờ đang giữa hè, phần lớn tuần lộc vào sâu trong rừng cây để tránh nóng. Da tuần lộc mỏng, ít lông, ở nơi ấm, bị ruồi bọ bu, cắn, dễ sinh bịnh. Chủ trại chỉ giữ trong trại vài tuần lộc bố mẹ với con nhỏ. Mỗi con tuần lộc đều có thẻ căn cước đeo nơi vành tai để biết thuộc chủ nào. Tuần lộc tự do tung tăng trong rừng, chủ chẳng sợ đi lạc. Nơi đây, người ta "kỵ" câu hỏi: "Ông/bà có bao nhiêu con tuần lộc?" Tựa như câu hỏi "nhạy cảm" ở Đức: "Anh/ chị làm lương tháng bao nhiêu?" Chúng tôi đi dạo quanh trại, đến gần các con tuần lộc, đưa cành lá cho chúng nhâm nhi. Có những lều cỏ nho nhỏ, có sân chơi với xích đu. Trên bãi cỏ xanh, sáng lên những vạt cỏ bông gòn trắng muốt. Du khách không cưỡng được sự mời gọi của thiên nhiên, nằm nhoài trên cỏ. Vài ống kính vội vàng đưa cao. Bất ngờ với cảnh ngộ nghĩnh, cô chủ trại thích thú chụp tấm hình và xin phép đưa lên quảng cáo cho trại. "Thế giới tràn ngập những điều tốt đẹp..." Thật vậy, giữa khung cảnh thanh bình, không khí trong lành, ai nấy lòng nhẹ nhàng, tận hưởng những thời khắc tươi đẹp của đất trời.

Mũi Bắc Nordkapp

Du khách rời Phần Lan, trực chỉ Na Uy, đến Mũi Bắc Nordkapp (North Cape), điểm xa nhất của châu

Âu nhô ra Bắc Băng Dương. Mũi Bắc là một trong những điểm nổi bật nhất trong chuyến đi. North Cape Hall, một tòa nhà trên cao nguyên North Cape, có phòng chiếu phim, khu triển lãm cung cấp nhiều thông tin về mũi đất này.

Nordkapp lúc nửa đêm

Ngắm Mũi Bắc Nordkapp vào giữa đêm, sáng sớm hôm sau chúng tôi dừng chân ở Alta, thành phố lớn nhất phía bắc Na Uy nằm trên Altafjord. Bắc Cực Quang xuất hiện thường xuyên ở nơi này. Nhà thờ Northern Lights, nhà thờ lớn nhất ở thành phố Alta, được xây dựng từ năm 2011 đến năm 2013, hoàn toàn bằng bê tông với các tấm titan được ốp ở bên ngoài. Rải rác dọc đường có những giá cho xe đạp đậu với mái nhỏ để che mưa yên xe. Một sáng kiến ngộ nghĩnh mà thật hữu ích.

Xe của đoàn du khách tiếp tục bon bon lên đường tìm đến thiên nhiên tươi đẹp của quần đảo Lofoten Na Uy. Khoảng 80 hòn đảo xúm xít bên nhau, đó đây những ngôi nhà gỗ đầy màu sắc của những làng chài xa xôi giữa thiên nhiên hoang sơ tạo nên một bức tranh tuyệt mỹ. Sân bóng đá của làng chài HenningsvÒr được National Geographic bình chọn là đẹp nhất năm 2017. Chụp hình từ trên cao, hàng hàng lớp lớp những giàn gỗ phơi cá dựng quanh sân vận động tạo nên khung cảnh thật đặc biệt. Cá tuyết (cod), đặc sản của vùng, được xem như nguồn vàng từ nước biển của quần đảo Lofoten. Vào mùa thu hoạch, cá được phơi khô trong nắng và gió biển trên những giàn gỗ khắp đảo. Thân cá bán sang Ý, Bồ Đào Nha. Đầu cá khô xâu thành từng dây bán sang Nigeria, để nấu món xúp đặc biệt. Lưỡi cá, rất đắt, bán sang Pháp, là một món ăn đặc biệt cho người sành điệu. Ngày trước, vùng này có truyền thống, trẻ em từ 8 tuổi, bắt đầu học cách cắt lưỡi cá, tham gia những cuộc thi, hội hè hào hứng. Ngày nay, trẻ em lơ là sinh hoạt đặc biệt này. Bởi vậy, dân làng trả tiền thưởng cũng như mở cuộc thi đua cắt lưỡi cá để khích lệ tinh thần con em giữ gìn truyền thống của làng.

Trở về Phần Lan

Từ quần đảo Lofoten Na Uy, chúng tôi phải đi "ké" một đoạn đường của Thụy Điển, băng qua thành phố Kiruna, thành phố ở cực bắc của Thụy Điển. Kiruna nổi tiếng với ngành khai thác quặng sắt. Đây là nơi có khu vực khai thác mỏ lớn nhất trên thế giới. Để khai thác các mỏ bên dưới thành phố, toàn bộ nhà cửa sẽ được dời năm cây số về phía đông vào năm 2040. Nhà thờ Kiruna (Kiruna kyrka), được xây từ 1903 đến 1912, kiến trúc gỗ, được xem như một trong những kiến trúc đáng chú ý nhất của Thụy Điển, sẽ phải giữ y nguyên kiến trúc khi dời đi.

Vòng Bắc Cực ở Rovaniemi

Nhà thờ gỗ Kiruna, Thụy Điển

Về lại Phần Lan, chúng tôi ghé thăm ngôi chợ nhà lồng khá lớn của thành phố Oulu. Sau khi ngắm thỏa thuê những quầy hàng hấp dẫn của chợ, mua ăn tại chỗ hoặc mang về nhà làm quà những của ngon vật lạ, đặc sản của Phần Lan, chúng tôi thong thả ra ngoài dạo chơi. Trước chợ nhà lồng có tượng người đàn ông lùn, mập, bụng phệ: ông cảnh sát Toripolliisi. Nhìn tượng, do liên tưởng đến những xung đột giữa Phần Lan với Nga, một người thắc mắc: "Tượng này có liên quan gì đến người Nga không nhỉ?" Lúc ấy, có một người đi ngang qua. Tôi vội vàng chạy lại:

-Xin lỗi, ông có phải dân bản xứ không ạ?

Ông dừng chân:

-Chào cô. Vâng, tôi là người Phần Lan.

-Thưa ông, tượng này là ai vậy ông?

-Đây là ông cảnh sát chợ, giữ gìn trật tự cho khu chợ.

Cho chắc ăn tôi hỏi thêm:

-Ông cảnh sát có liên quan gì đến nước Nga không ông?

Ông vui vẻ:

-À không. Ông ấy là bạn dân, sẵn sàng giúp đỡ nếu ai cần.

Đáp lời cám ơn của tôi ông bảo không có chi và còn chúc tôi một ngày tươi đẹp nữa chứ. Hóa ra, người Phần Lan nào có trầm lặng như lời "đồn thổi". Vậy thì "mẹo vặt": "How to make small talk with a Finn: 1) Smile at a Finn and walk away without speaking. 2) Understand that the Finn enjoyed your time together" chẳng hợp thời nữa.

Xe dừng ở khu phố trung tâm để hành khách thu xếp "chuyện nhỏ, chuyện to". Thường thường, du khách vào quán, uống trà, cà phê và giải quyết chuyện quan trọng cho nhẹ người. Nhưng (không may) đây là những quán cà phê chợ trời trong những lều dựng dã chiến, không có nhà vệ sinh. Chủ quán giới thiệu chúng tôi đến các nhà vệ sinh công cộng. Cả đoàn đứng xớ rớ trước một dãy nhà ngăn nắp, sạch sẽ. Trên mỗi cánh cửa có ghi lời hướng dẫn cách mở cửa nhà xí: phải gắn vào điện thoại cái app xài nhà vệ sinh, điền lý

lịch, số thẻ tín dụng... vào đấy, gọi số điện thoại của công ty phục vụ để nhận mật mã mở cửa... Đọc lời giải thích năm bước dẫn đến thành công của “điệp vụ xả nước cứu thân”, một ông bác trong đoàn la lên: “Ôi! Trời ơi, đến khi mở được cửa thì mọi chuyện đã *zu spät*, đổ bể hết rồi.” Biết không thể nào vượt qua cửa ải khoa học kỹ thuật để mở cửa thần, chúng tôi lục tục kéo nhau đến tiệm cà phê thứ thiệt ở góc phố. Trong lúc xếp hàng chờ đến phiên mình được thoải mái, tôi tẩn mẩn đọc tờ hóa đơn: toilet 2 EUR, đã có thuế. Ui, xứ Phần Lan quả là trong sạch. Ngay cả chuyện “tiện” be bé này mà cũng minh bạch thuế má. Đoàn du khách Đức ra xe, bụng dạ đã nhẹ nhàng, cười nói rôm rả: “Phần Lan hiện đại thiệt. Tụi mình đến đây cứ như nhà quê lên tỉnh.”

Hơn 20 năm trước, thuở còn là nhân viên kỳ cựu của hãng điện thoại di động, tôi đã “kính nhi viễn chi” Phần Lan, vì quốc gia này có Nokia, đối thủ đáng gờm của hãng tôi. Giờ đây, khi xem những chương trình tường thuật về Phần Lan, tôi dành nhiều thiện cảm và càng mong muốn được tai nghe, mắt thấy xứ sở này. Nghĩ đến Phần Lan, người ta như được ngắm bức tranh thiên nhiên hài hòa với muôn ngàn ao hồ, ngút ngàn rừng xanh. Người ta nghe về hệ thống giáo dục, y tế, an sinh xã hội ưu việt. Người dân Phần Lan biết cách sống hạnh phúc. Theo Báo cáo Hạnh phúc Thế giới của Liên Hiệp Quốc, vào năm 2025, Phần Lan được vinh danh là quốc gia hạnh phúc nhất thế giới liên tiếp tám năm. Tính theo câu tục ngữ đi một ngày đàng, học một sàng khôn, tôi học được biết bao điều mới lạ, lưu lại trong trí nhiều ấn tượng đẹp sau nhiều ngày rong ruổi hơn 3.000 cây số xuyên qua Phần Lan, Thụy Điển và Na Uy. Được ngắm thỏa thuê trời mây nước. Được nghe nhiều câu chuyện thú vị về đất nước, con người của vùng bắc Âu. Nhận xét: xứ lạnh, tình nồng càng đậm nét trong trí tôi khi nghĩ về vùng đất này. ■

THƠ

Phạm Văn Quang

Thập thiện nghiệp

Con xin nguyện **Mười điều lành**
Trần gian tục thoát những mong manh này!
Thân. Miệng. Ý *- khỏi cuồng quay*
Thiên thừa mở lối, dắt tay... Niết Bàn...

Một là, **Sinh sát***... khuyên can*
Muôn loài - đồng loại chớ màng hại nhau
Hai, mất của, xót… người đau
Ham gì **Trộm cắp***? Trước sau giữ gìn!*
Bỏ, từ **Dâm tà** *tối đêm*
Thứ ba, điều ấy phải thêm gắng cùng
Nói dối, *câu chữ, lung tung…*
Thứ tư, rằng sẽ không chung một lòng
Hai lời*, bỏ thẳng nắn cong*
Thứ năm điều ấy quyết không được làm
Thêu dệt*, cường điệu, hàm oan*
Lời răn thứ sáu, vận mang vào mình
Cay nghiệt*, chì chiết, hoạ sinh*
Thứ bảy điều ấy thật tình, chẳng nên
Nghiệp thiện thứ tám nhớ thêm
Tham*, là cội gốc - dưới, trên lạc đường*
Sân*, rồi biến giận từ thương*
Là điều thứ chín - vô thường lắm thay!
Mười, **Si** *điều muốn tỏ bày*
Sao cho minh rõ, thật ngay tâm mình
Nam mô Phật độ chúng sinh
Con đường Thập thiện - nguyện cùng bước trên...

Hải Dương, sớm ngày 18.03.25

Diễm Châu (Cát Đơn Sa)

Cây chuối lá xanh

Không biết tôi yêu cây chuối từ bao giờ? Có thể là mới đây, khi ngồi trước tấm vải bố? Hay là những lúc ăn bánh chưng bánh tét, hoặc cầm xấp lá chuối đông lạnh ngoài chợ, mua để gói bánh ú hay bánh nậm... tôi thường ngắm nghía những màu xanh mát mắt có sọc vàng rất nhỏ nổi lên trên bẹ lá với tình cảm mênh mang.

Người ta viết văn hay ca ngợi cây tre, cây trúc... hay những cây rau răm ngò gai, món quốc hồn quốc túy, khó kiếm bên Mỹ... nhưng ít kể về cây chuối thân thương.

Thương chuối, nên ở phía sau nhà, dù chỉ là một khoảnh đất trống nhỏ, tôi cũng ráng trồng một bụi chuối sứ. Cây chuối được trồng từ tháng hai, hơi cằn cỗi. Nhưng qua cuối tháng ba, bắt đầu trổ mã, mượt mà và mềm mại, lá xanh mướt dịu dàng. Nhìn chuối như một người thân. Kỳ lạ vậy đó, cứ mỗi lần nhìn cây chuối, tôi lại nghĩ đó là một bà mẹ quê đang hiện diện trong vườn nhà mình.

Bên cạnh gốc chuối, tôi trồng thêm mớ rau răm, diếp cá, kinh giới, tía tô... và nhớ đến câu ca dao buồn buồn từ thuở nào: "Mẹ già như chuối chín cây, gió lay mẹ rụng con thời mồ côi", mỗi khi nghe mấy lá chuối xào xạc đập vào nhau khi trời trở gió.

Ngày xưa, mẹ tôi ước ao trồng được những cây trái Việt Nam, nhất là bụi chuối... Nhưng giấc mơ chưa kịp bắt đầu thì đã tan thành mây khói, vì mẹ mất một cách bất ngờ, nằm trong một nghĩa trang Mỹ buồn vời vợi, xa cách người thân hàng ngàn cây số! Còn một người bạn của tôi sau này, anh may mắn biết rõ đường đi nước bước hơn, khi mẹ mất đã đưa Mẹ từ Mỹ về Việt Nam, chôn Cụ giữa một vườn chuối. Không những thế, anh còn sưu tầm đủ các loại chuối. Trồng nhiều thứ mà mẹ anh thích như chuối chà, chuối sứ, chuối cau chung quanh.

Anh tâm sự với tôi:

-Mẹ tôi qua Mỹ được mười năm, vì anh em trong nhà đều đã di tản. Ở Việt Nam chỉ còn ngôi nhà cũ vùng ngoại ô, mà người bà con láng giềng xa ở đấy trông chừng giùm. Tôi là con cả trong mấy anh em, lại độc thân nên bà cụ chọn ở với tôi. Người già ở Mỹ thì dễ cảm thấy cô đơn, buồn bã những lúc tôi đi làm. Cho nên những năm gần đây bà thường hay đau ốm. Nhiều khi tôi hỏi: "Mẹ muốn gì cứ nói, con sẽ làm cho mẹ vui"!

Tôi nhìn lên mấy lá chuối non của nhà mình, chúng thật dễ thương, mát mắt. Tôi nhớ lại lời anh bạn thật chí tình:

-Mẹ tôi đã trả lời là: "Mẹ ở lại đây vì các con cháu... Nhưng khi mẹ mất, thì con hứa với mẹ là phải đưa xác mẹ về nhà mình, chôn trong vườn gần bên bụi chuối phía sau". Ngừng một chút để suy nghĩ, mẹ tôi hỏi tiếp: "Ở bên đây có trồng được chuối không con?" Tôi nghĩ ngợi rồi trả lời: "Cũng được, nhưng mùa đông chúng sẽ chết hết, qua mùa xuân thì bắt đầu mọc lên lại". Mẹ tôi im lặng, rồi bà nhắc nhở thêm lần nữa: "Nhớ nghe con, nếu mẹ có làm sao thì nhớ đưa mẹ về Việt Nam". Nhìn khuôn mặt mẹ có vẻ chịu đựng đáng thương, nên một lần qua Cali công tác, tôi xin bạn được một cây chuối nhỏ, mẹ tôi mừng biết mấy khi thấy tôi lôi trong vali ra khoe. Rồi ngay tức khắc mẹ lăng xăng tìm dao để đào lỗ trồng chuối. Bà cụ trồng ngay sát bên cửa phòng, hy vọng cho nó có hơi ấm qua khe cửa trong mùa đông. Cây chuối lớn nhanh như thổi, thân và lá rộn ràng vươn mình khoe sắc như một đứa bé thoắt một cái đã thành thiếu nữ. Nhờ cây chuối mà mẹ tôi tinh thần phấn chấn hẳn lên. Nhiều khi bà cụ ngồi thật lâu bên cây chuối ngắm nghía. Cụ không còn chán nản như trước nữa. Hạ qua thu đến cây chuối trổ bông, ở dưới đất cũng có vài gốc con nhú lên... Từ đó trong những bữa cơm tối, tôi nghe mẹ hớn hở kể chuyện cây chuối đơm mầm, kết nụ... Tôi đọc được trong mắt mẹ niềm hạnh phúc về cây chuối của bà.

Nhưng cây chuối chưa kịp ra trái, thì chỉ bất ngờ sau một đêm, trời tự dưng đông đá, cây chuối sáng hôm sau nhìn vẫn còn tươi, nhưng qua một ngày mặt trời chói chang rọi vào, thì các lá bị luộc chín và cây chuối mềm èo, gục xuống như một người hết sinh khí. Mẹ tôi buồn rầu và ngã bịnh theo nó, không lâu sau bà mất! Giữ lời hứa, tôi mang thi hài mẹ về quê nhà an táng. Còn bên đây, tôi làm một bàn thờ nhỏ, có trồng cây chuối con để kế bên thờ mẹ, khi nào cây chết thì tôi mua cây khác thế vào, thường nó sống được năm sáu tháng, bụi chuối ngoài sân vẫn còn đó trong mùa hè và chết khi mùa đông đến. Nhìn bàn thờ, bụi chuối là tôi nhớ mẹ tôi đến nghẹn lời!

Đó là những tâm sự của anh, người con hiếu thảo với cha mẹ. Còn với tôi, ngoài việc thích tranh vẽ những cây chuối, thì tôi thấy chuối còn là loại cây được nhiều tích sự trong đời.

Bên Việt Nam, phần lớn là nhà quê, người ta thường thấy sau hè, sát cạnh góc hàng rào, nhà nào cũng có mọc lên những bụi chuối. Cây chuối không được mang thân phận cao sang như một số các loài cây khác, cho dù nó có lợi ích không nhỏ cho gia chủ. Vì thế nên nó hay được trồng sau nhà. Ở vùng quê, nếu bạn để ý quan sát thì mới biết điều đó. Tại sao thì chính tôi cũng không biết. Trong sách nói rằng "tiền đàng bất khả thụ ba tiêu" (Trước nhà thì không được trồng chuối), hoặc là "chuối đằng sau, cau đằng trước". Người ta sợ cây chuối mang nhiều điều xui xẻo chăng! Hay cây chuối chỉ là giống cái, không chồng mà có chửa.

Cây chuối trong nước cũng như là đàn bà, không được trọng dụng mấy, cho dù rất có ích cho nhân loại! Hình ảnh của các bác gái, mẹ, chị... mỗi lần họ đến thăm nhà bà con, thì chỗ tiếp khách chính không bao giờ được người ta mời ngồi vào đó. Ăn tiệc cũng thế, chỗ ngon lành, đặc biệt được dành cho quý ông, toàn đàn ông, còn đàn bà thì ngồi vớ vẩn quanh đó, hay vào trong bếp!

Mẹ tôi khi còn sống hay kể chuyện xưa, ngày đó Bà Ngoại đi chợ, mấy anh em mẹ ngồi ngoài sân đợi bà về. Rồi cùng nhau bày trò chơi, toàn là lấy vật dụng từ cây chuối mà ra... chẳng hạn bạn lấy một tàu lá chuối, róc hết lá vứt đi, còn cái bẹ cắt chiều dài bằng cây súng trường, sau đó cắt phía trên sống bẹ chuối, tỉa năm sáu miếng, lật nó đứng lên, rồi dùng tay phải vuốt một dọc cho nó nằm bẹp xuống, các bạn sẽ nghe tiếng súng nổ tạch tạch giòn giã kêu lên thật là vui tai chưa từng có, rồi chia phe bắn nhau với cây súng chuối.

Con nít nhà quê thường thích đá banh. Không có banh, mấy cậu mấy dì lấy lá chuối khô, rồi dùng dây chuối cuốn lá cột thành một trái banh. Có cậu sáng kiến hơn, dùng dây chuối khô nhúng trong nước trước, rồi tước nhỏ ra để cuộn thành một trái banh tròn, vừa chắc vừa hào hứng, đá không kém banh da.

Mấy em bé thì rất thích kèn lá chuối. Cứ ngắt một lá chuối, cuốn tròn lại thành kèn để thổi te te dỗ em. Có lẽ tiếng nhạc đầu đời mà đa số các bạn ở quê nghe, đó là tiếng tò tí te từ cây kèn lá chuối thân thương mà ra. Mẹ cũng hay lấy lá chuối làm nón che nắng đội trên đầu.

Còn nữa, khi Bà Ngoại ngồi ở bên cạnh chuồng heo xắt thân cây chuối, tiếng dao đưa loạt xoạt hòa với tiếng kêu ủn ỉn chờ ăn của bầy heo, thì mấy đứa con cũng xúm lại mà nghịch. Những khoanh chuối thân cây trắng nõn, thường được các chị em gái lấy ra xếp chơi bán hàng, có đứa lấy từ chính giữa thân chuối cắt lát những vòng tròn nhỏ, bỏ lên mắt vờ làm kính đeo mắt.

Cũng từ cây chuối, người ta tước dây, tết thành những chiếc võng nho nhỏ, cho em bé nằm đong đưa giữa hai thân cây, vừa mát vừa êm.

Bà Ngoại còn bắt mấy cậu dạy cho mẹ và dì học, bởi vì con gái hồi xưa đa số không được đi học, chỉ có con trai thôi. Thấy không có giấy để tập viết, các cậu liền cắt một tàu lá chuối, rồi chia làm nhiều phần nhỏ, dùng cái que viết lên lá, thật là dễ. Lá chuối lại có vạch kẻ sẵn, viết rất ngay hàng thẳng lối! Đến những lá chuối khô trong vườn cũng không vứt đi, vì bà ngoại dùng để đun bếp hay un muỗi.

Cây chuối ngoài trái chuối chín thơm ngon, còn nấu chè chuối, làm bánh chuối, chuối khô, mứt chuối, trái sống thì nấu canh, luộc... Lá chuối che nhà, gói bánh, thân chuối cắt ăn rau sống hay băm nhỏ cho heo ăn, củ chuối cứu biết bao nhiêu gia đình nghèo không có miếng ăn được sống.

Những khi "trời làm cơn lụt mỗi năm" có bão lụt, thì thân cây chuối sẽ là tấm bè cho người ta ôm vào để được nổi trôi sống còn trên mặt nước. Khi cơn lũ rút đi, làng xóm tan hoang, đói khổ... thì cây chuối sẽ cho bà con miếng ăn đỡ lòng, vì chỉ còn chuối là đứng vững và mọc lên nhanh nhất để cứu dân làng, trong lúc chờ đợi những thức ăn chính.

Cây chuối tốt lành như vậy mà người ta ít trọng dụng, tôn vinh nó! Thật là tội nghiệp.

Bức tranh đầu tay của tôi, tình cờ cũng có vài cây chuối lọt vào, không hiểu do hữu tình hay cố ý? Cây chuối và con trâu, hai vật này có lẽ hợp với tôi, ý tôi muốn nói người tuổi Sửu, hình như là vậy.

Tôi nhớ hôm ra chợ Việt, một hàng xôi trước chợ mới được khai trương, người ta bán xôi lá cẩm màu tím hoa cà, gói trong miếng lá chuối xanh ngọc thật là mát mắt. Thêm vào đó còn có xôi gấc màu cam, xôi vò màu vàng và xôi đậu phộng màu trắng.

Tất cả đều được gói trong lá chuối. Dù chưa biết xôi ngon như thế nào, dù không thích ăn xôi, nhưng nhìn những tấm lá chuối sạch sẽ gọn gàng bao bọc nắm xôi, cũng thấy một chút gì gọi là mộc mạc hương đồng. Và tôi không hiểu tại sao tôi lại mua bốn vắt xôi làm gì, cho ai? Trong khi phải sắp hàng để chờ mua. Có lẽ tại màu lá chuối?

-Bồ thấy không? Họ bán đắt nhờ gói xôi bằng lá chuối.

-Ừ, nếu mà bỏ bao nilon, chắc nhìn không hấp dẫn bằng!

Chắc chắn là như vậy, bà hàng bán xôi quá tâm lý trong kinh doanh, chắc chắn bà ta sẽ thành công.

Cây chuối nhà tôi khi mùa đông tới, để cho nó được sống còn, tôi hì hục làm 4 cái cọc chung quanh cây, cũng may là cây chỉ cao vừa vừa thôi, rồi bao quanh bằng những tấm vải bố, phía trên ban đêm thì che cho 1 cây dù lớn. Ban ngày dẹp cây dù đi, vậy mà có năm nó qua được ba tháng mùa đông. Khi hương mùa xuân đến là mình biết liền, cây cối vạn vật đổi khác, mọi thứ như vươn lên tràn đầy sức sống. Khi đó lại dẹp bỏ bao bố, bỏ dù che cho cây... Nhưng thật ra, nếu năm nào lạnh quá, thì nó cũng rục xuống, cho đến hết mùa đông mới mọc lên cây con khác!

Trong những ngày giỗ của gia đình, bàn thờ nhà tôi thường hay có nải chuối cau nhỏ nhỏ. Bánh chưng cũng lá chuối bao bọc, bánh gai thì có lá chuối khô, còn thích nhất là một con heo sữa quay, được cho nằm trên một tàu lá chuối xanh mướt. Với con mắt hội họa, thì đây là bức tranh đẹp, đẹp nồng nàn quê hương. Màu nâu hồng của da heo giòn rụm, màu xanh lá chuối sao mà nó hòa hợp nhau như thế, chưa kể chiếc khay đỏ đậm làm tăng thêm phẩm chất món ăn.

Có năm gia đình tôi vô tình làm cỗ toàn là chuối. Đĩa gỏi bắp chuối rau răm trộn với chân gà rút xương nước mắm tỏi ớt đỏ au, bánh tráng nướng đã trở thành món hấp dẫn thực khách. Chưa hết, thân cây chuối non là loại "rau" vừa tinh khiết vừa hấp dẫn, trộn chung với rau muống chẻ, kinh giới, tía tô. Món chuối luộc với ốc bươu ăn với bún mới là hết xẩy, lạ miệng nhất cho ngày hôm ấy. Chị em tôi chia nhau mà làm thức ăn, tôi luôn luôn được chọn làm món gì tôi thích, bởi vì các em tôi biết rằng, tôi chỉ làm được thật ngon những gì tôi biết mà thôi!

Giỗ Mẹ, nhìn ảnh mẹ tôi bỗng thấy cảm động muốn khóc, bởi vì lâu quá rồi mẹ tôi không còn trên cõi đời, lâu quá rồi tôi chưa một lần về thăm làng quê mẹ, nơi mẹ và các cậu, dì chạy đuổi theo sau trái banh lá chuối mặc dù tôi rất muốn.

Đơn Sa là tên ngôi làng thân thương của mẹ, của tôi, thuộc tỉnh Quảng Bình. Nơi đó có nhiều cây chuối, có động Phong Nha nổi tiếng thế giới, có những chiếc thuyền nhỏ lướt trên sông, đưa du khách vào thăm những hang động.

Những người thân quen miền Trung, mỗi khi về thăm quê hương, trở lại Mỹ đều mang những món quà đầy tình quê, những hạt bầu, hạt bí, mứt sen, mứt hồng, bánh nổ bánh đậu xanh... mà hình như, tôi thấy những thứ đó không bằng một gốc chuối sau nhà. Không dưng tôi nhớ lại một chuyện tình thật bùi ngùi, dư vị khó quên xảy ra trong thời gian gần đây. Đó là đôi vợ chồng người bạn, anh chị Tân.

Hai vợ chồng không có con, chị ở nhà lo việc bếp núc nhà cửa, vì anh đi làm lương cao. Hàng ngày mỗi khi đi làm về, anh vào ngay bếp tìm vợ, quả nhiên là chị đang chuẩn bị bữa cơm tối cho hai vợ chồng. Anh ngửi thấy mùi thơm của nồi cơm như mùi lá dứa, rất thơm. Trước khi ngồi vào bàn ăn, anh đều rửa tay. Anh là người cẩn thận trong mọi việc. Lúc đó chị đã bưng lên bàn vài đĩa thức ăn. Món sau cùng là một tô súp nhỏ, những món súp chị nấu thường là anh thích ăn nhất. Bao giờ cũng ăn một chén trước khi ăn cơm. Anh mở nắp đậy ra xem, bên trong là một thứ nước súp có màu hồng hồng nhạt, ít hạt sen và vài lá hành xanh trên mặt.

Anh vừa múc súp, vừa hỏi chị hôm nay ăn canh gì? Chị đáp đó là món canh củ chuối đạm bạc. Sở dĩ nước canh ngọt bởi chị hâm kỹ với giò heo, bỏ xác lấy nước, cho thêm vài hạt sen và ít hành ngò cho thơm. Anh vừa húp canh vừa ngẫm nghĩ. Quả là mùi vị đậm đà lại rất ngọt ngào. Bát canh nhìn như một bức tranh có sen và lá xanh nổi trên mặt nước hồng, đầy vẻ nghệ thuật. Chỉ mới húp một ngụm đã thấy giác quan bỗng dưng thư giãn, vẻ mặt đầy sảng khoái. Đúng là một món súp đặc sắc, ngon tuyệt! Nếu so sánh thì không thể có gì so sánh bằng, vì những món chị nấu khác hẳn món trong các bữa tiệc anh phải thù tiếp vì công việc. Tiệc nào cũng quá nhiều chất béo, bột ngọt, bơ sữa… hay nhiều nồng cay, làm cho đầu óc con người hầu như bị tê dại.

Anh ăn thêm một bát canh nữa rồi mới xúc cơm. Món gỏi bắp chuối với thịt gà xé phay rau răm ngon miệng, ăn hết bát cơm lúc nào cũng chẳng hay. Lại xới thêm bát nữa, sau cùng anh còn chan thêm một ít canh nữa mới xong bữa.

-Món súp ngon thật, em nấu tuyệt vời.

-Cũng không có gì đâu anh, chỉ cần chịu khó kiên trì một chút.

Anh chị đã kết hôn với nhau mười hai năm rồi mà không có con. Khi anh chị ra trường hai năm họ làm lễ cưới. Lúc đó chị vừa xong đại học nhưng chưa kịp đi làm. Anh muốn chị ở nhà, bởi vì chị là một hoa khôi, ra đời có thể không hay cho cuộc sống lứa đôi. Yêu vợ nên anh không sợ đàn bà chung quanh làm lung lay trái tim. Anh tự hào là người đàn ông đẹp trai, bản lĩnh.

Nhưng không ai học được chữ ngờ! Trong sở anh xuất hiện cô gái mới đi du học từ Thụy Sĩ trở về. Cô ta như một cánh hoa đẹp và sang, nên để mà ngắm cho vui đời của cánh đàn ông. Nhưng khi thấy anh tỏ ra không chú ý gì tới mình, cô bé lại có vẻ thích người đàn ông hững hờ này, anh khác với những chàng trong sở đang vây quanh nịnh bợ, tán tỉnh cô. Dĩ nhiên anh cũng tự hào và thích thú vì cô bé thuộc gia đình giàu có thượng lưu. Cha là Kỹ Sư cao cấp, mẹ là Luật sư có văn phòng lớn sang trọng trên phố. Cô bé tấn công anh tới tấp. Lúc đầu anh cho rằng cô bốc đồng nhất thời, và anh lại là người đàn ông có vợ, không thể tự phá hoại hạnh phúc gia đình mình. Chỉ có một điều duy nhất là vợ anh không thể sinh con cho anh!

Với số tuổi bốn mươi lăm liệu không có anh, chị sẽ sống ra sao? Nếu anh bỏ mặc người vợ đầu ấp tay gối của mình hai mươi năm nay. Anh không muốn mình cũng giống như hạng đàn ông vô tâm, tầm thường. Nhưng đó chỉ là ý nghĩ phía anh, còn cô bé, cô ta nhất quyết làm theo ý mình, là phải lấy anh cho bằng được. Cuối cùng anh đầu hàng trước tuổi trẻ nhan sắc của cô, bằng cách đưa tay đón nhận cô bé. Anh bắt đầu đi về thất thường, lúc có lúc không ăn cơm nhà nữa, sau đó đến giai đoạn đi qua đêm. Vài lần chị hỏi, anh trả lời bận việc sở. Thời gian sau lại nói anh muốn được yên tĩnh, không ai phá rầy. Sau nhiều đêm thao thức suy nghĩ. Cuối cùng chị gọi cho anh, nhắn:

-Thôi anh đừng lo gì nữa, cứ làm gì anh muốn, đi về hay ở đâu cũng được.

Nghe câu đó anh thở phào nhẹ nhõm. Anh sợ chị mè nheo! Anh bỏ tiền ra mua một căn nhà đề tên cô bé, với trang bị tối tân hiện đại, hợp với lối sống trẻ trung giàu có của cô bé.

Với tình yêu mới tất cả chung quanh đều mới, nên anh cảm thấy đời mình đổi mới, vui vẻ trẻ trung sinh động. Họ thường hay có mặt ở những hộp đêm cuối tuần. Họ thường bay đi du lịch xa khi thích. Thời gian từ từ trôi qua. Có lúc tự nhiên anh cảm thấy thiếu thiếu cái gì đó, mơ hồ! Anh bắt đầu nhận ra là những bữa cơm cô bé nấu, ăn không ngon miệng. Không sao, họ sẽ đi ăn tiệm. Ăn ngoài mãi cũng chán, cô bé bắt đầu "order" cơm mang đến tận nhà. Nhưng rồi cũng nhàm! Chẳng những thế, không muốn cô bé buồn anh phải che giấu, bởi anh sợ cô bé sẽ hỏi câu:

-Anh chán em rồi phải không? Lại nhớ cuộc sống hồi xưa chứ gì?

Để chứng tỏ cô bé tập tành nấu nướng, khi nghe anh mô tả về những tô canh ngọt ngào. Cô kéo anh vào bếp. Khác hẳn căn bếp ngày xưa, anh nhìn đâu cũng bừa bộn. Thức ăn khắp nơi, nồi niêu soong chảo lủng củng… Trong bếp giống như một cái chợ chiều! Ngồi vào bàn ăn, anh phải làm ra vẻ hân hoan khi cầm chiếc muỗng múc canh đưa lên miệng. Sau bữa ăn, anh tuyên bố:

-Từ nay em không cần phải mất công như thế. Nếu nấu nướng giỏi, thì dù chỉ là canh củ chuối ăn vào cũng thấy mát lòng!

Nghe anh nói dứt câu khuôn mặt cô bé thay đổi, anh nhận ra mình vừa nói một câu hớ hênh, làm đau lòng cả đôi bên. Cô bé hít vào một hơi dài. Đây chính là mấu chốt vấn đề. Xưa nay cô bé rất tự cao, coi ai cũng không bằng mình, nhất là những người đàn bà chung quanh anh. Món canh củ chuối là thế nào? Cô nhất quyết phải "tìm hiểu", không phải để níu kéo cứu vãn tình yêu, mà là cho biết, vì tự ái.

Người đàn bà trước mặt cô không còn trẻ, nhưng bà ta điềm tĩnh và an nhiên. Vừa mở cửa, trông thấy cô, chị nói ngay:

-Anh ấy không có ở đây.

-Tôi đến không phải tìm anh ấy, mà chỉ muốn biết vài chuyện. Chẳng hạn chuyện món canh củ chuối!

Chị nhìn cô, rồi mời vào nhà:

-Tôi sắp ăn cơm, có món canh củ chuối, nếu cô thích, mời cô dùng thử cho biết.

Cô đồng ý ngay. Vừa ăn, chị vừa giải thích, hướng dẫn cô bé cách nấu món canh. Cô bé im lặng thưởng thức bát canh, với cô cũng không được ngon cho lắm, nhưng lơ đãng nghe những lời chị dẫn giải rất công phu, cẩn thận.

Thì ra lòng người đàn bà này mới sâu lắng làm sao! Đem hết tâm tình của mình phục vụ cho chồng. Còn anh chồng kia thì chẳng hiểu gì cả. Hàng ngày được chăm sóc những món nhiêu khê như thế, mà anh lại cho rằng là món đơn giản, dễ làm! Cô bé chợt hiểu rằng, giữa tình yêu từ người này với người kia, thì khác xa nhau là bao! Cuối cùng chị nhìn cô, cười khoan dung:

-Cô có thể bỏ giờ ra nấu như vậy không?

Cô ra dáng suy nghĩ, rồi chân thành:

-Em có thể làm được, nhưng xét thấy không cần.

Không lâu sau đó, một buổi tối, chị đang ở trong bếp, thì có tiếng chuông cửa reo vang. Mở cửa, bất ngờ khi thấy anh, chị ngạc nhiên hỏi:

-Có việc gì mà anh đến vào giờ này?

Anh thấy hơi lúng túng, nhưng cũng nói được câu mà anh dự định trong đầu từ lâu:

-Anh không đến, anh về nhà, đây có còn là nhà của anh không?

Chị im lặng, anh hồi hộp, nhưng rồi anh thở phào khi nghe chị nói:

-Nếu anh "về", thì anh có chìa khóa mà, sao lại bấm chuông!

Mời anh ngồi vào bàn, chị bưng thức ăn lên. Trên khay có cơm, hai đĩa thức ăn và một tô canh. Anh vội đưa tay mở nắp tô canh, "canh củ chuối" thật là đúng lúc. Vẫn là màu hồng hồng với vài hạt sen tinh khiết. Anh bưng chén húp một ngụm, nhưng nét mặt anh biến đổi ngay:

-Ủa, canh gì thế vậy? Sao nấu không giống ngày xưa?

Chị cũng húp thử một ngụm, rồi trả lời:

-Canh củ chuối mà được như thế này là khá rồi.

Anh nhìn chị đầy nghi vấn. Chị vẫn thản nhiên ăn cơm. Nhưng anh không thể nuốt được, không ăn nữa. Ăn xong chị thu hết bát đĩa vào khay, sau đó mới nói:

-Anh bỏ nhà đi đã mấy năm, em phải nhờ người ta nấu cơm tháng, để khi đi làm về thì ghé lại lấy. Họ nấu theo yêu cầu của em.

-Em đi làm?

-Đúng, em ra trường ngành y tá thì đi làm y tá chứ.

Cảm thấy bực ngang xương, anh buột miệng:

-Em đi làm sao không bàn với anh một tiếng?

Hỏi xong anh đã thấy mình sai! Người hạch sách bây giờ không phải là anh, mà là chị mới đúng! Nhưng tính chị vốn chịu đựng đã quen, không nói gì, mà chỉ nhìn anh với ánh mắt đầy trách móc. Qua cái nhìn ấy, anh cảm thấy mình quả là người chồng ngu xuẩn!

Chuyện anh chị Hân xong rồi, họ sống lại bên nhau lần này có lẽ sẽ bền chặt... nhưng mà người đời thì không biết trước được, chỉ có ông Trời mới biết thôi!

Đêm nay có trăng, ánh trăng rọi xuống qua tàu lá chuối thật thơ mộng, những cành lá xạc xào gần gũi thân quen. ■

Nguyên Ngọc

LÒNG THỦY CHUNG

Câu chuyện có thật sau đây đã xảy ra tại một tỉnh lớn Miền Trung nước Đức, vì tôn trọng người ra đi và thân nhân còn ở lại nên tác giả xin được thay đổi danh xưng và vài chi tiết.

***

Buổi chiều tan sở tôi như bị lôi cuốn theo làn sóng người trong nhà ga xe lửa.

Tiếng cười nói huyên thuyên, tiếng đàn ca của những nghệ sĩ vỉa hè hòa lẫn mùi nước hoa, mùi thuốc lá, thức ăn... làm giác quan tôi gần như bị tắc nghẹn.

Tôi nhanh chân bước vào toa xe lửa đang chờ sẵn, thoáng thấy một người đàn ông Việt Nam tôi quen, ông Kiên, đang ngồi lặng lẽ ở hàng ghế cuối cùng.

Hôm nào gặp ông tôi cũng thấy ông ngồi chỗ này, gần như bất di bất dịch.

Lẽ ra tôi tìm chỗ ngồi gần người đồng hương này để trò chuyện trong thời gian cùng đi một đoạn đường tàu, nhưng tôi lại kín đáo nhón gót tìm một chỗ ngồi xa khuất, vì thấy ông Kiên như đắm chìm vào thế giới xa xăm nào đó với nét mặt buồn bã đăm chiêu, vài sợi tóc bạc lòa xòa trên trán.

Lòng tôi chùng xuống không muốn quấy rầy thế giới thầm kín riêng tư của người đồng hương, mà tôi biết cuộc đời ông phải chịu nhiều bẽ bàng trên đất khách...

Tháng Tư 1975 sau khi cưỡng chiếm Miền Nam bằng súng đạn và phản bội những điều cam kết trước quốc tế, nhà nước CSVN bắt đầu ào ạt mở rộng chiến dịch vơ vét cướp bóc tài sản được gầy dựng bằng mồ hôi nước mắt và sức lao động của người dân Miền Nam qua chiến dịch đánh Tư Sản Mại Bản, tịch thu nhà đất ruộng vườn, cơ sở kinh doanh, tài sản Tôn giáo, lưu đày những vị Lãnh Đạo Tinh Thần Tôn Giáo, Quân Dân Cán Chính Miền Nam Việt Nam vào những trại tù khổ sai mà họ gọi là "học tập cải tạo" và nhiều lần đột ngột mở chiến dịch đổi tiền. Chỉ vỏn vẹn có một đêm sáng hôm sau Người Dân Miền Nam vô cùng đau đớn vì chỉ còn lại hai bàn tay trắng .

Tiếng oán than thấu tận đất trời...

Cùng chung số phận với hàng triệu dân Miền Nam bất hạnh, gia đình Ông Kiên hoàn toàn kiệt quệ, trong hoàn cảnh tuyệt vọng, nỗi đau khổ vô biên, Ông Kiên liều chết cùng với gia đình bỏ nước ra đi.

Rồi thêm lần nữa họ lại sử dụng xảo thuật cố hữu là xuất cảng người qua chính sách "xuất cảnh bán chính thức".

Một đầu người 10 cây vàng, lên Taxi 3 cây vàng (từ ghe nhỏ ra tàu lớn đậu ngoài khơi Vũng Tàu) với điều kiện người ra đi không được mang theo bất cứ tài sản nào mà phải „dâng hiến" cho nhà nước.

Sau khi năn nỉ đi vay mượn khắp nơi gia đình Ông Kiên bước lên chiếc tàu Huê Phong tháng 12/1978 và cập bến Hồng Kông sau 5 ngày thuận buồm xuôi gió.

Tháng 2 năm 1979 gia đình Ông Kiên có tên trong danh sách được tỵ nạn tại Cộng Hòa Liên Bang Đức, chính quyền và nhân dân Đức đã mở rộng tấm lòng nhân đạo để đón nhận và cưu mang những người Việt Nam bất hạnh liều chết vượt biển ra đi tìm Tự Do trên quê hương mới.

Trong niềm hạnh phúc vô biên ông bà Kiên cứ ngỡ như một lần nữa được hồi sinh. Ông được Cơ Quan Xã Hội giới thiệu cho một việc làm trong Kantine của một ngân hàng lớn trong tỉnh, bà Kiên người vợ hiền hòa chơn chất đảm đang thì ở nhà chăm lo cho chồng và đàn con thơ 4 đứa.

Hạnh phúc bình dị này tưởng chừng như là mãi mãi. Một buổi sáng Bà Kiên thức dậy thấy đau đớn và khác lạ trong người, bà hàng xóm tốt bụng người Đức vội vàng đưa bà Kiên đi khám Bác sĩ, sau khi khám Bác Sĩ cho biết Bà Kiên phải được soi bao tử để tìm ra nguyên do căn bệnh.

Ngày hẹn đã đến bà Kiên được BS chích vào người chất Kontrastmittel để soi ruột, sau đó bà Kiên mê man không tỉnh dậy.

Một tuần, hai tuần, rồi một tháng, hai tháng trôi qua... Bà Kiên đã thật sự đi vào cơn hôn mê (Koma).

Ông Kiên vô cùng đau đớn trước bịnh tình nguy kịch của vợ, cả cộng đồng Người Việt Nam tỵ nạn đều bàng hoàng thương xót cho gia đình ông Kiên nên xúm lại an ủi thăm nom, thay nhau an ủi ông và giúp đỡ ông chăm sóc đàn con nhỏ.

Một tháng sau bà Kiên được chuyển đến một bịnh viện chuyên môn chữa trị về Koma, cách nhà khoảng 100 km.

Trong nghịch cảnh đau đớn và bất ngờ này, Ông Kiên bị đẩy vào hoàn cảnh „Gà trống nuôi con", nên hình dáng ông mỗi ngày một tiều tụy, hốc hác và ông trở nên lặng lẽ hơn bao giờ.

Vừa đi làm vừa nấu nướng chăm sóc cho đàn con dại 4 đứa và mỗi cuối tuần phải đi xa thăm viếng vợ.

Trong nghịch cảnh này, ông Brinkmaler, một nhân viên xã hội giàu tình nhân ái đã cảm thương hoàn cảnh của gia đình ông Kiên nên mỗi cuối tuần ông Brinkmaler đều hy sinh giờ nghỉ của mình để chở ông Kiên đến thăm vợ trong bịnh viện. Bác Sĩ khuyên ông: sự thăm viếng và chuyện trò của ông và các con là một liều thuốc nhiệm màu, hiệu quả nhất để giúp cho bà Kiên được hồi sinh.

Nghe theo lời khuyên của Bác Sỹ mỗi lần ông Kiên đến thăm bà ở bịnh viện, ông cầm tay bà tâm sự, kể lể nỗi niềm nhớ thương vô biên và sự vất vả của ông hàng ngày vừa đi làm vừa chăm sóc con khi vắng bóng vợ hiền .

Ngày qua tháng lại Ông vẫn kiên nhẫn chuyện trò cùng người vợ đang nằm bất động với niềm hy vọng vợ mình sẽ thức tỉnh sau giấc ngủ dài và trở về sum họp cùng ông và đàn con dại.

Xuân qua, Hạ đến, Thu tàn, Đông sang, thấm thoát mà Bà Kiên đã ngủ trong Koma hơn 5 năm dài, nhưng tấm lòng thủy chung của ông Kiên vẫn không hề phai nhạt, ông vẫn thương yêu, kiên nhẫn thăm viếng vợ mình, vẫn ngồi bên giường bịnh của bà kể lể những nỗi niềm cô đơn quạnh vắng qua dòng nước mắt và vẫn làm tròn bổn phận „Gà trống nuôi con"...

Có những lúc đêm về khi các con Ông đã an giấc, ngồi một mình trước bức ảnh vợ, ông Kiên lẩm bẩm nói chuyện một mình giữa đêm khuya thanh vắng, ông tin tưởng rằng với tình yêu tuyệt đối của ông qua thần giao cách cảm, bà Kiên ở trong bịnh viện sẽ cảm nhận được và những dòng máu đỏ sẽ được kích thích, luân lưu bình thường trở lại trong cơ thể sẽ giúp cho bà Kiên được hồi sinh.

Bỗng nhiên, vào một ngày cuối hạ „xóm tỵ nạn" chúng tôi bàng hoàng được tin động trời là ông Kiên sắp ra tòa xin ly dị để lấy vợ mới, một phụ nữ ngoại quốc.

Lúc này thì những ý kiến thuận nghịch, khen chê tha hồ được bàn tán như một đề tài nóng bỏng nhất trong thành phố chúng tôi đang cư ngụ. Có người còn thêm bớt vào câu chuyện cho thêm đậm đà, gay cấn.

Việc ra tòa xin ly dị của ông Kiên được giấu kỹ, nhưng không hiểu tại sao cả xóm người Việt Nam đều hay biết, biết rõ ràng chi tiết, biết rành mạch khúc nôi.

Ngày phiên tòa ấn định, không hẹn mà có rất

đông đồng hương Việt Nam, họ bỏ cả công ăn việc làm, việc học tiếng Đức để đến tham dự. Một phiên tòa hy hữu trong tỉnh nhà.

Trong phiên tòa hôm ấy ông Kiên vẫn lặng lẽ như thường lệ, nhưng đôi mắt thì sâu và thâm quầng như người đã trải qua những đêm dài thao thức.

Riêng chúng tôi ai nấy cũng đều xúc động và hồi hộp nhìn ông như muốn gửi gắm một tấm lòng thương yêu và thông cảm.

Khi vị Chánh án đọc tóm tắt tên tuổi, đời sống, nguyên nhân ly dị thì đôi mắt Ông Kiên bắt đầu đỏ hoe, người thông dịch thì dịch trong nỗi niềm xúc động.

Cuối cùng ông Chánh án hỏi ông Kiên thêm một lần nữa:

- Ông Trần thân mến, ông đã suy nghĩ chín chắn chưa, có phải ông thật sự muốn ly dị vợ hay không?

Khi người thông dịch nói đến câu hỏi này, bất chợt ông Kiên òa lên khóc, tiếng khóc của ông vang dội trong căn phòng tĩnh lặng của tòa án, mọi người hiện diện đều lặng im trong nỗi bàng hoàng thương xót, ông Kiên ôm mặt khóc vừa kể lể, người thông dịch vẫn nói, vị Chánh án và chúng tôi vẫn chăm chú nghe.

Trong tiếng nấc nghẹn ngào ông Kiên kể:

- Cuộc đời chúng tôi gặp muôn vàn đau khổ, chúng tôi thương nhau từ thuở còn nghèo khó, vì lánh nạn nên chúng tôi phải tha phương xứ người, chúng tôi đã chia xẻ với nhau qua bao thăng trầm trong cuộc sống. Vợ tôi là một phụ nữ hiền lành nhân hậu, suốt cả cuộc đời làm vợ làm mẹ chưa bao giờ bà ấy có được một ngày an nhàn sung sướng. Tôi luôn mong muốn và chờ đợi vợ tôi ngày bà tỉnh dậy, hồi sinh...

Thế rồi Ông Kiên gào khóc to, như chưa bao giờ được khóc: „Em ơi cha con anh khổ lắm em có biết hay không? Thương anh và con em mau tỉnh dậy".

Ông Kiên vừa nói vừa khóc tức tưởi nghẹn ngào, đâu đây âm vang tiếng sụt sùi của những người dự thính và có những dòng nước mắt đã hòa theo với người đàn ông bất hạnh này.

Vị Chánh án kiên nhẫn nghe ông Kiên khóc và kể lể mà trên nét mặt đầy nỗi xúc động, Ông Brinkmaler người chuyên viên xã hội thì ôm vai ông Kiên vỗ về an ủi.

Sau khi thấy ông Kiên đã tìm lại một chút bình tĩnh vị Chánh án đằng hắng và thân thiện hỏi:

- Ông Trần thân mến, tôi rất xúc động trước tấm lòng chung thủy của Ông, tôi cũng hiểu nỗi đau khổ của ông từ khi vợ ông mắc bịnh nặng, nhưng có một điều tôi hoàn toàn không hiểu được, ông thương vợ thương con, ông đã chịu đựng hơn 5 năm dài thế thì tại sao hôm nay ông lại làm đơn xin ly dị?

Khi hiểu câu hỏi của vị Chánh án, tức khắc ông Kiên chỉ tay về phía người chuyên viên xã hội trả lời qua tiếng nấc:

- Ông Brinkmaler xúi tôi ly dị và giới thiệu tôi cưới một bà vợ mới.

Cả phòng đều ồ lên trong nỗi kinh ngạc, qua một thoáng suy nghĩ vị Chánh án nhìn người nhân viên xã hội nghiêm khắc hỏi:

- Ông Brinkmaler! Xin ông xác nhận lời nói của ông Trần đúng hay sai và cho biết nguyên nhân tại sao?

Ông Brikmaler với đôi mắt đỏ hoe, lúng túng trả lời trong nỗi nghẹn ngào:

- Không có ai hiểu tôi bằng ông Trần, quý vị có biết tôi cũng khổ tâm biết dường nào hay không? Mỗi cuối tuần tôi đều lái xe đưa Ông Trần đi thăm vợ trong bịnh viện, vì tôi thương xót và cảm động trước hoàn cảnh trái ngang của ông ấy. Tôi đã ngồi hàng giờ nhìn và nghe ông Trần tâm sự với vợ qua tiếng khóc. Tuy tôi không hiểu ông nói gì, nhưng tôi cảm nhận được nỗi đớn đau trong lòng của người đàn ông Việt Nam này. Nếu là người Đức thì chắc chắn rằng không có sự việc xảy ra như ngày hôm nay. Tôi thấy ông Trần mỗi ngày càng tiều tụy ốm yếu, các con ông thì còn quá nhỏ dại, ông Trần cần có một người vợ bên cạnh để chia sẻ với ông những nỗi nhọc nhằn trên quê hương mới, khi mà tất cả còn rất nhiều xa lạ bỡ ngỡ. Tại sao chúng ta không suy nghĩ thực tế, tại sao chúng ta không nghĩ về tương lai 4 đứa con của ông Trần. Tại sao và tại sao ??? Cho đến hôm nay 5 năm đã trôi qua, ông Trần có giải quyết được vấn đề này không? Quý vị có biết những lúc ông Trần đau ốm cũng chính tôi đưa ông ấy đi bác sĩ, tôi phải đi chợ và nấu cho các con ông ấy ăn, đưa các con ông ấy tới trường học nhà trẻ... Tôi rất vui và hạnh phúc khi giúp gia đình ông Trần, nhưng 5 năm qua bà Trần vẫn không bình phục, không hồi tỉnh, thì chúng ta phải làm sao bây giờ? Còn có biện pháp nào tốt hơn?

***

Sau phiên tòa hy hữu đó thì cuộc đời ông Kiên vẫn không thay đổi, ông vẫn tự nguyện làm thân „gà trống nuôi con" như ngày nào.

Duyên tụ, nhân sinh, duyên sinh, nhân biến, duyên biến, nhân diệt.

Vài tháng sau, trong một ngày cuối đông, bà Kiên đã thật sự từ giả chồng con âm thầm ra đi.

Ngày tang lễ của bà Kiên có rất đông bà con, bạn bè thân quen tham dự, tuy không nói ra nhưng tất cả đều xúc động và nghĩ trong lòng: „Như thế còn hơn...“

Riêng người chuyên viên xã hội giàu lòng nhân ái, ông Brinkmaler, sau đó cũng vĩnh viễn từ biệt chúng tôi ra đi qua một căn bịnh thời đại, khi tuổi đời ông còn quá trẻ.

Với tấm lòng tri ân và mến phục, xóm tỵ nạn chúng tôi buồn hiu hắt như đã mất đi một người thân thương trong gia đình.

***

Cứ ngỡ sum vầy trên đất khách,
Nào ngờ ly biệt cõi âm dương.
Người đi vàng đá ngời son sắt,
Kẻ ở năm canh lạnh chỗ nằm.

Thương bầy con dại, nhớ người vợ hiền, nên từ đó Ông Kiên nguyện làm chiếc lá úa, đơn độc nổi trôi giữa dòng đời xuôi ngược. Con ông tìm được chỗ học hành hay việc làm ở đâu, ông dọn nhà theo đến đó, ông thuê một căn nhà nhỏ sống một mình, để được gần cạnh các con.

Mỗi ngày ông thương yêu chăm chút nấu cho con những món ăn quê hương tươm tất ngon lành, giặt ủi cho con từng manh quần tấm áo, lo lắng thuốc men cho con lúc ốm đau, ôm con vào lòng an ủi khi các con ông vấp ngã trên đường đời vạn nẻo...

Niềm hạnh phúc độc nhất của cuộc đời ông Kiên trên quê người là buổi chiều về mấy cha con quay quần bên mâm cơm bốc khói, vừa ăn vừa chuyện trò trong tình thương yêu đầm ấm và thường nhắc nhở đến người mẹ hiền, người vợ nhân hậu đã vĩnh viễn ra đi.

Nhưng những chú gà con mồ côi mẹ năm xưa giờ này đã đủ lông đủ cánh, thích bay nhảy trong cuộc đời đầy quyến rũ, nên có những buổi chiều về trên đất khách, trong căn nhà quạnh hiu ông Kiên thường ôm hình vợ trong tay, chờ đợi con về bên mâm cơm mà đôi lúc tưởng chừng như mỏi mòn sắp hóa đá...

Ngày tháng qua đi... Từ lúc ông Kiên xa rời chốn cũ, Hội Cao Niên chúng tôi không còn gặp gỡ ông thường xuyên nữa, thỉnh thoảng ông mới về thăm lại thành phố xưa, nơi cất giữ kỷ niệm một quãng đời êm ấm.

Ông Kiên từ giã chúng tôi dọn nhà đi xa nhưng đã để lại cho chúng tôi một mảnh trăng rằm vằng vặc trong suốt, đó là đức tính hy sinh và lòng thủy chung cao quý. ■

Hương Cau

SÓNG XÔ MUÔN TRÙNG

Chúng tôi hẹn nhau tại một quán cà phê nhỏ nằm sâu trong một ngõ cụt vô cùng yên tĩnh. Cường hỏi Chi Trúc muốn uống gì, cô nheo mắt chọc ghẹo: „Mới có năm năm mà anh đã quên sở thích của em rồi sao?“. Cường không quên, thứ nước uống bất di bất dịch của cô là Latte Macchiato, nhiều sữa ít cà phê, ngày xưa Cường hay trêu cô y như là cho con nít uống. Quen nhau hai năm, sau đó là mười năm chung sống hạnh phúc thành ra đã hiểu nhau tận tường đến từng ý thích nhỏ. Năm năm trước, nhóm điện toán của Cường cạnh tranh không lại các công ty hùng hậu dẫn đến phá sản, phải đóng cửa. Thời gian đó, tháng nào Cường cũng viết hàng tá lá đơn xin việc, thỉnh thoảng có vài nơi mời đi phỏng vấn nhưng đều không thành. Có hơn một năm ở nhà mà tình cảm giữa hai vợ chồng sa sút tận đáy. Căn nhà mới trả góp hai phần ba, chi phí cho con gái học trường quốc tế ngày mỗi tăng mà lương tiếp tân phòng triển lãm thành phố quá khiêm tốn của Chi Trúc nay trở nên thiếu trước hụt sau khiến cả hai vợ chồng ngày đêm sống trong lo toan căng thẳng đến nỗi ai cũng mau chóng mất bình tĩnh. Chi Trúc chạy qua nhà mẹ sát bên vay mượn bù đắp cho khoảng thiếu hụt, mẹ cô nói chắc nịch:

- Cho con và cho cháu thì bao nhiêu mẹ cũng không tiếc, nhưng mẹ không có bổn phận phải nuôi rể và gia đình bên đấy đâu nhé.

Mẹ Chi Trúc là Bác sĩ phụ sản rất mát tay có tiếng trong thành phố, bệnh nhân phải đợi cả tháng mới được vào khám, nhưng sau mấy chục năm làm việc miệt mài, bà quyết định sang cái phòng mạch của mình để về dưỡng già. Bố Chi Trúc mất sớm nên lúc đó bà có quá nhiều thời gian thừa thãi và rất hay can thiệp không chút kiêng dè vào gia đình cô con gái cưng độc nhất của bà. Hồi mười mấy năm trước, lúc Cường và Chi Trúc yêu nhau tha thiết, Chi Trúc đưa Cường về nhà ra mắt mẹ. Nghe kể cha mẹ và bốn anh chị em Cường tới sáu người vẫn còn ở trong nước, mẹ Chi Trúc sinh ra ác cảm và đổi mặt lạnh nhạt chẳng cần giấu giếm. Đêm về, bà bực tức gắt gỏng với con gái:

- Bao nhiêu thằng đeo đuổi con, đủ cả thành phần bác sĩ, kỹ sư con các đồng nghiệp của mẹ không thiếu, rồi cha mẹ chúng nó đều định cư bên này mà con cứ ngoay ngoảy, nay ôm thằng Cường, tuy nghề nghiệp cũng tạm ổn nhưng gia đình nó cả đoàn cha mẹ con cháu còn ở VN, nay xin mai xỏ thì làm sao mà gồng gánh cho nổi cả họ nhà nó? Con không biết chứ tại Việt Nam thì lấy chồng là làm dâu cả giang sơn nhà chồng, con lại mong manh yếu ớt thì sao mà cáng đáng cho nổi?

Cha Cường là giáo viên và mẹ là y tá, nay cả hai đã nghỉ hưu. Ba chị gái trên Cường theo nghề của mẹ làm y tá, lấy chồng công nhân chỉ đủ sống. Riêng Cường ra tú tài đạt điểm tối đa nên nhận được học bổng sang Đức du học, còn thằng em út nhà Cường thì học cũng rất giỏi nhưng nó bảo, ba chị đi lấy chồng xa nhà mà nay em cũng đi du học như anh thì còn ai hầu hạ cha già mẹ yếu bây giờ, nên nó quyết định học trong nước và sau khi ra trường tìm cách mở một cửa hàng buôn bán vật liệu xây dựng nho nhỏ tại nhà. Cường sang Đức vừa đi học vừa đi làm miệt mài ngày đêm dành dụm được gần 50.000 Euro gửi hết về cho em trai khuyếch trương cửa hàng của em. Dạo đó, Sài Gòn bùng nổ việc xây nhà nên cửa hàng vật liệu xây dựng của em Cường phất lên nhanh chóng. Cường quen Chi Trúc vào hôm Tết có đại hội sinh viên. Ngày đó Cường đã ra cử nhân và đang ghi tên học lên thạc sĩ còn Chi Trúc thì là sinh viên năm nhứt ngành mỹ thuật. Chi Trúc lúc nào cũng nhút nhát, e thẹn chứ không như những cô gái Việt sinh bên này tự tin bạo dạn. Ngay sau cái nhìn đầu tiên và vài câu làm quen nhẹ nhàng, không hiểu sao tim Cường đã rung động quá đỗi như đã quen nhau từ muôn kiếp trước. Sau này yêu nhau, Chi Trúc cũng lí nhí thú nhận như thế. Quen nhau cả năm, Cường mới biết gia cảnh giàu sang của Chi Trúc. Nhưng Cường không chùng bước vì trong tình yêu anh đã không một phút giây tính toán nào cả. Vậy mà trước thái độ lạnh nhạt của mẹ Chi Trúc khi biết về gia đình anh đã làm Cường chua xót đến ngại ngần. Ngày đó yêu nhau quá sâu đậm nên Chi Trúc khăng khăng cãi lời mẹ. Đợi có thai hai tháng cô mới về thú nhận. Mẹ Chi Trúc chết điếng cả người nhưng sự việc đã lỡ nên bà phải miễn cưỡng cho cưới. Ngày Lili chào đời, mẹ Chi Trúc nước mắt ràn rụa, ghì chặc con bé không rời.

Mấy năm đầu cuộc sống của hai vợ chồng Cường tương đối bình an. Lương hướng bao nhiêu Cường đều để Chi Trúc hoàn toàn định đoạt. Con gái họ càng lớn càng xinh xắn lanh lợi, quấn quít bên váy bà ngoại còn hơn cả đeo bố mẹ nó, nên mẹ Chi Trúc cũng không còn có gì để chê trách Cường. Tính chuyện ở nhà thuê thì suốt đời không sở hữu được căn nhà nào nên mẹ Chi Trúc đề nghị hai vợ chồng Cường nên mua một căn sát bên nhà bà cho bà tiện qua lại săn sóc con gái và cháu ngoại. Bà còn hào phóng cho con gái hẳn một nửa tiền mua nhà, phần nửa kia thì Cường phải tự trả góp mười lăm năm mới hết, nhưng được gần mười năm thì Cường mất việc.

Đứng bên hàng rào bà nghe rõ hết cải vã giữa hai vợ chồng con gái trong những ngày lao đao vì chuyện cơm áo gạo tiền. Đồng thời bao nhiêu xui xẻo tự dưng ùn ùn tới. Nào là cha Cường phải chạy thận, thằng em trai của Cường đang quản lý cửa hàng bán vật liệu xây dựng nay xui xẻo bị đụng xe hôn mê không biết sống chết ra sao. Gia đình Cường dạo đó gọi qua xin trợ giúp liên tục, họ có biết đâu Cường đang thất nghiệp và lương của Chi Trúc chỉ đủ trả học phí cho con gái. Còn trăm thứ tốn kém khác, Chi Trúc đều qua giật tạm nhà mẹ hứa bao giờ anh Cường có việc tụi con sẽ trả ngay. Nhưng gần cả hai năm vẫn không có một tin vui nào. Quá ngao ngán, mẹ Chi Trúc không ngớt tiêm nọc độc vào tai con gái:

- Sáng mắt ra chưa con, ngày trước mẹ ngăn mà con cứ vùng vằng đòi lấy nó cho được. Thằng Cường gần bốn mươi rồi, tìm việc không phải dễ. Đàn ông như vậy còn nương tựa gì được, con mà tiếp tục sống với nó thì vận đen kéo nhau xuống hố cả lũ. Chi bằng bán nhà rồi hai mẹ con con về đây ở với mẹ. Nhà mẹ rộng thênh thang thì hai mẹ con con cứ vào tha hồ mà chạy nhảy, còn cái nhà đó thằng Cường không góp nổi thì bán phắt cho nhẹ nợ.

Mắt Chi Trúc ầng ậng nước:

- Còn anh Cường thì sao hả mẹ, dù gì chúng con kết hôn cũng gần mười năm rồi, làm sao mà bỏ được?

Người mẹ cương quyết:

- Nhà mẹ cũng chính là nhà của con nhưng thằng Cường chỉ là con rể. Mẹ chỉ có bổn phận nuôi con và cháu, còn thằng Cường ra riêng, tự túc mà sống chứ mẹ không nuôi báo cô con nhà người ta và đám họ hàng của nó. Nó là đàn ông thì phải tự lập chớ đừng bám vào xin xỏ nhà vợ, hèn lắm.

Ngày đó nhiều gánh nặng oằn vai ngoài sức chịu đựng của hai vợ chồng Cường, cứ có điện thoại từ Việt Nam gọi qua là trong nhà lại tiếng chì tiếng bấc, không ai nhường ai nên cuộc sống chẳng khác nào địa ngục trần gian. Cuối cùng, Chi Trúc buông xuôi và ngã về phía mẹ. Cường đau đớn muốn hét lên nhưng lòng tự ái đã ghìm anh xuống. Hai vợ chồng quyết định ly dị một cách chóng vánh, không một câu làm tổn thương hay hạ nhục nhau trước tòa. Sau khi li dị, anh kêu người bán nhà, chuyển khoản lại cho mẹ Chi Trúc tất cả số tiền bà đã cho vợ anh, số dư anh đưa Chi Trúc một nửa để lo cho Lili và anh giữ một nửa sống lây lất qua ngày. Anh thuê một căn phòng sát mái như chuồng chim ở ven thành phố. Dạo ấy, Cường làm đủ thứ nghề đề tồn tại, có khi bỏ báo, có khi chất hàng trong các siêu thị và cũng có khi làm nghề giao bưu kiện... Năm sau Cường mới may mắn xin về lại được nghề kỹ sư điện toán của mình nhưng ở một thành phố khác, cách nhà Chi Trúc gần ba trăm cây số. Mỗi tháng hai lần Cường đều lái xe ghé nhà vợ cũ đưa con gái đi chơi.

Ngày chia tay với Chi Trúc, Lili mới có mười tuổi, nay con bé đã thành thiếu nữ đứng cao tới tai của Cường. Lili hay trêu chọc bố, bố mà có bạn gái là bố phải đưa cho con duyệt trước đấy nhé. Cường cười toét miệng, sở bố làm việc toàn là đàn ông, chỉ có mỗi bà thư ký già, khó ơi là khó. Lili vỗ tay, thế là bố giống mẹ rồi, mẹ cũng chẳng quen ai. Hay bố về nhà bà ngoại rồi cầu hôn mẹ lần nữa đi bố. Cường làm bộ sợ hãi, rụt cổ, bố hãi bà ngoại quá. Lili mặt chùng xuống:

- Bà độ này yếu lắm bố ạ, phải ngồi xe lăn rồi. Mẹ đã xin nghỉ làm để ở nhà săn sóc bà vì tay bà bị run dữ lắm. Nhưng con yêu bà nhất, chuyện gì trong trường con cũng kể cho bà nghe và với con, bà lúc nào cũng dịu hiền như một bà tiên.

Cường trầm ngâm và thầm cám ơn mẹ Chi Trúc cả đời bà lúc nào cũng vì con vì cháu. Cường biết, chỉ vì quá thương con gái và cháu nên mẹ Chi Trúc mới chia cắt vợ chồng Cường ra đôi ngã để khi đắm tàu, không ai bị gánh nặng lôi nhau chìm sâu trong lòng biển. Lúc Chi Trúc nói ra quyết định chia tay, Cường đau đớn đến quằn quại nhưng nghĩ mình trắng tay chẳng còn gì, làm sao mà dám níu giữ vợ con để họ phải cùng mình sống những ngày tối tăm đây?

Năm tháng phôi pha, sống một mình, làm những gì mình thích mà không còn phải dè chừng xem như thế có vừa ý người chung sống hay không, đối với Cường sao đời lại quá tự do, khoảng khoát. Muốn mặc bộ đồ cả tuần, muốn ngủ suốt cả cuối tuần, muốn ăn mì gói vào nửa đêm... cũng không còn ai càm ràm nghe nhức óc. Cường nhớ, tuy với số lương ít ỏi ban đầu như bỏ báo, giao thư cộng thêm tiền bán nhà, Cường đã gửi cho cha đều đặn tiền chạy thận gần hai năm thì ông mới qua đời, rồi thằng em của anh đụng xe ngày nào đã được ghép xương thành công và đi lại bình thường. Rồi anh có việc làm đúng chuyên môn, mọi việc hanh thông y như ngày chưa ly dị vợ.

Hơn hai tháng trước, mẹ Chi Trúc mất. Nghe hung tin, Cường lấy ngay ngày nghỉ phép chạy về chung tay lo việc tang chế như chính mẹ mình. Chi Trúc và Lili khóc lả hai bên vai Cường. Nghĩa tử là nghĩa tận, việc gì cần thì làm chứ hờn giận cố chấp chỉ thêm nặng đầu, mệt trí. Trước vong linh của mẹ Chi Trúc, Cường lầm rầm khấn vái cám ơn mẹ vợ lúc còn sống đã thay mình bảo bọc cho Chi Trúc và Lili một cuộc sống nhung lụa, trong ấm ngoài êm, không trầy xước một tì vết nào. Xong việc tang ma, Cường trở về căn gác xép của mình ngủ một hơi mười tiếng đồng hồ và tuyệt nhiên không còn nhớ lại bất cứ một chi chiết nào của mẹ Chi Trúc từ trước đến nay.

Thế mà một ngày đầu thu se lạnh, Chi Trúc lại đột nhiên rủ Cường đi uống cà phê sau gần cả năm năm chia tay. Chi Trúc gầy đi, đôi mắt nhung đen chất chứa bao nhiêu là nỗi buồn rười rượi. Không ai dám mở lời mà chỉ lặng ngắm những con mèo trong tiệm cà phê lười biếng gù gù trên rường nhà vuông vức gần sát trần. Những chú mèo này lim dim nửa thức nửa ngủ nhưng tai con nào cũng dựng đứng trong tư thế phòng bị. Nếu Lili ở đây chắc con bé mê tít vì Cường nhớ, ngày còn bé, Lili vốn yêu mèo một cách si mê nhưng bà ngoại nó lại dị ứng với lông mèo. Nói về Lili xong thì hai người tình cũ gần như tắc tị hết đề tài. Câu chuyện không còn giòn giã nữa, mà gần như chờ đợi người kia phải bộc bạch trước. Cường cười điềm đạm, biết kể gì cho Chi Trúc vì mỗi ngày của mình có khác gì nhau. Sáng anh là người vào sở sớm nhất và tối là người về muộn nhất. Về nhà ăn uống qua loa xong lại bật máy lên đọc những trang chuyên ngành với vô số ứng dụng mới để không lạc hậu trong nghề nghiệp. Đi làm về ghé qua tiệm Imbiss thân quen mua cây dồi hay nửa con gà và khoai tây chiên là cũng qua một ngày... Bỗng Cường thấy Chi Trúc thở hắt ra rồi ngước mắt lí nhí nói:

- Anh ạ, từ ngày mẹ mất em tự dưng thấy cô đơn kinh khủng. Chiều xuống là em lại nhớ những chiều đẩy mẹ ra công viên. Hai mẹ con mang theo bao nhiêu là bánh mì cũ cho vịt, cho thiên nga ăn... Giờ còn mỗi mình em. Lili thì bạn vô số nên rất ít thì giờ cho em. Về nhà là em chỉ còn nghe mỗi bước chân của mình trong căn nhà thênh thang. Đêm nào em cũng phải dùng thuốc ngủ mới nhắm mắt được, em cô đơn quá...

Thấy nước mắt Chi Trúc chực trào, Cường vội vàng gói hai tay run rẩy trắng xanh của cô vào trong tay mình, Chi Trúc ngước đôi mắt đẫm nước lên nhìn Cường run run cầu khẩn:

- Hay anh về lại chung sống với em và con ở đây?

Cường thảng thốt:

- Anh còn công việc bên ấy?

Chi Trúc chặn lời Cường:

- Anh đừng lo, tiền mẹ để lại, hai căn nhà của mẹ cho mướn tại trung tâm, tất cả dư cho cả anh và em sống thoải mái tới cuối đời. Về với em và Lili, anh nhé?

Chiều xuống rất nhanh bên ngoài, Cường giúp Chi Trúc xỏ tay vào áo khoát. Cô ôm chặc lấy anh bịn rịn không muốn rời. Trái tim của hai người cùng đập rộn ràng như ngày đầu mới yêu. Chi Trúc vẫn xài nước hoa có mùi chanh pha lẫn với xạ hương và diên vĩ ngọt ngào mê hoặc y như ngày xưa khiến anh ngây ngất như giữa họ đã không có năm năm bị xô giạt muôn trùng. Cường biết, anh vẫn còn yêu cô dù qua bao nhiêu là nghiệt ngã bầm dập. Lái xe về nhà, Cường thấy mình chòng chành như khi sắp dấn thân vào một cuộc phiêu lưu vô định. Tuổi đời của anh không còn dễ dàng xin được việc mới ở thành phố của Chi Trúc, còn bỏ việc dọn về đây sống cạnh vợ con nhưng bằng tiền mẹ vợ để lại thì coi như chính anh đã thiếu tôn trọng mình. Chưa kể sự tự do thoải mái từ mấy năm qua lui cui một mình đã làm anh trì trệ, không còn muốn thay đổi nữa. Cường yêu căn hộ bé tí của mình. Áo quần có mấy bộ, giầy hai đôi, một đôi mùa đông một đôi mùa hè, áo khoát cũng vậy, vài ba cái ly vài ba cái đĩa, một cái bếp điện nhỏ như bàn tay để nấu cà phê hay mì gói... vậy mà Cường lại thấy mình sống vô cùng an nhiên tĩnh tại. Lần trước sếp anh kỷ niệm sinh nhật lần thứ sáu mươi lăm, lúc mọi người về rồi, ông kêu anh ở lại:

- Sau lần đột quỵ vừa rồi, vợ tôi muốn tôi làm ít việc lại. Tôi chỉ lo chuyện tìm hợp đồng và tài chính, còn cậu thì lên chức trưởng phòng, chịu hoàn toàn về vấn đề kỹ thuật như thiết kế, phát triển, sửa chữa phần mềm, lương tăng 40%.

Dĩ nhiên là một đề nghị quá hấp dẫn, hoàn toàn phù hợp với khả năng của Cường. Nay lại thêm đề nghị của Chi Trúc khiến Cường như bị phân thân, đứng giữa đôi dòng nước. Ở lại làm công việc mình yêu thích thì quá nhẫn tâm với Chi Trúc, còn bỏ hết sự nghiệp về ăn bám tiền nhà vợ tuy mẹ vợ đã qua đời nhưng ai bảo đảm là lựa chọn bình yên trọn đời khi anh còn đến hai mươi năm nữa mới về hưu?

Trong cơn bế tắc, Cường chợt nhớ tới Lili. Anh gọi để nhờ con gái mở gút thắc giùm cho cha mẹ. Con bé mồm ngậm kẹo mút, tay bấm máy tính thoăn thoắt và chưa tới năm giây nó đã hét lên như Archimed tìm ra Định luật Bảo toàn Năng lượng:

- Nhà mẹ ở thành phố A và nhà bố ở thành phố B cách nhau tới 290 cây số, quá xa. Sao mình không cùng nhau dọn về thành phố C, cách nơi làm việc của bố chưa tới 50 cây số, bố dư sức lái xe đi làm mỗi ngày về nhà. Nhà bà ngoại khóa lại, vài ba tuần về chơi một lần cho mẹ đỡ nhớ trong thời gian đầu. Kỳ này con lên cấp ba, bên thành phố C cũng có trường quốc tế và các đại học nổi tiếng mà con định theo học sau này. Dọn nhà là ưu sách bố ạ. Chưa kể bây giờ công ty nào cũng có quy chế home office tức làm tại nhà qua máy tính nhất là trong ngành nghề của bố. Bố thấy con gái bố tính gọn bân chưa?

Trên màn hình bỗng Chi Trúc xuất hiện sau lưng Lili, cô nói khẽ:

- Em bằng lòng phương án của Lili, ở đâu cũng được, miễn gần anh và gần con.

Cường hạnh phúc trào dâng đến nỗi không thốt nên lời, chỉ biết run run bấm máy: "Bố yêu hai mẹ con vô cùng". ■

Hè 2025

Nguyên Hoằng (GĐPT Tâm Minh)

Chúng tôi tập làm việc thiện

Bánh được chuẩn bị trước khi nướng

Tại các nước phương Tây, vào những dịp cuối năm người ta thường nhắc đến những buổi tiệc sum họp gia đình. Mọi người trao cho nhau những món quà, những lời chúc lành thân thương. Nhớ lại những năm đầu mới sang đến xứ Đức, khi còn ở trong trại tỵ nạn, xa gia đình, tiền trợ cấp vừa đủ ăn. Vào những ngày lễ cuối năm và Tết dương lịch chúng tôi rất vui mừng khi nhận được những món quà, những gói bánh kẹo nho nhỏ từ các nhà hảo tâm người Đức mang vào trại phân phát.

Hiện thời gia đình đã được ấm no, hạnh phúc. Nhìn thấy quanh ta vẫn còn có những người nghèo khổ, con em của họ không có được một món quà từ cha mẹ. Những bữa tiệc vui họp mặt đối với họ vẫn còn là một việc khó thực hiện. Với sự mong muốn có thể đem lại niềm vui và hạnh phúc nho nhỏ đến cho những gia đình ấy, các anh chị em trong Gia Đình Phật Tử Tâm Minh suy nghĩ đưa ra sáng kiến cùng nhau tập làm việc thiện. Trước tiên các anh chị trưởng liên lạc đến cơ quan từ thiện (Tafel Deutschland) để hỏi về nhu cầu và các phương thức đóng góp những gói quà tặng. Họ rất vui khi được nghe chúng tôi giới thiệu về tổ chức thanh thiếu đồng niên Gia Đình Phật Tử đang sinh hoạt tại chùa Viên Giác - Hannover, muốn đóng góp giúp đỡ người nghèo. Họ xin những món quà nhỏ, được gói trong những hộp đựng giày, trị giá chừng 20 Euro, ghi chú ở ngoài là quà dành cho các em khoảng bao nhiêu tuổi, nam hay nữ. Khi thông tin được gởi đến các anh chị trưởng và phụ huynh thì được hưởng ứng với nhiều lời khích lệ, tán thán, chúng tôi góp được chừng 8 hộp quà tặng. Tuy nhiên với các em đoàn sinh, còn đi học, hằng tháng chỉ có một ít tiền tiêu vặt thì món quà này các em không thực hiện được. Chúng tôi tiếp tục suy nghĩ tìm phương thức để nhiều người cùng phát tâm tập làm từ thiện, những ai không có tài vật thì đóng góp công sức và thời gian. Sau đó các anh chị đề nghị tổ chức họp nhau làm bánh quy (Kekse), gói vào những túi bóng thật đẹp trao đến cơ quan từ thiện để họ phân phát, khi những người nghèo đến đó nhận các phần ăn hoặc thực phẩm với giá rẻ. Lúc liên lạc, có chỗ họ không nhận vì họ không biết được khi chúng ta làm bánh có đủ vệ sinh và an toàn thực phẩm như trong các cơ sở sản xuất hay không. Riêng cơ quan từ thiện „Tafel“ ở thành phố Hildesheim rất hoan hỷ và vui mừng khi nghe được tin và thời gian được nhận bánh từ Gia Đình Phật Tử Tâm Minh chúng tôi.

Sau khi tìm được nơi nhận, chúng tôi chọn ngày gặp nhau tại tư gia, cùng nướng bánh rồi đóng gói để có được những phần quà. Tài chánh cho chương trình này được vài anh chị trưởng và phụ huynh tài trợ. Vào ngày chủ nhật, đầu tháng 12.2024, Huynh trưởng và ngành Thanh, có cả em trong ngành Thiếu của Gia Đình Phật Tử đến nhà chị đoàn trưởng ngành Thanh để làm bánh. Vài chị mang theo những phần bột bánh quy đã được chuẩn bị từ nhà ngày hôm trước. Thật là nhịp nhàng, các anh chị em chia nhóm mỗi người một việc rôm rả nói cười vui vẻ. Bột được cán mỏng, dùng khuôn tạo hình, rắc đường, sô cô la và đưa qua khâu nướng bánh. Những mâm bánh vừa nướng xong được đưa ra ngoài trời để cho bánh mau nguội và săn cứng không bể. Sau gần ba giờ đồng hồ từ khi bắt tay vào việc cho đến khi nướng xong khay bánh cuối cùng, cả nhóm cùng thưởng thức món Cari chay với bánh mì, thêm phần tráng miệng là món bánh Tiramisu do các anh chị huynh trưởng đem đến hỗ trợ cho buổi hoạt động từ thiện này.

Vào khuôn bánh

Đội ngũ sản xuất bánh quy 2024

Hình: Đêm Hoa Đăng Lễ Hội Quan Âm Tổ Đình Viên Giác Hannover Pl.2569 (Dl.2025)

Tuệ Lam Nguyễn Sĩ Long

VU LAN & LỄ HỘI QUÁN ÂM

VIÊN GIÁC HANNOVER 2025

Để tìm được một chuyến bay từ Wien đến Hannover với giờ giấc vừa ý thật là khó vào giữa tháng 5 nên tôi phải đặt chuyến bay vào lúc 8:25 giờ ngày thứ sáu, 05.09.2025 ở phi trường Wien, Áo quốc.

Về việc đón đưa đã được Thượng Tọa Trụ Trì Tổ đình Viên Giác thu xếp nên hôm đó khi máy bay vừa hạ cánh lúc 09:40 giờ, tôi đã được Thầy Thông Triển đón về Chùa khoảng 10:30 giờ, sau đó được Thầy dẫn đến Văn Phòng Tòa Soạn để gởi chiếc va li rồi ra ngoài để tìm lại hình ảnh ngày xưa hai mươi ba năm trước, khi một chiếc xe buýt 50 Phật tử và một vị Tu sĩ đã đến gõ cửa Chùa lúc gần nửa đêm. Còn bây giờ trời nắng đẹp, vì lệ thuộc vào chuyến bay nên tôi là người đến Chùa sớm nhất do vậy còn nhiều thời gian dạo một vòng thăm cổng Chùa rồi đến hồ sen, nhìn lên cao chụp tòa tháp bảy tầng và những công trình xây dựng suốt mấy chục năm trên một khu đất rộng lớn ở phía sau. Tiếp đó tôi vào Chánh Điện thắp hương lễ Phật và xem các tranh ảnh, bàn thờ và hương án trông rất đẹp mắt và linh ứng rồi gọi hỏi thăm Văn Công Tuấn từ Kiel đang trên đường trực chỉ Hannover nhưng đang bị kẹt xe và có thể đến Chùa sau 14

Tiếp theo trang trước

Đóng gói

Ngoài số bánh được nướng trong ngày hôm ấy, chị thư ký còn góp thêm hai thùng bánh đã được nướng ở nhà vài hôm trước đó. Nhờ vậy mà anh chị em chúng tôi gói đủ hai trăm phần quà. Số quà tặng được trao đến cơ quan từ thiện tại Hildesheim ngày hôm sau. Thay mặt cho Ban quản trị họ nhận hai trăm phần bánh chúng tôi trao tặng, tỏ lòng cảm ơn đến Gia Đình Phật Tử Tâm Minh, các anh chị em đã ra công sức và đóng góp tài vật để thực hiện những gói quà đầy tình thương này. ■

200 phần quà được giao

giờ. Anh còn nhắc tôi qua Hotel hỏi xem khi nào đến nhận phòng.

Khoảng 12 giờ tôi trở lại Văn Phòng Tòa Soạn để nhận lại chiếc vali xách tay. Cửa đóng không có ai, vừa lúc đó ở cuối tầm nhìn, thấy một người phụ nữ đang đi tới, tuy vẫn còn xa nhưng tôi nói lớn:

-Chào chị, nhờ chị nói với anh Trung là em đã lấy vali để qua Hotel nhận phòng. Luôn tiện tôi giới thiệu:

-Em ở bên Áo mới đến trưa nay…

-Ủa, vậy em là Nguyễn Sĩ Long phải không?

-Dạ chị.

-Chị là Phương Quỳnh nè.

Cả hai chị em đều bất ngờ nhìn nhau khoảng vài giây rồi bước đến thân mật nắm một bàn tay chị với nỗi vui như gặp người thân. Chị nói tiếp:

-Hồi sinh tiền anh Phù Vân nhắc em hoài, nói là em rất tốt, mời và hẹn với anh nhiều lần nhưng không qua được. Giờ anh Phù Vân không còn nữa, chị em mình được gặp nhau ở đây thì chắc anh Phù Vân cũng biết và vui lây.

Vừa lúc đó Thi Thi Hồng Ngọc xuất hiện, cùng lúc ba tiếng chào cất lên rồi tôi nhờ Thi Thi chụp tấm hình để ghi nhớ lần hội ngộ đầy cảm xúc với chị Phương Quỳnh. Tuy mới gặp nhưng sao thật thân tình, tôi kéo va li ra cửa, không quên hẹn gặp lại chị và Hồng Ngọc tối nay.

Khoảng 12:30 giờ tôi đến nhận phòng ở lầu 2. Hotel Median ở cách Chùa chỉ vài bước chân, rất thuận tiện đi và về chỉ vài phút là tới. Nhìn quanh phòng thấy mọi việc đều ổn nên tôi xuống dưới và gặp Lâm Minh Anh và Thi Thi đang ngồi ở phòng chờ, còn Nguyên Đạo vẫn đang trên đường đi chưa có tin gì mới.

Lâm Minh Anh gốc từ Bình Định. Độc thân vui tính, mà anh vui thật, dễ gần. Định cư tại Hoa Kỳ từ năm 1979. Tốt nghiệp ngành Khoa Học Không Gian tại UC Berlely, California. Công chức ở thành phố Los Angeles, California, Hoa Kỳ.

Còn Thi Thi Hồng Ngọc trông như cô sinh viên tuổi trẻ nhưng tài cao, nhanh nhẹn, có việc gì là phải giải quyết ngay. Gốc người Hội An, tên thật là Dương Ngọc Liên, Pháp danh Diệu Hoa. Tham gia viết cho Báo Viên Giác từ năm 2000. Bút hiệu là Thi Thi Hồng Ngọc, Mimosa và Tâm An. Thích đọc sách về Phật Pháp, đi dạo, viết văn, làm việc từ thiện.

Ba chúng tôi chuyện trò rất tâm đắc và tự nhiên, nên ít nhiều cũng đã kể cho nhau nghe về độ tuổi "thất thập cổ lai hy" cho đến những sinh hoạt văn nghệ, văn gừng mà gần gũi nhất là tờ Báo Viên Giác Hannover sắp đến 50 mươi tuổi đời trên đất Âu châu. Với Lâm Minh Anh có điều đặc biệt anh ấy là người Hoa nhưng giỏi tiếng Việt, thông thạo chữ Nho và khá tiếng Anh (là công chức của thành phố LA, California Hoa Kỳ). Thêm một tài năng nữa là anh giỏi về Thư Pháp, chính món nghề tay trái này mà anh đã hai năm "áo mão chỉnh tề" ngồi trước chiếc bàn nhỏ đủ bày vài cuốn sách và giấy mực để mua vui cho đồng bào Phật tử người qua kẻ lại ai thích thì người bạn nghệ sĩ tài hoa của chúng tôi sẽ phục vụ như viết tên mình bằng chữ Nho cùng tiếng Việt mang về nhà treo tường hoặc tặng bạn làm vui. Tiền thưởng khách bỏ vào chiếc hộp nhỏ trên bàn, tùy tâm. Năm nay cũng vậy, bên Lâm Minh Anh vẫn có Thi Thi Hồng Ngọc phụ giúp như là người giới thiệu và giải thích cho khách hàng về Thư Pháp và một số sách báo, trong đó có Báo Viên Giác Hannover đến nay đã đến con số 268, một năm sáu số, ngoài tiếng Việt còn có vài trang song ngữ Việt – Đức dành cho lớp trẻ tập làm quen với tiếng Việt xen lẫn vài ý niệm về Phật học dễ hiểu và dễ nhớ. Tất cả số tiền thu được như năm trước là 1.600 và năm nay chừng trên 400□ đã được Lâm Minh Anh và Thi Thi Hồng Ngọc sung vào quỹ xây dựng Trung Tâm Tu Học Viên Giác.

Chúng tôi vẫn ngồi chuyện trò với ly cà phê và nước giải khát cho đến 16:20 giờ thì Nguyên Đạo Văn Công Tuấn mới đến. Tôi thấy anh từ ngoài cửa nên đứng dậy mở vòng tay ôm lấy ông bạn to cao và đẹp lão hơn mình nhưng không ganh tị. Trông anh ấy thật phong độ nên các anh em mặc nhiên ủy nhiệm Nguyên Đạo làm trưởng nhóm. Anh ấy đi đâu cũng có nhiều người chào hỏi với nụ cười hiền và những lời xã giao thật thân tình làm ba người chúng tôi cũng vui. Sắp đến giờ cơm chiều Nguyên Đạo cho biết sẽ gặp một số bạn văn nữ khá quen thuộc trong nhiều năm qua.

Chúng tôi đến đúng giờ, khi bốn người vừa tìm được chỗ ngồi thì hai chị Phương Quỳnh và Trần Thị Nhật Hưng đến, sau đó là Nguyên Ngọc rồi tất cả mọi người chào hỏi nhau cùng lời qua tiếng lại thì mới phát giác Nguyên Ngọc là người Huế. Nguyên Ngọc nở nụ cười vui rồi đứng dậy, bảo mấy anh em ngồi đây để chị đi lấy thức ăn, vừa lúc đó vợ chồng anh Lê Ngọc Châu và chị Ngọc Tuyết cũng vừa đến, mọi người tìm chỗ ngồi chung cho tiện chuyện trò. Hai anh chị cũng là cộng tác viên lâu năm với Báo Viên Giác, anh Lê Ngọc Châu viết mục Tin Tức Nước Đức, còn chị Ngọc Tuyết từng phụ trách trang thiếu nhi.

Đối với tôi đây là một buổi họp mặt bất ngờ và hiếm hoi. Trước hết là gặp được chị Phương Quỳnh, người bạn đời của Cựu Chủ Bút Phù Vân

Nguyễn Hòa. Anh đã từ giã cõi tạm cách đây vừa đúng hai năm. Tiếp đến là gặp Nhà văn Trần Thị Nhật Hưng, chị xuất hiện thường xuyên không chỉ ở Báo Viên Giác Hannover mà còn góp mặt ở Thủ đô Tỵ nạn Little Sài Gòn, Hoa Kỳ. Đến giờ này thì phòng ăn chuẩn bị thu dọn bếp núc sau gần một tiếng đồng hồ phục vụ Phật tử. Vợ chồng anh chị Lê Ngọc Châu - Ngọc Tuyết về sớm. Nguyên Đạo có công việc nên đi trước và Nguyên Ngọc hình như đang chờ đón người nhà đến trễ nên cũng khá bận rộn nhưng vẫn dành thì giờ đến gặp khách từ phương xa đến thật là quý mến.

Chúng tôi trở lại bàn Thư Pháp của Lâm Minh Anh và Thi Thi Hồng Ngọc lúc trời vẫn còn sáng. Nhìn qua hai dãy nhà kính là nơi có nhiều quầy thức ăn chay phục vụ Phật tử và khách thập phương cho đến khi "cháy hàng" trong ba ngày lễ ở chùa Viên Giác, Hannover, Đức.

Thứ Bảy 06.09.2025

Sáng thứ bảy bốn anh em hẹn gặp nhau dùng điểm tâm ở Hotel. Thứ bảy cũng là ngày Khai mạc Lễ hội Quán Âm. Vui hơn nữa là theo chân Nguyên Đạo Văn Công Tuấn, chúng tôi đã được phép đến thăm Hòa Thượng Phương Trượng tại liêu của Ngài chừng 15 phút vào lúc 9:30 giờ nên vẫn còn đủ thời gian để chuẩn bị đến địa điểm hành lễ trước 10 giờ. Đặc biệt là tôi rất vui mừng được Hòa Thượng ký tặng hai cuốn sách: *Tổng Quan Về Nghiệp* (HT Tuệ Sỹ) và *Mối Tơ Vương Của Huyền Trân Công Chúa* (HT Thích Như Điển).

Cùng đi với chúng tôi ra khu Lễ Hội hôm đó có Trần Thị Nhật Hưng rồi sau đó gặp chị Phương Quỳnh ở vườn hoa trước Tượng Đài Quán Âm, đã có nhiều Phật tử mặc đồng phục Gia đình Phật tử đứng theo nhóm dọc hai bên đường từ ngoài cho đến khu vực trước sân để đón chào Phái đoàn chư Tôn Đức Tăng Ni, trong đó có Hòa Thượng Phương Trượng và 11 vị chư Tôn Thiền Đức cùng 14 vị Ni Sư được dẫn đường cùng cờ Ngũ Sắc tiến vào lễ đài. Tất cả chư Tôn Thiền Đức và Ni Sư ngồi trước hai dãy ghế phía trước, hai dãy phía sau dành cho đồng bào Phật tử và những hàng ghế bao quanh khu vực đều kín chỗ.

Khi đã yên vị sau màn biểu diễn múa lân thật đặc sắc và hai tiết mục múa của Gia Đình Phật Tử Tâm Minh là đến Đạo Từ của Hòa Thượng Phương Trượng: "*Hôm nay đúng vào ngày rằm tháng bảy, nằm vào ngày cuối tuần, trời rất là đẹp, có lễ Hội Quan Âm rồi đó, đó là điều hy vọng cho tương lai của Phật giáo nước Đức cũng như người Việt ở đây thành tựu nhiều công đức vô lượng*".

Trong thời Pháp Hòa Thượng đã kể lại câu chuyện "Tìm Phật Ở Đâu" trích trong Nam Hải Phổ Đà Sơn Dị Truyện cho đồng bào Phật tử cùng nghe.

Đến 10:55 giờ, tất cả chư Tôn Thiền Đức Tăng Ni cùng vào trong Nội điện của Bảo tháp Quan Âm cử hành Lễ Cầu Nguyện Quốc Thái Dân An, Thế giới hòa bình nhân sinh an lạc cũng như cầu nguyện cho đại chúng và bửu quyến được trượng thừa ánh sáng hào quang Chư Phật, chư Bồ Tát.

Đến 12 giờ một buổi lễ rất quan trọng mà chúng tôi chờ đợi đó là Lễ Giỗ Đầu của Cố Đạo hữu Cựu Chủ Bút Phù Vân Nguyễn Hòa, được sự chứng minh của Hòa Thượng Phương Trượng cùng năm vị chư Tôn Thiền Đức, có sự hiện diện của Góa phụ Phu nhân Phương Quỳnh Nguyễn Thị Hiền và Thân nhân cùng một số Thân hữu và Cộng Tác Viên Báo Viên Giác Hannover, Đức.

Số Phật tử đến dự lễ khá đông trong căn phòng được thiết kế rất ấm cúng. Di ảnh của người quá vãng được đặt trên chiếc bàn rộng đủ để trưng bày hoa quả và nhiều thực đơn chay được chị Phương Quỳnh chăm chút từ hương đèn trà nước cho đến những lúc đứng lên hay quỳ lạy với đôi tay rất mềm mại, nhịp nhàng và thành kính trước di ảnh người chồng mà suốt hai mươi năm vui buồn có nhau. Đâu phải ai cũng biết tuổi chị bây giờ đã tám mươi nhưng trông rất khỏe và nét thanh tao vẫn còn với nụ cười tươi trẻ và thân thiện.

Nhắc đến ngày ra đi của anh Phù Vân lúc nào tôi cũng cảm thấy ngậm ngùi và tiếc thương. Tình cảm giữa chúng tôi nảy sinh không chỉ là tình đồng hương mà còn là tình văn nghệ nữa. Nhưng có một điều làm tôi cho tới bây giờ vẫn còn ân hận vì gần ba mươi năm với biết bao lần hẹn hò nhưng hai anh em vẫn chưa một lần hội ngộ cho đến khi nhận Email của anh ghi ngày 2.7.2023 viết trong bệnh viện: *-Long ơi! Xin lỗi Long đã hồi âm trễ. Tôi bị bệnh phổi trầm trọng, vào ra 2 bệnh viện thường xuyên từ tháng 5 đến nay! Từ nay tôi nhờ anh Nguyên Đạo Văn công Tuấn giúp tôi chăm sóc bài cho các số báo VG. Vậy khi Long gởi bài cho tôi thì nhớ gởi luôn cho anh Nguyên Đạo, theo địa chỉ E- mail …Cảm ơn Long (PV)*

Đây cũng là những dòng chữ cuối cùng trước khi anh ra đi vào ngày 18.08.2023 ở Hamburg. Hai tháng sau, ngày 21.10.2023 Thượng Tọa Thích Quảng Đạo nhận hũ cốt Hương Linh Phù Vân và được an trí ở Tháp Địa Tạng chùa Khánh Anh ở Paris.

Trong bài "Tưởng Niệm Ba Cư Sĩ Phật Tử Có Công Với Phật Giáo Việt Nam Tại Đức Đã Ra Đi"

sự hiện diện của Hòa Thượng Phương Trượng và tám vị Tăng Ni. Những hàng ghế không còn chỗ trống, chúng tôi ngồi hai bên lối đi để theo dõi xem lúc nào đến giờ trình diễn vở kịch có nội dung quảng cáo cho Sách và Báo Viên Giác.

Chương trình văn nghệ có

trong Báo Viên Giác số 268, Hòa Thượng Phương Trượng viết về Phù Vân: -"*Tôi viết bài này để vinh danh Anh là một người Chủ Bút chịu khó, hay liên lạc với những cây bút gạo cội để xin bài và thăm hỏi khi đau ốm hay lúc gia đình có chuyện vui, buồn. Bởi nếu không có sự kham nhẫn ấy thì chắc rằng báo Viên Giác cũng không được lòng độc giả để tồn tại cho đến ngày hôm nay*".

Như thế chúng ta đủ biết, Hòa Thượng Phương Trượng rất chú trọng đến Văn Hóa Văn Nghệ nên từ khi xây dựng ngôi chùa ở Hannover trải qua đã gần 50 năm Báo Viên Giác cho đến nay vẫn là hiện tượng tờ báo có "tuổi thọ" bậc nhất ở hải ngoại với 268 số vào tháng 8.2025 và riêng HT Phương Trượng đã có 73 tác phẩm, dịch phẩm và nhiều bài khảo luận, tham luận bằng tiếng Việt, Anh, Hán, Nhật và Đức ngữ.

Với sự quan tâm và thành quả đó nên trong Đại lễ Vu Lan PL 2569, có hai vị Tôn Đức được mời đến tham dự phần thuyết giảng của Hòa Thượng Phương Trượng và ra mắt sách của Đh. Lâm Minh Anh lúc 15:30 giờ, ngày 06.09 nhưng rất tiếc sách chưa đến kịp nên Hòa Thượng và Đh. Lâm Minh Anh chỉ nói sơ qua ý nghĩa một số văn tự trong chữ Hán mà thôi.

Sau buổi cơm chiều là chương trình Đêm Văn Nghệ với sự trình diễn của các ca sĩ và các Gia Đình Phật Tử, sau đó là một màn kịch ngắn của một số Cộng Tác Viên Báo VG. Tiếp đến là một tiết mục được nhiều Phật tử chờ đợi, đó là Lễ Hoa Đăng vía Bồ Tát Quán Âm vào lúc 21 giờ.

Chương trình Văn Nghệ được bắt đầu vào lúc 19 giờ với bài hợp ca, nam nữ ca sĩ trên sân khấu nổi bật dưới ánh đèn trông rất đẹp mắt và thu hút, có nhiều tiết mục hợp ca và song ca với nhiều tiếng hát rất hay và chuyên nghiệp nên cũng hy vọng trong thời gian tới, những tài năng hứa hẹn sẽ tỏa sáng hơn nữa trên sân khấu Tổ Đình Viên Giác và khắp Âu châu trong đó có nước Áo.

Phần trình diễn của Báo Viên Giác mở đầu bằng bài hát „Chuông Khuya" do ca sĩ Ngọc Huệ phổ nhạc từ bài thơ cùng tên của Hòa Thượng Chủ Nhiệm. Tiếp đến là vở kịch do ba chị em Phương Quỳnh, Trần Thị Nhật Hưng và Thi Thi Hồng Ngọc viết với các vai diễn: Nhật Hưng: Bán sách, báo. Phương Quỳnh & Sĩ Long: Hai lão già đi ngang quầy sách, thoáng nhìn rồi đi luôn, Cô bán sách buồn quá, ngủ gục. Thi Thi Hồng Ngọc: Đóng vai người mẹ dẫn con đi Chùa, ngang quầy sách ghé vào, đọc được tiếng Việt con thích, mẹ mua tất cả sách và báo Viên Giác trên quầy. Cô bán sách vui quá, cảm ơn rối rít. Vở kịch hạ màn.

Sau đó anh Chủ bút giới thiệu đến Chư Tôn Đức và Phật tử tất cả Ban Biên Tập và Cộng Tác Viên

Báo Viên Giác hiện diện. Anh mời tất cả lên đứng trên sân khấu để chị Phương Quỳnh thay mặt toàn thể Báo Viên Giác tặng Hòa Thượng Chủ Nhiệm cuốn sách Báo 2024 đóng tập vừa xuất bản trên mạng toàn cầu Amazon, một CTV lâu năm khác là anh Lâm Minh Anh tặng sách cho Thượng Tọa Trụ Trì Thích Hạnh Định.

Suốt ba ngày trong Mùa Đại Lễ Vu Lan ở Hannover thời tiết đẹp như những ngày cuối hè khi nhiệt độ từ 13 đến 25 độ C. Bầu trời trong xanh và mát dịu như để trải thảm cho ánh trăng về tỏa chiếu khắp Ngôi Chùa Viên Giác trong lễ Hoa Đăng vía Bồ Tát Quán Âm vào đêm Rằm tháng 7 năm Ất Tỵ. Dòng người đổ về đông đến nỗi phải chờ chừng 15, 20 phút mới đi được vài bước chân. Nhìn lên ánh trăng rằm toả chiếu Tượng Đài Quán Âm đang ngắm nhìn đàn con lung linh ánh nến Thắp Sáng Tam Bảo trong tình thương bao la.

Chủ Nhật 07.09.2025

Chủ nhật, ngày cuối nhưng thật là hạnh phúc khi tôi còn được tham dự một ngày lễ lớn nữa dành cho Mẹ. Đó là Đại lễ Vu Lan Báo Hiếu vào sáng hôm nay.

Trước 10 giờ Chánh Điện đã kín người, trong lúc các đoàn sinh Gia Đình Phật Tử chuẩn bị các tiết mục thì tôi cũng tìm cho mình một chỗ tương đối dễ di chuyển và sẽ không làm phiền ai cho việc phim ảnh. Về nội dung chương trình Đại lễ Vu Lan Báo Hiếu có ba phần: Đoàn sinh Gia Đình Phật Tử dâng hoa cúng dường. Tụng kinh Vu Lan Bồn và Đạo từ của Chư Tôn Đức.

Đúng 10 giờ, Quý chư Tôn Thiền Đức Tăng Ni bước vào Chánh Điện trong tiếng nhạc dịu êm và tiếng chuông ngân đủ làm rung động trái tim của những con Phật nơi đất khách quê người, nhưng vẫn luôn háo hức nhớ về Mùa Vu Lan Báo Hiếu. Nhìn lên khán đài, có sự hiện diện của 40 vị Tôn Đức Tăng Ni từ khắp nơi trên thế giới, có thể kể:

-Hòa Thượng Thích Như Điển cùng đông đảo chư Tôn Đức Tăng Ni tại các tự viện ở Đức.

-Bhante Sukhacitto (du tăng Theravada)

-Thượng Tọa Thích Trừng Sỹ, trụ trì Chùa Pháp Nhãn. Del Valle, Texas Hoa kỳ.

- Một vị sư người Nhật, Giáo sư Đại học Phật Giáo tại Nhật đạo hiệu là Kiyofuji.

- Ni trưởng Thích Nữ Diệu Chỉ (Trụ trì Chùa Bảo Vân Sài Gòn).

- Và nhiều Chư Tôn Đức Tăng Ni gốc từ nhiều quốc gia không thể kể hết ở đây.

Nhìn quang cảnh Chánh điện hôm ấy, niềm háo hức đó đã được thể hiện trong những chiếc áo lam đủ mọi lứa tuổi mà chúng ta có thể thấy những hình ảnh rất dễ thương của các Phật tử tí hon đứng ở hàng đầu chắp tay nghiêm chỉnh và đứng lên ngồi xuống như người lớn. Đây là những hình ảnh đẹp mà chúng ta nên phổ biến rộng rãi trong mọi gia đình người Việt Nam để lớp trẻ theo cha mẹ lên Chùa lễ Phật ngày một đông hơn, để làm gì: để được ăn chay, được học tiếng Việt, được nói tiếng Việt, được kết bạn đồng hương cùng lứa tuổi và biết đâu một ngày nào đó không xa các em các cháu sẽ thay thế đàn anh, đàn chị những công việc như ngày hôm nay.

Chương trình Đại lễ Vu Lan được chuẩn bị rất kỹ trong những tiết mục Dâng Hoa Cúng Dường nên đã tập dượt mọi lúc, mọi nơi trong khuôn viên Chùa Viên Giác. Các cháu rất ngoan và lễ phép. Màn múa Dâng Hoa Cúng Phật với nền nhạc bài hát *Vui Trong Ánh Đạo* của tác giả Bằng Cường do Đoàn sinh Gia Đình Phật Tử trình bày thật trang nghiêm và nhịp nhàng.

Sau thời Kinh Vu Lan Bồn, trước tiên là tiếng Việt; tiếp theo là các bài Kinh cầu nguyện ngắn tiếng Pali, Tây Tạng, Nhật Bản và tiếng Đức. Sau đó là Lễ Cài Hoa Hồng.

Sẽ là trang trọng và thân tình hơn nữa khi cùng với thiện nam tín nữ tham dự nghi thức *Cài Hoa Hồng* trong ngày Đại Lễ Vu Lan để có được những giây phút lắng lòng dành cho mẹ. Dù vui hay buồn, dù mẹ còn hay mất, khi một màu hoa được cài trên áo chắc chắn trong tâm thức của mỗi người tham dự đều có sự cảm nhận thật ấm áp của tình mẹ con. Và cũng chính trong ngày Lễ Báo Hiếu long trọng này, những trái tim đều hướng về mẹ của mình, để cùng thổn thức và cất cao lời tri ân Đấng Sinh Thành.

Hoa Hồng Trắng dịu dàng dành cho những ai đã không còn được cha mẹ cận kề hôm sớm.

Hoa Hồng Đỏ cho những người may mắn còn mẹ, còn cha. Xin hãy trân trọng niềm vui sướng của mình.

Hôm nay tôi cũng rất ấm lòng được nhận một đóa hồng trắng để nhớ về một người Mẹ qua đời ở Huế đã gần ba năm, nhưng đây là lần đầu tôi được tham dự một ngày lễ vô cùng ý nghĩa dành cho người Mẹ thương kính của mình.

Trưa ngày chủ nhật, Nhật Hưng muốn khoản đãi cả nhóm bữa cơm trưa trước khi chia tay, bất ngờ trùng với giờ của Chư Tăng, Ni đi khất thực đang đi vào cổng chính. Với hàng quán chay đã nhiều sạp đóng cửa, một số khác hết hàng. Nhưng rồi cũng gặp may mắn, một quầy hàng bún Huế chỉ còn sáu tô, vậy là sáu tô bún được mang về bàn Thư Pháp để cùng dùng bữa với chị Phương Quỳnh, Nhật Hưng, Thi Thi Hồng Ngọc, Lâm Anh Minh, Văn Công Tuấn và tôi. Sau đó chúng tôi dùng cà phê rồi chia tay. Nguyên Đạo cũng đi sớm như dự tính để tránh kẹt xe vào chiều chủ nhật. Cuối cùng chỉ còn Thi Thi, Lâm Anh và tôi ngồi chờ xe đến đón, đúng lúc thấy Thầy Hạnh Tuệ đang ôm bình bát đi tới. Thi Thi đã chụp cho hai Thầy trò một tấm hình rất "ăn ảnh" cùng những lời chúc bình an cho nhau.

Khoảng 14 giờ anh Phạm Công Hoàng đến, anh vừa dùng cơm trưa vừa chuyện trò rất vui vẻ. Rồi cũng đến giờ chia tay, Minh Anh và Hồng Ngọc đưa tôi ra xe, ba chúng tôi gặp nhau tuy ngắn ngủi nhưng lúc chia tay thật buồn và tiếc nuối.

Cuộc vui nào rồi cũng tàn, tôi vô cùng biết ơn anh Phạm Công Hoàng chỉ đến đón một hành khách duy nhất là tôi rồi chạy thẳng đến phi trường Hannover lúc 15 giờ chiều chủ nhật ngày 07.09.2025 để tôi bay về lại Wien.

Nếu sức khỏe cho phép, con kính hẹn gặp lại Hòa Thượng Phương Trượng Tổ Đình Viên Giác trong ngày khai trương Học Viện Phật Giáo Viên Giác vào năm 2029 ở Hannover, Đức. Đây cũng là năm Mừng Thọ 80 của Hòa Thượng Phương Trượng Viên Giác. ■

Wien, 14.09.2025

Thích Như Tú

Ngôi Trường Gắn Liền Với Người Con Phật Tại Âu Châu

Tôi đặt vé máy bay từ thành phố Zürich đến Düsseldorf để tham dự Khóa Tu Học Phật Pháp Âu Châu kỳ thứ 36, do Hội Đồng Điều Hành Giáo Hội Phật Giáo Việt Nam Thống Nhất Âu Châu tổ chức hàng năm. Năm nay, Chi Bộ, Hội Phật Tử Việt Nam Tỵ Nạn và các Gia Đình Phật Tử tại Đức đảm trách vai trò đăng cai. Tháp tùng cùng chúng tôi trên chuyến bay có cô Phật tử Diệu Như – Nhà Văn Trần Thị Nhật Hưng, một trong bảy cây bút nữ của Báo Viên Giác.

Khi phi cơ hạ cánh, chúng tôi kéo vali ra cổng thì đã thấy một nhóm Phật tử cầm cờ Phật giáo đứng sẵn đó, hoan hỉ đón quý Chư Tôn Đức Tăng Ni và các học viên đến từ nhiều quốc gia khác nhau.

Vừa lên xe rời sân bay để về nơi tổ chức khóa tu, trời bỗng chợt đổ mưa. Khi xe băng qua cây cầu, tôi nhìn xuống dòng sông Rhein và nhớ đến dòng nước của con sông Rhein này vốn bắt nguồn từ hồ Tomasee trên dãy núi Alps, thuộc phần đồi núi của Thụy Sĩ mà chúng tôi đang sinh sống từ năm 2014.

Được biết, thượng nguồn của dòng sông Rhein chảy vào hồ Bodensee, rồi hướng lên phía Bắc tới biên giới Đức – Pháp, đi qua Strasbourg (Pháp), rồi chảy vào lãnh thổ Đức bắt đầu từ vùng Karlsruhe qua Bonn, Köln, Düsseldorf v.v... và chảy sang Hòa Lan, trước khi đổ ra Biển Bắc. Sông Rhein không chỉ là dòng chảy của nước, mà còn là biểu tượng của sự kết nối, sự bảo tồn, là dòng chảy của lịch sử, văn hóa và tâm hồn Châu Âu.

"Mọi dòng chảy đều dẫn đến biển cả – cũng như mọi lịch sử đều dẫn về một cội nguồn chung: khát vọng sống và kết nối của con người."

Chiều nay, ngày 21/07/2025, sau giờ Dược thực, Giáo Hội mở buổi họp để nghe báo cáo và rà soát mọi khâu chuẩn bị cho Lễ Khai mạc khóa tu vào sáng ngày mai 22/07/2025. Hòa thượng Đệ nhị Chủ Tịch Giáo Hội Phật Giáo Việt Nam Thống Nhất Âu Châu đề nghị anh Gia Phước chia sẻ đôi lời về duyên khởi của ngôi trường này, nơi mà Giáo Hội thường chọn làm địa điểm tổ chức khóa tu mỗi khi không còn nơi nào thích hợp hơn, bởi nơi đây không chỉ đủ sức đón tiếp khoảng 1.000 người, mà còn lưu giữ nhiều kỷ niệm sâu sắc của Tăng Ni và Phật tử.

Qua lời kể chân tình của anh, đại chúng giờ đã hiểu thêm và thầm tri ân, tất cả cũng đều nhờ có cố Hòa thượng Chủ tịch thượng Minh hạ Tâm, Người đã lèo lái con thuyền qua bao thế hệ.

Tại thành phố Neuss hiền hòa bên dòng sông Rhein thơ mộng của nước Đức, có một ngôi trường gắn bó thật đặc biệt với cộng đồng Phật giáo Việt Nam tại Châu Âu.

Năm 2010, cố Hoà thượng Chủ tịch Giáo hội Phật giáo Việt Nam Thống nhất Âu Châu đã tận tâm tìm kiếm và đứng ra thuê ngôi trường này, tạo nên một không gian lý tưởng để tổ chức khóa tu học Phật pháp cho đồng bào Phật tử xa xứ. Tình thương của Người không chỉ là sự dẫn dắt tinh thần mà còn thể hiện bằng hành động thiết thực, mở lối cho những người con Phật có nơi trở về nương tựa tâm linh giữa trời Âu xa xứ. Sau lần đầu tiên đầy ý nghĩa vào năm 2010, ngôi trường tại Neuss trở thành điểm hẹn thân thương của những người con Phật suốt những năm sau đó.

Đến năm 2015, khoá tu thứ hai được tổ chức tại đây, thu hút đông đảo Phật tử từ nhiều nước Châu Âu trở về cùng nhau học tập, tu dưỡng và chia sẻ giáo lý nhà Phật. Những ngày tu học ấy đã khơi lại truyền thống văn hóa tâm linh của dân tộc, đánh thức sâu thẳm sự giác ngộ, giúp mọi người tìm lại sự an yên trong tâm hồn giữa những nhộn nhịp của cuộc sống hiện đại. Thế nhưng, khóa tu năm ấy cũng để lại một nỗi tiếc thương sâu lắng, bởi hình bóng Sư Ông đã vắng mặt. Chỉ còn lại những giọt lệ nghẹn ngào trong niềm tưởng niệm của chư Tôn Đức Tăng Ni và đại chúng Phật tử.

Năm 2018, lần tổ chức khóa tu thứ ba làm sống lại những kỷ niệm đẹp, khơi dậy bao cảm xúc thân thương. Bầu không khí trang nghiêm, tình đạo vị ấm áp cùng những thời pháp thoại ý nghĩa đã là động lực để biết bao Phật tử vững bước trên con đường hướng thiện, gìn giữ sắc thái Phật giáo quê hương và tiếp nối tâm nguyện của cố Hòa thượng Thích Minh Tâm.

Năm nay, 2025, ngôi trường tại Neuss lại thêm một lần nữa hân hoan chào đón lần thứ tư của khóa tu học Phật pháp được tổ chức tại đây. Sáng nay, qua lời phát biểu đại diện Ban Giám Hiệu nhà trường và Bà Phó Thị Trưởng thành phố Neuss lan tỏa một làn sóng yêu thương sâu lắng đến khắp tứ chúng. Những vị ấy là người địa phương, cứ ngỡ rằng văn hóa Phật giáo phương Đông là cái gì đó xa lạ với họ, nhưng không, họ không chỉ quen thuộc Phật giáo với cung cách đảnh lễ Chư Tăng Ni, mà họ còn thấm nhuần sâu sắc những lời kinh điển như "*không âu sầu về quá khứ, không lo lắng tương lai, hãy nên an trú và chánh niệm trong hiện tại, giờ phút thiêng liêng này*". Họ đã cảm ơn sự có mặt của khóa tu và sẵn sàng hỗ trợ bất cứ điều gì nếu cần trong suốt thời gian 10 ngày. Nhị vị Đại lão Hòa thượng cũng gởi lời tri ân chân thành và đồng thời nhắn nhủ đại chúng nỗ lực tu tập trong 10 ngày tới, không chỉ để chuyển hóa tự tâm mà còn để cầu nguyện cho nước Đức mưa thuận gió hòa, giàu mạnh về kinh tế, chính trị và luôn mở vòng tay lớn ủng hộ Phật Giáo Việt Nam.

Hòa Thượng thượng Như hạ Điển luôn nhắc nhở các học viên lời thơ khuyến học của người xưa: "*Học hải vô nhai cần thị ngạn, thanh vân hữu lộ chí vi thê*" (nghĩa là: Biển học không bờ, siêng năng là bến, đường mây có lối, chí lần thang). Trước đây, người ta nói "Đông là Đông, Tây là Tây" nhưng ngày nay Đông Tây không còn xa lạ nữa.

Qua bốn lần gắn bó với bao tâm huyết vun trồng, ngôi trường nơi đất khách đã trở thành chiếc nôi nuôi lớn đời sống tinh thần cho bao thế hệ Phật tử Việt Nam tại Âu châu. Nơi đây, không chỉ là nơi tu tập, học hỏi giáo lý, mà còn là mái nhà chung, là nhịp cầu gắn kết tình đồng hương, tiếp nối những giá trị văn hóa Phật giáo và đạo đức, bản sắc truyền thống của dân tộc Việt.

Trải qua bốn lần tổ chức khóa tu học, ngôi trường tại Neuss chính là biểu tượng cho sức mạnh của tình đoàn kết, sự bền bỉ gìn giữ đạo pháp và nếp nhà Việt nơi xứ người. Bóng dáng của cố Hòa thượng Chủ tịch Giáo Hội Phật Giáo Việt Nam Thống Nhất Âu Châu cùng tâm nguyện lớn lao của Người vẫn mãi in sâu trong lòng mỗi người con Phật, là động lực để ngọn lửa trí tuệ và từ bi được lan tỏa mãi nơi phương trời xa. ■

Trần Thị Nhật Hưng

Khóa tu Âu Châu tại Neuss Đức Quốc 2025

Sau 5 năm, kể từ Covid 2019, thêm bận chuyện gia đình, tôi mới trở lại khóa tu Âu Châu tâm trạng như người con đi xa trở về thăm gia đình.

Với lòng rộn ràng hân hoan vui sướng, tôi bước vào khóa tu, gặp lại bạn bè, Thầy, Cô chắp tay chào nhau, nụ cười ai nấy rạng rỡ.

Đây là khóa tu thứ 36 nhưng là khóa thứ 4 tại Neuss. Neuss không xa lạ gì với tôi, vì ba lần qua tôi từng tham dự tại đây. Gặp lại bạn cũ cũng nhiều mà làm quen bạn mới cũng lắm. Cái cảnh ăn chay nằm đất (mỗi người có một nệm hơi) phân chia cho trên mười người trong một lớp học, nhưng cùng là con Phật và có lòng cầu đạo nên sinh hoạt thế nào cũng hoan hỉ chấp nhận, dễ cảm thông và dễ xích lại gần nhau. Các khóa tu bên Úc hay Mỹ, Phật tử ngủ phòng khách sạn, nệm chăn tươm tất đàng hoàng, tụng kinh, học đạo... tất tất đều có ghế ngồi. Không ngồi dưới sàn nhà như Phật Tử Âu Châu. Đây cũng là phước phần của mỗi nước, mỗi người, không kêu ca, than phiền gì được.

Thế nhưng, nói về chịu... tu có lẽ Âu Châu chịu khó hơn, không kể chuyện ăn chay nằm đất suốt 10 ngày, gian khổ nào cũng vượt qua, điều đập vào mắt tôi, trong lễ khai mạc, áo vàng, đầu tròn đã lấn dần sang áo lam. Đã nhiều Phật Tử xuống tóc đi tu, Tăng cũng như Ni số lượng lên tới 121 người so với trước đây chỉ vài chục, điều đó có nghĩa là, nhiều "sinh viên" lớp 3 tốt nghiệp lên lớp 4 (lớp dành cho Tăng, Ni).

Cứ theo cách xếp lớp:

- Lớp Oanh Vũ toàn các em từ 6 đến 12 tuổi, có danh hiệu "Đại Học Oanh Vũ" (danh xưng do Hòa Thượng Thích Minh Tâm) đặt.
- Lớp 1 dành cho thanh thiếu niên.
- Lớp 2 cho người lớn mới đến tu.
- Lớp 3 cho những người học lâu năm.
- Lớp 4 dành cho Tăng, Ni.

Qua đó, mới thấy rằng, khóa tu Âu Châu đã đào tạo nhiều "sinh viên" lên lớp 4 coi như đạt... chánh quả?!

Riêng Đại Học Oanh Vũ và lớp thanh thiếu niên là cả một vấn đề, một công trình khó nhọc mới kham nổi khi các em đến từ nhiều nước tại Âu Châu với nhiều ngôn ngữ khác nhau. Giảng sư phải thông thạo vài ngoại ngữ chủ yếu là tiếng Anh, vì hầu hết các em đều học thêm tiếng Anh để sử dụng khi ra ngoài. Nhưng cũng tại khóa học, tập các em dùng thêm tiếng Việt và nơi đây là cơ hội để các em quay về với tiếng mẹ đẻ.

Đặc biệt lễ khai mạc có sự tham dự của bà Phó Thị Trưởng và phu quân, cùng bà Phó Ban Văn Hóa và Giáo Dục của thành phố Neuss-Düsseldorf. Nhưng vấn đề quan trọng ở đây không là sự hiện diện của những vị ấy mà là ý tưởng trong bài diễn

văn của họ.

Xin trích một đoạn của bà Susanne Benary, Phó Thị Trưởng thành phố Neuss, do Thầy Thích Hạnh Giới dịch:

"Trong 10 ngày tới đây, chư Tăng Ni và Phật Tử từ nhiều quốc gia sẽ cùng nhau thực hành giáo lý Phật Đà và chia sẻ, trao đổi những trải nghiệm văn hóa của mình. Sự kiện này sẽ mang đến nhiều cơ hội giao lưu giữa người trẻ và người già, cũng như truyền cảm hứng cho thế hệ trẻ về Phật giáo.

Phật giáo, với lịch sử truyền thừa phong phú và những lời dạy sâu sắc, mang đến biết bao trí tuệ cho thế giới ngày nay. Đặc biệt, trong thời điểm đầy thách thức này, những nguyên lý về từ bi, chánh niệm và hòa bình mà Phật giáo truyền đạt có thể dẫn dắt tất cả chúng ta. Thật là cảm hứng khi chúng tôi chứng kiến cộng đồng Phật tử Việt Nam sống và truyền tiếp những giá trị này.

Nhân dịp sinh nhật lần thứ 90 của Đức Đạt Lai Lạt Ma vào ngày 6 tháng 7 năm nay, Ngài đã nhắc nhở chúng ta về tầm quan trọng của sự bình an nơi nội tâm và trách nhiệm của con người đối với thiên nhiên, đồng loại và các thế hệ tương lai.

Khi nhìn vào những gì đang diễn ra xung quanh chúng ta ngày hôm nay, những lời dạy này càng trở nên có ý nghĩa hơn, và ước gì được nhiều người hơn nữa lắng nghe.

Nhiều người thích trích dẫn trí tuệ Phật giáo, nghe có vẻ rất rõ ràng và đơn giản, nhưng nếu bạn thử suy ngẫm và áp dụng câu nói thường được trích dẫn "Đừng bận tâm về quá khứ, đừng mơ mộng về tương lai, hãy tập trung vào hiện tại", bạn sẽ nhận ra rằng điều này bạn không thể dễ dàng thành công trong cuộc sống hàng ngày mà chỉ qua sự tu tập thiền định nhiều năm tháng, mới thật sự mang lại cho bạn sự nhận thức giác ngộ này...".

Riêng bà Ursula Platen, Phó ban Văn Hóa và Giáo Dục thành phố, qua lời phát biểu của bà, bà "khoe" có con gái đang học về đạo Phật trong trường. Qua người con này, bà biết đến đạo Phật, thiền và Yoga. Bà biết và hiểu nhiều về giáo lý nhà Phật và dành rất nhiều cảm tình với đạo Phật thể hiện qua việc, nếu khóa tu học hôm nay gặp bất cứ khó khăn nào, bà sẵn sàng hỗ trợ trên mọi phương diện.

Chúng ta thấy đó, đạo Phật của chúng ta, với tinh thần từ bi và trí tuệ đã dần đi sâu vào lòng người bản xứ tại đây. Trước khi họ tin, họ nghiên cứu rất sâu và rất kỹ.

Phật giáo đề cao từ bi và trí tuệ "*Mặt trời trí tuệ chiếu khắp nhân gian quay về bờ giác. Mây trắng từ bi che cùng vạn loài vượt thoát sông mê*", đó là yếu tố đưa đến hòa bình nhân loại. Đức Đạt Lai Lạt Ma từng nói: "Nếu có đánh mất bất cứ gì, đừng để mất lòng từ bi", vì chỉ tình yêu thương mới hóa giải hận thù, mới tránh được chiến tranh. Tuy nhiên, bên cạnh từ bi cần trí tuệ để nhận định đúng sai và bên trí tuệ cần dũng khí để hành động mà châm ngôn của anh em Gia Đình Phật Tử thường nói: Bi-Trí-Dũng.

Mà dũng ở đây hàm ý là, *nói* thì phải *làm*. Làm trong tinh thần Phật giáo phục vụ chúng sanh tức là thực hiện Bồ Tát hạnh.

Hằng năm tại khóa tu, bao giờ cũng có mục đăng đàn thọ Bồ Tát giới. Tiêu chí phải đủ 30 người. Năm nào cũng đủ số lượng. Thế nhưng chưa chắc, khi khoác chiếc áo Bồ Tát màu nâu choàng bên ngoài áo lam đã là Bồ Tát đâu nhé. Vì rõ ràng trong giờ thuyết giảng của Hòa Thượng Phương Trượng Thích Như Điển, Ngài nói. Có hai loại Bồ Tát: Bồ Tát *giả danh* (thọ mà không giữ giới. Năm giới căn bản còn giữ chưa xong ở đó mà 10 giới trọng và 48 giới khinh) và Bồ Tát *thực danh* (Bồ Tát này ngoài nghiêm chỉnh giữ giới đã tuyên thệ còn hết lòng phục vụ chúng sinh); Hòa Thượng giảng theo kinh Ưu Bà Tắc Giới. Riêng tôi, tôi thấy có một bậc Bồ Tát nữa, đó là Bồ Tát *ẩn danh* không khoác áo nâu, không tuyên thệ nhưng âm thầm sống đạo đức và phục vụ chúng sinh đến quên mình mà trong khóa học, tôi âm thầm chứng kiến nhiều lắm, có như thế khóa tu đến 10 ngày với bao công việc nhiêu khê trong tất cả mọi ban: Ban trai soạn (Ban này đối với tôi vất vả nhất vì nấu cho số lượng đông đảo trên 550 người, thời ba buổi sáng, trưa, chiều phải đúng giờ đúng giấc rất dễ bị Stress. Cũng may năm nay đổi cách phục vụ cho ăn buffet, người nấu cũng như Ban hành đường đỡ mệt phần nào mà người ăn được nóng sốt nên ai cũng hoan hỷ), Ban chuyên chở đón đưa từng Phật tử tham dự, Ban trần thiết, Ban hương đăng, Ban trật tự thay phiên túc trực suốt ngày, đêm để canh trộm (những kẻ bên ngoài lợi dụng khóa tu lẻn vào ăn trộm. Chính tại Neuss đã có lần trộm tháo gỡ bánh xe hơi của người tham dự), Ban văn phòng v.v... và v.v.. cuối cùng đã thành công mỹ mãn trên mọi phương diện.

Và các Bồ Tát thực danh cũng như ẩn danh đó họ đã thực hiện công việc của Bồ Tát đạo phát xuất từ Bồ Đề tâm.

Vậy, Bồ Đề tâm là gì? Là tâm giác ngộ xuất phát từ lòng từ bi cầu giải thoát thành Phật để cứu độ chúng sinh "Thượng cầu Phật đạo, hạ hóa chúng sanh". Và những vị như vậy là họ đang đi trên con đường Đại thừa. Đại là lớn, thừa là cỗ xe. Cỗ xe lớn để chuyên chở hết tất cả chúng sinh đến Niết bàn. Và muốn được như vậy, hành giả phải thọ trì giữ giới, từ giới mới sinh định, có định rồi thì trí huệ phát sinh. Giới-Định-Huệ phạm trù mà quí thầy luôn nhắc nhở Phật tử nên hành trì.

Một điều vui mừng nữa là sau 5 năm trở lại, tôi nhận ra tại Âu Châu, những vị sư trẻ cũng như không... trẻ nữa, nhưng chưa bao giờ đăng đàn thuyết giảng, nay hằng loạt đều lên làm giảng sư giảng pháp, mà giảng rất tự tin, lưu loát, lôi cuốn. Những bước tiến mà từ thầy đến trò (trò "tốt nghiệp" từ lớp 3 lên lớp 4 để trở thành tu sĩ), còn thầy thì vững chãi lái con thuyền Bát Nhã đưa Phật tử qua bờ Bến Giác.

Tựu trung, Phật tử được học về "Đại thừa và Đại thừa khởi tín luận", "Chư Bồ Tát thuyết kinh", "Tôn chỉ kinh A Di Đà", "Khuyến phát Bồ đề tâm", "Tịnh độ thập nghi luận", "Thích Bồ đề tâm Luận", "Tứ gia hành", "Thập trụ".

Tôi không thể kể hết chi tiết ra đây, chỉ tóm tắt những điều tôi thu thập cho chính mình, và nhận ra rằng, trong ba pháp môn Tịnh độ, Thiền và Mật tông, chúng ta đang thực hiện pháp môn niệm Phật vì rõ ràng trong khóa tu đã dành trọn một ngày chia làm 4 thời thay phiên nhau niệm Phật và kinh hành, tức là xác định phái Tịnh độ tông và đề cao Bồ đề tâm. Mà Bồ đề tâm chỉ dành cho Đại thừa, nói nôm na là Phật Giáo Đại Thừa.

Để thực hiện cho đúng Bồ Đề tâm, hành giả phải chứng ngộ cho được tính không của mọi hiện tượng. Trong kinh Hoa Nghiêm, Đức Phật dạy rằng, hành thiện, tu thiện, bố thí chúng ta được phước báu giàu sang phú quí, xinh đẹp, khỏe mạnh nhưng nếu không có tâm Bồ đề sẽ lao vào ngũ dục sa đọa tức là đi theo con đường của ma. Chỉ với tâm Bồ đề kiên cố và theo "Thập Trụ" (mười trụ) mà Thầy Trừng Sỹ tại Hoa Kỳ đã giảng giải cho Phật tử rõ hơn mới dẫn dắt chúng ta đến con đường giác ngộ thành Phật.

Thập trụ đó là:

1-Trụ: Bây giờ và ở đây. Bồ Tát đi vào đời như hoa nở vào đời làm an lạc cuộc đời.

2-Trị địa trụ: Thực tập đạo đức, thiền định, chánh niệm và tỉnh thức.

3-Tu hành trụ: Có trú xứ để tu tập. Bố thí Ba La Mật (bố thí pháp giá trị nhất).

4-Sinh quí trụ: Tu nơi cao thượng vững chãi nhất.

5-Phương tiện cụ túc trụ: Thông thạo rồi khéo léo hướng dẫn người khác tu tập.

6-Chánh tâm trụ: Chánh pháp thấm nhuần thân tâm, tâm luôn chân chánh hiểu, phù hợp cho mình và cho người.

7-Bất thoái trụ: Trú vững chãi không bao giờ thoái lui môi trường của Bồ Tát hạnh và Bồ Tát đạo.

8-Đồng chân trụ: Cùng nhau ở một trú xứ chân chánh.

9-Pháp vương tử trụ: Được xem như là hoàng tử trong chánh pháp, là chiến sĩ hòa bình thừa tự chánh pháp có công năng giúp chúng sinh hữu tình và vô tình đồng thành Phật đạo.

10-Quán đảnh trụ: Cuối cùng là lễ xức dầu, xức thánh Đức Phật thọ ký Bồ Tát thành Phật.

Thôi nhé, học và hiểu chút chút như thế cũng đủ... nhức đầu rồi nhé.

Chúng ta đi xem văn nghệ cuối khóa cho thảnh thơi đầu óc.

Văn nghệ hầu hết do các em trong Gia Đình Phật Tử đảm nhiệm. Các em múa thật đẹp, cổ cũng như tân, đặc biệt nhất là những màn nhạc cảnh các anh chị Huynh trưởng đã tập cho các em Oanh Vũ cũng như thanh thiếu niên màn Lạc Long Quân và nàng Âu Cơ để hiểu về lịch sử nước nhà nhân đó tập các em nói tiếng Việt. Đa số nói rất rành, đúng giọng, chỉ số ít còn ngọng nghịu thôi.

Khóa tu học kết thúc ngày hôm sau. Cũng như lúc khai mạc, toàn bộ Chư Tăng, Ni, Phật tử đều tập trung nơi chánh điện. Sau một thời kinh, lời tuyên bố kết quả. Năm nào cũng vậy, nhờ Chư Phật độ nên các khóa tu đều thành công mỹ mãn từ nhân sự cũng như tài chánh.

Cũng xin nói thêm, trong khóa tu, suốt thời gian các học viên học giáo lý là lúc an cư kiết hạ của Chư Tăng, Ni trì tụng Kinh Đại Bảo Tích quyển thứ 5. Lồng trong Khóa Tu Học có một buổi họp của Giáo Hội để tổng kết tình hình của khóa tu năm này cũng như chuẩn bị cho năm sau 2026.

Trong khóa còn có lễ tưởng niệm 49 ngày Giác Linh của Hòa Thượng Thích Minh Giác, Trụ trì chùa Vạn Hạnh Hòa Lan. Không những thế, sau ngày hôm đó, quí vị Trưởng lão cùng nhau quy tụ về Hòa Lan để làm lễ tưởng niệm 49 ngày nữa.

Xin hồi hướng công đức này đến thập loại chúng sinh đều trọn thành Phật đạo. ■

TIN SINH HOẠT CỘNG ĐỒNG

Đại Nguyên thực hiện

* ĐẠI NHẠC HỘI CÁM ƠN ANH - NGƯỜI THƯƠNG BINH VNCH - BẮC CALI – 2025

Để tỏ lòng biết ơn và nhớ về những Người Thương Binh VNCH kém may mắn, với thân thể không còn nguyên vẹn, sống vất vưởng đó đây trên quê hương trong suốt nửa thế kỷ qua, chủ nhật 27.7.2025 từ 12 giờ đến 18:30. tại Grand Century Mall – 1001 Story Road, San Jose, CA 95122. Hội Tương Trợ Thương Binh VNCH phối hợp với đài truyền hình SBTN tiếp tục tổ chức Đại Nhạc Hội Cám Ơn anh lần thứ 20 để vinh danh Chiến Sĩ VNCH đã chiến đấu và hy sinh bảo vệ miền Nam tự do trước năm 1975.

Khai mạc Đại Nhạc Hội cũng như những năm qua, nhóm Quân kỳ do một số cựu quân nhân VNCH đảm nhiệm rước Quốc kỳ đến trước khán đài, cạnh tượng đài Trần Hưng Đạo là bàn thờ Tổ Quốc có đủ hình của các vị Tướng đã vị quốc vong thân, hát Quốc ca Hoa Kỳ và VNCH sau đó là lễ Đặt vòng hoa để tưởng niệm Tiền nhân và những thế hệ kế tiếp đánh đuổi ngoại xâm giữ gìn bờ cõi. Đại diện Hội Tương Trợ TB/ VNCH bà Tôn Nữ Phượng Các đọc diễn văn khai mạc. Ban Tổ Chức đã vinh danh những Tổ Chức Hội Đoàn, Mạnh Thường Quân, Doanh Nhân, Đồng Hương xa gần đã và đang giúp đỡ cho chương trình Đại Nhạc Hội Cảm Ơn Anh,

Chương trình được sự hướng dẫn bởi các MC: Nam Lộc, Trúc Hồ, Diệu Quyên, Đỗ Tân Khoa, Thùy Dương. Đặc biệt tại San Jose, vợ chồng trẻ Nhân Nguyễn, đã đóng góp khoản tiền rất lớn so với tất cả các nơi, là một trăm ngàn Mỹ Kim ($100.000 USD). Đồng hương người Việt ở hải ngoại cũng như trong nước rất ngưỡng mộ với tấm lòng nhân ái, chia xẻ góp tay xoa dịu những vết thương cho TB /VNCH của anh Nhân Nguyễn và Ông bà Lê Đỗ. (anh Nhân Nguyễn từ năm 2009 đóng 10.000 USD; năm 2022 là 67.000USD; năm 2023 là 100.000USD; năm 2024 dù không tổ chức Nhạc hội nhưng anh vẫn gởi 100.000 USD nhờ giúp cho TB, năm 2025 là 100.000USD).

Ca sĩ Kim Anh dù đang bệnh cũng cố gắng đến giúp vui. Cho đến xế chiều sau một ngày làm việc khán giả đến nhiều hơn, ca sĩ Thanh Lan và các ca sĩ của Asia khác góp mặt không nhận tiền thù lao như: Nhật Lâm, Y Phương (và gia đình gởi thêm 600.USD), Diễm Liên, Nguyên Khang, Việt Khang… (ca sĩ Thanh Thúy bị bệnh không thể đến cũng gởi 300.USD, và Ca sĩ Thế Sơn gởi 1000. USD hỗ trợ TB VNCH).

Tổng số tiền ủng hộ nhận được tính đến 18 giờ 30 chiều là 258.666$. Ban Tổ Chức cho biết sẽ tiếp tục cập nhật số tiền ủng hộ vì vẫn còn rất nhiều chi phiếu được quý Đồng hương gởi qua đường bưu điện chưa nhận được, hoặc qua thẻ tín dụng nhưng Ban Tổ Chức vẫn chưa tính vào con số tổng kết của ngày 27/7/2025. Ban Tổ Chức cùng với đài truyền hình SBTN gởi lời tri ân và cám ơn tất cả quý Đồng hương đã mua vé đóng góp cho chương trình. Kết thúc chương trình với những nhạc phẩm Triệu Con Tim và Đáp Lời Sông Núi mọi người cùng hát và đứng lên vẫy cờ chia tay hẹn gặp lại năm 2026.

*** WESTMINSTER, California** – Đại Nhạc Hội Cám Ơn Anh Người Thương Binh Việt Nam Cộng Hòa (VNCH) lần thứ 20, và tưởng niệm 50 năm người Việt tỵ nạn, diễn ra vào sáng Chủ Nhật, 27 /7 tại QD Venue, thành phố Westminster. Hội trường nhỏ nhưng mang ý nghĩa tri ân sâu sắc đến những người lính VNCH, đồng thời kêu gọi gây quỹ nhằm hỗ trợ các TB và Quả phụ VNCH đang sống trong hoàn cảnh khó khăn tại quê nhà.

Hải ngoại không quên tình chiến hữu
Đồng hương nhớ mãi nghĩa thương binh.

Những người lính VNCH „không bao giờ chết“ và tinh thần QLVNCH vẫn sáng ngời từ một giai đoạn lịch sử đấu tranh bất khuất của quân lực VNCH bảo vệ miền Nam. Cờ Vàng còn là biểu tượng của Tự Do, Dân Chủ mà người Việt tỵ nạn CS mang theo và tôn vinh. Công tác hỗ Trợ TB/ VNCH còn ở lại quê nhà thể hiện trong "Tình Huynh Đệ Chi Binh". Cựu Thiếu Tá CSQG Nguyễn Thị Thanh Thủy, Hội trưởng Hội H.O. Cứu Trợ TB/ VNCH và

Quả phụ (QP) tiếp tục công việc của bà cố Trung tá Không quân Nguyễn Thị Hạnh Nhân.

Giới thiệu chương trình là: Đỗ Thanh, Thanh Tùng và Mỹ Lan. Với sự góp mặt của các ca sĩ: Phương Hồng Quế, Trần Thái Hòa, Gia Huy, Mỹ Lan, Đăng Vũ, Victoria Thúy Vi, Philip Nam, Cẩm Thu, Đình Đại…

Nhiều lãnh đạo Cộng đồng cũng đến tham dự đại nhạc hội thường niên này để hỗ trợ tinh thần. Lễ chào Quốc kỳ Việt-Mỹ và hát Quốc ca cùng một phút mặc niệm - Diễn văn của Hội trưởng/ Trưởng Ban tổ chức… Sự quyên góp của Hội cựu SVSQ Võ Bị Quốc Gia VN ở miền Nam California (VBQG Tom Võ đại diện): do VBQG Nguyễn Duy Niên, Tổng thư ký thay mặt tặng 7,350 USD cho TB & QP VNCH. Khán giả tham dự đóng góp cũng như quý Đồng hương các nơi gọi về gởi tiền hỗ trợ.

Ca sĩ Mỹ Lan điều khiển chương trình tổng quát và văn nghệ ở giờ phút cuối của buổi Đại Nhạc Hội Cám Ơn Anh Người Thương Binh VNCH kỳ 20 này - Vào lúc 18:20 cùng ngày thông báo tin vui về kết quả gây quỹ sơ khởi cho đến giờ cuối trên 100.750 USD. Để kết thúc chương trình bà Hội trưởng nói lời cảm tạ các nhà Hảo tâm cùng Đồng hương tham dự cũng như quý Đồng hương khắp nơi quan tâm chia xẻ chút quà về tặng quý TB VNCH. Tổng số tiền được ủng hộ:

-Bắc Cali tạm tổng kết: 258.666 USD. (hai trăm năm tám ngàn, sáu trăm sáu mươi sáu $)

-Nam Cali tạm tổng kết: 100.750 USD. (một trăm ngàn, bảy trăm năm mươi $).

Chưa tính tiền chi phí tổ chức như: thuê phòng, điện nước, ban nhạc, dựng sân khấu, lều… Dù những thiện nguyện viên đã làm việc hết mình cho đến việc dọn vệ sinh… không nhận tiền công. Mọi người tin tưởng và mong số tiền quyên góp này dù nhiều hay ít „của ít lòng nhiều" phải đến tận tay người nhận.

*Trong năm 2025 tỉnh Dòng Chúa Cứu Thế gửi 'Quà tặng Yêu thương' cho TB-VNCH

Nhìn lại Chương trình gây quỹ tặng quà Xuân Ất Tỵ cho các vị TB /VNCH ở Việt Nam qua Dòng Chúa Cứu Thế Việt Nam được Đài Truyền Hình SBTN phối hợp với Cơ Sở Hy Vọng (CSHV) thực hiện ngày mùng 5 Tết Chủ nhật 02 tháng 02, 2025. Chương trình được phát trực tiếp tại nhiều quốc gia có đông người Việt tỵ nạn: Hoa kỳ, Canada, Âu Châu, Úc Châu.

Kết quả số tiền quý ân nhân gởi vào lên đến 124,500 USD. Trong những ngày cuối tháng 1/2025, Dòng Chúa Cứu Thế (DCCT) nhân dịp mừng 100 năm phục vụ Giáo Hội Việt Nam, đã xác định sứ vụ của Dòng là nâng đỡ, an ủi những cảnh đời thống khổ; và TB/VNCH là một trong các đối tượng cần được chăm sóc nhất tại Việt Nam. Công tác này được DCCT trao cho Linh mục Trương Hoàng Vũ phụ trách. Từ đầu năm đến nay, với ngân khoản 205 ngàn USD của quý ân nhân giúp trước đó, Cơ sở Hy Vọng đã gởi về DCCT để quý Linh mục bắt đầu tặng quà Xuân Ất Tỵ cho các vị TB/VNCH, mỗi vị 3 triệu đồng (tương đương 120 USD. Hiện số TB/VNCH ghi danh với DCCT đã trên 4,000 vị, nên số tiền cần để đáp ứng khá lớn. CSHV và các cơ quan truyền thông không ngừng kêu gọi quý đồng hương tiếp tay cho món quà xuân bác ái dành cho các cựu chiến binh từng một thời bảo vệ Miền Nam tự do, nay đang ở hoàn cảnh khốn cùng trên chính quê hương mình

* Đại Lễ Vu Lan Báo Hiếu, Phật Lịch 2569

SANTA ANA, California Đại Lễ Vu Lan Báo Hiếu, Phật Lịch 2569, tại chùa Bảo Quang, Santa Ana, vào trưa Chủ Nhật, 24 tháng 8. Vu Lan mùa hiếu hạnh lại trở về với những người con Phật tại Little Saigon, cũng là ngày hội lớn đối với những người con lưu lạc khắp đó đây trên thế giới, chung lòng tưởng nhớ về quê hương và cha mẹ đã hy sinh cho mình và cho con cháu. Buổi lễ có sự chứng minh của Hòa Thượng Thích Thông Hải, trụ trì chùa Bảo Quang, và cũng là Viện chủ Thiền Viện Chân Không, Hawaii; Thiền Viện Chân Không, London, Anh; Thiền Viện Chân Không, Los Angeles; và Tu Viện An Lạc, Ventura.

Đại Lễ Vu Lan là để nhắc nhở cho Phật Tử noi theo gương hiếu hạnh của những người đi trước, mà Tổ Tiên đã gây dựng. Từ đó, sự hiếu thảo đậm nét truyền thống văn hóa từ ngàn xưa được duy trì và phát huy khắp nơi trên thế giới. Lễ Hội Vu Lan cũng là cơ hội giúp cho hàng Phật tử tiếp cận những văn hóa Phật Giáo, đó là từ bi hỷ xả, vô ngã vị tha, phải nhớ công ơn sanh thành dưỡng dục của cha mẹ.

"Nước biển mênh mông không đong đầy tình mẹ
Mây trời lồng lộng không phủ kín công cha"

Đại Lễ Vu Lan là để thể hiện lòng hiếu thảo của người con Phật đối với ông bà, cha mẹ trong nhiều đời, nhiều kiếp, và cho những thế hệ trẻ học hỏi thêm về lòng hiếu thảo cần thiết trong cuộc sống. Đức Phật dạy, hiếu hạnh là Phật hạnh, hiếu tâm là Phật tâm, hiếu đạo là Phật đạo. Do đó, chữ "hiếu" được thể hiện một cách cao quý trong phong tục, tập quán của dân tộc Việt Nam.

Lễ cài Hoa Hồng là thông lệ phải có trong Đại Lễ Vu Lan. Những Phật tử của chùa đồng hân hoan cung kính đến cài những đóa hoa hồng đỏ và trắng trên ngực áo của những bậc cha mẹ hiện tiền và đồng hương đến dự đến dự. Lễ Vu Lan không chỉ riêng cho Phật Giáo, mà đã trở thành hình thức nhớ ơn đấng sinh thành của nhiều tín ngưỡng. Khởi nguồn từ lòng hiếu thảo của Tôn Giả Mục Kiền Liên, vì ngài không quên nhớ đến công ơn của hai đấng sinh thành. Chư tôn giáo phẩm và đồng hương Phật tử cùng đọc kinh Vu Lan và cầu nguyện hòa bình cho nhân loại trên thế giới. Sau Đại Lễ Vu Lan Báo Hiếu là Lễ Cúng Dường Trai Tăng. ■

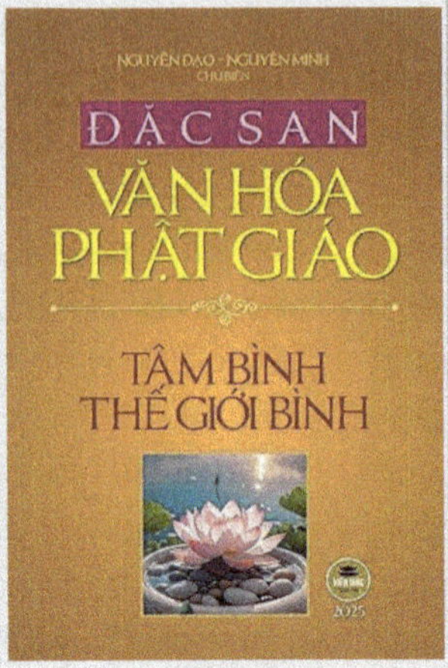

NHỮNG TÁC PHẨM DO VIÊN GIÁC TÙNG THƯ XUẤT BẢN TRONG QUÝ II & III NĂM 2025 qua mạng toàn cầu Amazon

* ***Đặc san Văn hóa Phật giáo 2025 - Tâm bình thế giới bình*** (bản in màu).

Tác phẩm tổng hợp các tác phẩm giá trị của 50 tác giả trong và ngoài nước.

700 trang, khổ 23x15 cm.

ISBN-13: 979-8349516085

Độc giả có thể đặt mua tại văn phòng Chùa Viên Giác (35,- €) hay trực tiếp trên Amazon theo link rút gọn này:

https://pgvn.org/pg_9437qt

*** SỰ QUÁN THẤY CỦA ĐỨC PHẬT VỀ THẾ GIỚI,** Quyển 1.

HOANG PHONG biên soạn và phiên dịch

534 trang, khổ 23x15 cm

https://pgvn.org/pg_4568nk

*** PHÁP HOA VĂN CÚ – Tập 1, 2, 3**

Nguyên tác: *Diệu Pháp Liên Hoa Kinh Văn Cú,* Đại sư Trí Khải giảng giải.

Hòa Thượng Thích Như Điển và Cư sĩ Nguyễn Minh Tiến Việt dịch và Chú giải.

Tác phẩm gồm 3 tập: 1, 2, 3.

Khổ sách: khổ 23x15 cm.

**Tập 1:* 542 trang

https://pgvn.org/pg_4390ek

**Tập 2*: 538 trang

https://pgvn.org/pg_5870ws

**Tập 3:* 526 trang.

https://pgvn.org/pg_2309ir

CHƯƠNG TRÌNH PHẬT SỰ

NĂM BÍNH NGỌ - 2026 - TỔ ĐÌNH VIÊN GIÁC

Tháng 1

- Ngày 04 và 18.01.2026: lễ định kỳ, sinh hoạt GĐPT/ Friedens- und Verstorbene Andacht, Buddhistische jugendliche Aktivitäten.
- Ngày 02 và 18.01.2026: Lễ sám hối/ Reuezeremonie.

Tháng 2

- Ngày 01 và 15.02.2026: lễ định kỳ, sinh hoạt GĐPT/ Friedens- und Verstorbene Andacht, Buddhistische jugendliche Aktivitäten.
- Ngày 01 và 16.02.2026: Lễ sám hối/ Reuezeremonie.
- Ngày 09.02.2026 (Thứ hai) Hòa Thượng Phương Trượng trở về lại Đức sau khi đi Úc và Ấn Độ.
- Ngày 16.2.2026 (Thứ hai 29.12 ÂL) lúc 20:00 Sám Hối Reuerzeremonie, 21:00 Văn nghệ mừng Tết, 24:00 đón giao thừa Bính Ngọ, phát lộc, lì xì/ Feierlicher Empfang zum Jahreswechsel und Verteilung der roten Glückstüten.
- Ngày 17 và 18.02.2026 (Thứ ba Mồng Một, thứ tư mùng hai Tết Nguyên Đán năm Bính Ngọ): 05:45 tọa Thiền và trì tụng Thần Chú Thủ Lăng Nghiêm, cả ngày phát bao lì xì, hái lộc, xin xăm, lễ Phật. 12:00 trưa mỗi ngày cúng hương linh quá vãng thờ tại chùa/ Verteilung der roten Glückstüten, Um 12:00 Verstorbene Andacht.
- Ngày 19.02.2026 (thứ năm nhằm ngày mùng ba Tết năm Bính Ngọ): từ 6:00 sáng đến 17:00 chiều trì tụng bộ Kinh Pháp Hoa/Lotus Sutra Rezitation.

Tháng 3

- Ngày 01 và 15.03.2026: lễ định kỳ, sinh hoạt GĐPT/ Friedens- und Verstorbene Andacht, Buddhistische jugendliche Aktivitäten.
- Ngày 02 và 18.03.2026: Lễ sám hối/ Reuezeremonie.
- Ngày 24.02 – 03.03.2026 (Từ mùng 08 – 15.01 ÂL): Tụng Kinh Dược Sư cầu an lúc 20:00 giờ (Cúng 1.080 ngọn đèn trí tuệ)/ Rezitation des Medizin-Buddha-Sutra und Anzünden von 1.080 Weisheitskerzen (Abends um 20:00 Uhr).
- Ngày 01.03.2026 (Chủ nhật) Tết và Rằm Tháng Giêng Viên Đức/HT Phương Trượng).
- Ngày 03.03.2026 (thứ ba) Rằm Tháng Giêng Chánh Lễ.
- Ngày 08.03.2026 (Chủ nhật) Tết và RTG tại Tổ Đình Viên Giác, Quy Y Tam Bảo/Zeremonie zum Ersten Vollmond des neuen Jahres, Zufluchnahme Zeremonie zu den Drei Juwelen.
- Dự định từ ngày 12.3.2026 đến ngày 07.5.2026 Hòa Thượng Phương Trượng sẽ Hoằng Pháp tại Hoa Kỳ của (có thể thay đổi tùy theo hoàn cảnh lúc bấy giờ)
- Ngày 23 - 29.03.2026: Phật Thất ở Tu Viện Lộc Uyển (TT Thích Hạnh Giới).

Tháng 4

- Ngày 02 - 06.04.2026: Khóa tu học cho các em TTN và GĐPTVN Đức Quốc/ Seminar für Buddhistische Jugend (Ostern).
- Ngày 05 và 19.04.2026: lễ định kỳ, sinh hoạt GĐPT/ Friedens- und Verstorbene Andacht, Buddhistische jugendliche Aktivitäten.
- Ngày 01, 16 và 30.04.2026: Lễ sám hối/ Reuezeremonie.

Tháng 5

- Ngày 01.05.2026 (Thứ sáu) du ngoạn với Gia Đình Phật Tử Tâm Minh Hannover.
- Ngày 03 và 17.01.2026: lễ định kỳ, sinh hoạt GĐPT/ Friedens- und Verstorbene Andacht, Buddhistische jugendliche Aktivitäten.
- Ngày 16 và 30.05.2026: Lễ sám hối/ Reuezeremonie.
- Ngày 03.05.2026: Phật Đản tại Tu Viện Lộc Uyển, Rostock.
- Ngày 10.05.2026: Phật Đản tại Tu Viện Viên Đức, Ravensburg (HT Phương Trượng và Đại Chúng).
- Ngày 16.05.2026: Phật Đản tại Chùa Đại Bi, Frankfurt (HT Phương Trượng và Đại Chúng).
- Ngày 17.05.2026: Phật Đản tại Chùa Bảo Đức, Oberhausen (HT Phương Trượng và Đại Chúng).
- Ngày 17.05.2026: Phật Đản tại Chùa Viên Quang, Tübingen (TT Hạnh Định).
- Ngày 23-24.05.2026: Phật Đản tại Chùa Bảo Thành, Koblenz (TT Hạnh Giới).
- Ngày 24.05.2026: Phật Đản tại Chùa Viên Âm, Nürnberg (HT Phương Trượng và Đại Chúng).
- Ngày 29-31.05.2026: Đại Lễ Phật Đản tại Tổ Đình Viên Giác Hannover và Kiết Giới An Cư Kiết Hạ/Vesak, Sangha Sommer Klausur (Ngày 31.5.2026 nhằm ngày RTT lễ Phật Đản sanh lần thứ 2650-Phật Lịch 2570 và vào hạ của chư Tăng Ni).

Tháng 6

- Ngày 07 và 21.06.2026: lễ định kỳ, sinh hoạt GĐPT/ Friedens- und Verstorbene Andacht, Buddhistische jugendliche Aktivitäten.
- Ngày 14 và 28.06.2026: Lễ sám hối/ Reuezeremonie.
- Ngày 07.06.2026: Lễ Phật Đản tại Chùa Linh Thứu Berlin (HT Phương Trượng và Đại Chúng).
- Ngày 07.06.2026: Lễ Phật Đản tại Tu Viện Vô Lượng Thọ (TT Hạnh Tấn).
- Ngày 12-14.06.2026: Huân Tu Đại Bi và Lễ Phật Đản tại Chùa Quán Âm, Odense, Đan Mạch (TT Hạnh Định).
- Ngày 13.-14.06.2026: Bát Quan Trai Giới tại Chùa Bảo Đức/ 8 Sila-Praxis (HT Phương Trượng và Đại Chúng).
- Ngày 14.6.2026 (Chủ Nhật): Lễ Phật Đản chùa Viên Thông tại Selb, Đức Quốc (Đại Đức Thích Hạnh Bổn).
- Ngày 20&21.6.2026 (Thứ bảy và chủ nhật) Fête du Bouddha Strasbourg và lễ Phật Đản chùa Phổ Hiền (Pháp Quốc) (Hòa Thượng Phương Trượng và Đại Chúng).
- Ngày 28.06.2026: Họp Chi Bộ Đức Quốc tại Tổ Đình Viên Giác Hannover.

Tháng 7

- Ngày 05 và 19.07.2026: lễ định kỳ, sinh hoạt GĐPT/ Friedens- und Verstorbene Andacht, Buddhistische jugendliche Aktivitäten.
- Ngày 13 và 27.07.2026: Lễ sám hối/ Reuezeremonie.
- Ngày 01 - 10.7.2026: Khóa Tu xuất gia ngắn hạn 10 ngày các vị cư sĩ tại gia tại Tổ Đình Viên Giác/ 10 Tage leben wie Ordinierte-Viên Giác Pagode.
- Dự định Khóa Tu Học Phật Pháp Âu Châu kỳ thứ 37 sẽ tổ chức tại Pháp (Thời gian độ cuối tháng 7 và địa điểm tại Pháp sẽ thông báo sau).

Tháng 8

- Ngày 02 và 16.08.2026: lễ định kỳ, sinh hoạt GĐPT/ Friedens- und Verstorbene Andacht, Buddhistische jugendliche Aktivitäten.
- Ngày 12 và 26.08.2026: Lễ sám hối/ Reuezeremonie.
- Ngày 01.08.2026: Lễ Vu Lan tại Chùa Viên Âm, Nürnberg (HT Phương Trượng và Đại Chúng).
- Ngày 02.08.2026: Lễ Vu Lan tại Viên Đức, Ravensburg (HT Phương Trượng và Đại Chúng).
- Ngày 09.08.2026: Lễ Vu Lan tại Tu Viện Viên Lạc, Varel (HT Phương Trượng và Đại Chúng).
- Ngày 16.08.2026: Lễ Vu Lan tại Chùa Bảo Quang, Hamburg, (HT Phương Trượng và Đại Chúng).
- Ngày 23.08.2026: Lễ Vu Lan tại Chùa Bảo Thành, Koblenz (HT Phương Trượng và Đại Chúng).
- Ngày 23.08.2026: Lễ Vu Lan tại Chùa Linh Thứu Berlin, Berlin (TT Hạnh Giới)
- Ngày 28–30.08.2026 (Thứ sáu đến Chủ nhật): Đại Lễ Vu Lan và Lễ Hội Quan Âm, Mãn hạ Tự Tứ. Lễ quy y Tam Bảo tại Tổ Đình Viên Giác/ Ullambana und Avalokitesvara Fest, Ende der Klausurzeit, Zufluchtnahme Zeremonie zu den Drei Juwelen.

Tháng 9

- Ngày 06 và 20.09.2026: lễ định kỳ, sinh hoạt GĐPT/ Friedens- und Verstorbene Andacht, Buddhistische jugendliche Aktivitäten.
- Ngày 10 và 24.09.2026: Lễ sám hối/ Reuezeremonie.
- Ngày 19.09.2026: Lễ hội Trung Thu/ Das Mondfest oder Mittherbstfest.
- Ngày 06.09.2026: (Chủ Nhật) Lễ Vu Lan chùa Vạn Hạnh, Hòa Lan (HT Phương Trượng và Đại Chúng).
- Ngày 06.09.2026: (Chủ Nhật) Lễ Vu Lan tại Chùa Giác Ý, Zwickau (TT Hạnh Hòa và Đại Chúng).
- Ngày 13.09.2026: Lễ Vu Lan tại Chùa Viên Quang, Tübingen (HT Phương Trượng và Đại Chúng).
- Ngày 18 - 20.09.2026: Khóa tu Tịnh Độ, chùa Đôn Hậu, Na-uy (TT Hạnh Định)
- Ngày 20.9.2026 (Chủ nhật): Lễ Vu Lan chùa Viên Thông tại Selb, Đức Quốc (Hòa Thượng Phương Trượng và Đại Chúng).
- Ngày 26 - 27.09.2026: Thọ Bát Quan Trai /8 Sila Praxis, chùa Linh Thứu Berlin (HT Phương Trượng và Đại Chúng).

Tháng 10

- Ngày 04 và 18.10.2026: lễ định kỳ, sinh hoạt GĐPT/ Friedens- und Verstorbene Andacht, Buddhistische jugendliche Aktivitäten.
- Ngày 09 và 23.10.2026: Lễ sám hối/ Reuezeremonie.
- Ngày 15.10 đến 01.11.2026: Hành hương Phật tích tại miền bắc và miền nam Ấn Độ.(TT Hạnh Định)
- Ngày 31.10 - 01.11.2026: Khóa tu Bát Quan Trai cho các Chi Hội và GĐPT Đức Quốc/8 Sila-Praxis (TT Thích Hạnh Tấn).

Tháng 11

- Ngày 01 và 15.11.2026: lễ định kỳ, sinh hoạt GĐPT/ Friedens- und Verstorbene Andacht, Buddhistische jugendliche Aktivitäten.
- Ngày 08 và 22.11.2026: Lễ sám hối/ Reuezeremonie.
- Từ ngày 06 đến ngày 30.11.2026 Hoằng Pháp tại Nhật Bản.

Tháng 12

- Ngày 06 và 20.12.2026: lễ định kỳ, sinh hoạt GĐPT/ Friedens- und Verstorbene Andacht, Buddhistische jugendliche Aktivitäten.
- Ngày 08 và 22.12.2026: Lễ sám hối/ Reuezeremonie.
- Ngày 10-19.12.2026: An Cư Kiết Đông ở Liên Hoa Đạo Tràng, Na Uy.
- Ngày 25 - 30.12.2026: Lễ kỵ Tổ Chúc Thánh Minh Hải và khóa Huân Tu Tịnh Độ tại Tổ Đình Viên Giác/ Reines Land Seminar. ■

hộp thư Viên Giác

Trong thời gian qua VIÊN GIÁC đã nhận được những thư từ, tin tức, tài liệu, bài vở, kinh sách, báo chí của các Tổ Chức, Hội Đoàn, Tôn Giáo và các Văn Thi Hữu khắp các nơi gửi đến.

*** THƯ TÍN**

- **Đức**: HT Thích Như Điển, Ngô Văn Phát, Nguyên Đạo, Đại Nguyên, Thi Thi Hồng Ngọc, Tịnh Ý, Nguyên Hạnh HTD, Hương Cau, Thiện Mỹ (GĐPT), Nguyên Ngọc, Đỗ Trường, Hoàng Quân, Nguyễn Chí Trung, Ngọc Huệ.
- **Pháp**: Hoang Phong, Chúc Thanh.
- **Bỉ**: Nguyên Trí Hồ Thanh Trước.
- **Hòa Lan**: Hà Bạch Trúc.
- **Thụy Sĩ**: Thích Như Tú, Nhật Hưng.
- **Áo**: Nguyễn Sĩ Long.
- **Ý**: Huỳnh Ngọc Nga, Trương Văn Dân.
- **Hoa Kỳ**: Tuệ Nga, Lâm Minh Anh, Diễm Châu Cát Đơn Sa, Nguyên Giác, Tiểu Lục Thần Phong, Thu Hoài.
- **Việt Nam**: Thích Hạnh Giải, Bs. Đỗ Hồng Ngọc, Tịnh Bình, Lê Hứa Huyền Trân, Người Sông Hậu, Tôn Nữ Mỹ Hạnh, Phạm Văn Quang, Nguyễn An Bình.

*** THƯ & SÁCH BÁO**

-**Đức:** Tibet + Buddhismus Nr 132.
-**Pháp:** Bản Tin Khánh Anh số 145.
-**Taiwan:** Hai Ch'ao Yin Bi – Monthly Volume 106/8-2025.

THÔNG BÁO NGƯNG PHÁT HÀNH LỊCH TREO TƯỜNG KHÁNH ANH

Trân trọng thông báo đến quý Đạo Hữu & Phật Tử, bắt đầu từ bây giờ (9/2025) chùa Khánh Anh sẽ **không còn in lịch treo tường như hằng năm nữa**.

Vậy xin Quý Vị chú ý không nên gởi tiền hay chuyển tiền về chùa để đặt lịch treo tường trước. Xin cảm ơn Quý Vị.

CÁO PHÓ & CẢM TẠ

Gia đình chúng con/chúng tôi xin báo tin cùng thân bằng quyến thuộc và thân hữu gần xa:

Vợ, Mẹ, Bà Nội của chúng con/chúng tôi là,
Bà Nguyễn Thị Vân
Pháp danh Thiện Thủy
Sanh ngày 05.05.1944 tại Hà Nội
đã tạ thế vào lúc 20 giờ ngày 18.09.2025, nhằm ngày 27 tháng 7 năm Ất Tỵ tại Tennenbronn, Đức Quốc - Hưởng thọ 82 tuổi.
Tang lễ cử hành vào lúc 10 giờ ngày 27.09.2025 tại Bestattungen Hauser, 78713 Schramberg.

Chúng con/ chúng tôi xin chân thành cảm tạ:

- Hòa Thượng thượng Như hạ Điển, Phương Trượng Tổ Đình Viên Giác.
- TT Thích Hạnh Bảo, Trụ Trì Chùa Liên Tâm
- TT Thích Hạnh Vân, Trụ Trì Tu Viện Viên Đức.
- TT Thích Hạnh Định, Trụ Trì Tổ Đình Viên Giác.
- TT Thích Hạnh Tuệ, Tổ Đình Viên Giác.
- ĐĐ Thích Hạnh Tâm, Trụ Trì Chùa Giác Ý.
- ĐĐ Thích Hạnh Bổn, Tu Viện Viên Đức.
- Chư Tôn Đức tại Đức Quốc và Âu Châu.
- Ni Trưởng Viện chủ Thích Nữ Như Viên, và Ni Sư Thích Nữ Hạnh Trang Chùa Viên Quang.
- Quý vị quan khách, anh chị em, bạn bè thân hữu đã đến viếng thăm và tiễn đưa linh cửu Vợ, Mẹ, Bà Nội chúng tôi đến nơi an nghỉ cuối cùng.

Trong lúc Tang gia bối rối, không tránh khỏi những thiếu sót, kính xin quý vị niệm tình tha thứ.

Tang gia đồng kính bái

Chồng: **Nguyễn Văn Lý** - Thiện Giáo, Tennenbronn.
Trưởng nam: **Nguyễn Anh Minh** - Thiện Bình, vợ và con, Tennenbronn.
Trưởng nữ: **Nguyễn Thị Bích Nguyệt** - Thiện Anh, Tennenbronn.
Thứ nam: **Nguyễn Văn Bình** - Thiện Luận, vợ và con, Tennenbronn.
Thứ nam: **Nguyễn Hoàng Thái** - Thiện Hòa
Thứ nam: **Nguyễn Văn Hòa** - Thiện Thảo, vợ và con, Tübingen.
Thứ nam: **Nguyễn Văn Thành** - Thiện Danh, vợ và con, Darmstadt.
Thứ nam: **Nguyễn Văn Thảo** - Thiện Hiếu, Hong kong.

PHÂN ƯU (1)

Nam Mô Tiếp Dẫn Đạo Sư A Di Đà Phật.
Kính bạch Trưởng Lão Hòa Thượng, chư Thượng Tọa, quý Ni Trưởng, Ni Sư.
Kính thưa toàn thể gia quyến thân tộc nội ngoại.

Hội Đồng Điều Hành GHPGVNTN Âu Châu hay tin bào huynh là anh cả trong gia đình của Trưởng Lão Hòa Thượng, là:

Cụ Ông HOÀNG NGỌC QUY
Pháp danh : QUẢNG THIỆN

Sanh năm 1937 Đinh Sửu. Đã từ trần vào lúc 12 giờ 30 phút thứ bảy, ngày 30 tháng 8 năm 2025 nhằm mùng 8 tháng 7 âm lịch năm Ất Tỵ tại Huế. Hưởng thọ: 89 tuổi.

Xin nhất tâm cầu nguyện cho thần thức Cụ HOÀNG NGỌC QUY, pháp danh QUẢNG THIỆN được sanh về cõi Phật A Di Đà.

-Thay mặt Hội Đồng Điều Hành GHPGVNTN Âu Châu - Đệ Nhị Chủ Tịch: Hòa Thượng Thích Như Điển.
-Tăng chúng Tổ đình Viên Giác Hannover.
-Ban Biên Tập Báo Viên Giác.

PHÂN ƯU (2)

Được tin
Thân Mẫu của Ni Sư Thích Nữ Diệu Trạm, Vụ Phó Ni Vụ Bắc Tông GHPGVNTN AC - Trụ Trì Tổ Đình Khánh Anh - Bagneux - Pháp Quốc, là:

Cụ Bà TỪ THỊ CÚC.
Pháp danh: NHỰT MỸ

Sanh năm 1927 Đinh Mão. Đã vãng sanh vào lúc 6 giờ 00 sáng thứ tư ngày 10 tháng 9 năm 2025, nhằm mùng 19 tháng 7 năm Ất Tỵ.

Hưởng thọ: 99 tuổi.

Lễ Tang được cử hành tại nhà tang lễ, 10 Rue Auguste Pavie, 22200 Guingamp (pompes funèbres Rolland) và nhà Hỏa Táng Crématorium de Bégard, espace Activités de Koat Yen, 22140 Bégard - Pháp Quốc.

Nhất tâm cầu nguyện Hương Linh Cụ Bà Phật Tử pháp danh: NHỰT MỸ - TỪ THỊ CÚC, trượng thừa oai đức Tam Bảo và Đại nguyện của Đức Bổn Tôn A Di Đà Như Lai, VÃNG SANH TỊNH ĐỘ. Nhất Tâm Cầu Nguyện

- Hòa Thượng thượng Như hạ Điển (Phương Trượng – Chủ Nhiệm).
- Thượng Tọa Thích Hạnh Định (Trụ Trì) và Tăng Ni Chúng Tổ Đình Viên Giác Hannover, Đức quốc.
- Toàn thể Ban Biên Tập, Cộng Tác Viên Báo Viên Giác.

CẢM TẠ

Chúng con xin đê đầu đảnh lễ cảm tạ:

-Hòa Thượng Phương Trượng Tổ đình Viên Giác Hannover.
-Chư Thượng Tọa, Đại Đức, Ni Trưởng, Ni Sư.
-Chư pháp hữu, thân hữu; chư văn thi hữu khắp nơi ở Âu Châu,

... đã vân tập về Tổ đình Viên Giác vào 06.09.2025 để tham dự Nghi lễ Cầu siêu; hoặc đã điện thư, điện thoại thăm hỏi nhân lễ Giỗ Đầu của Cựu Chủ bút Báo Viên Giác là:

Cư sĩ Phật tử NGUYỄN HÒA
Pháp danh: Nguyên Trí
Bút hiệu: Phù Vân, Tùy Anh

Sự hiện diện và tấm lòng của quý Ngài, quý vị là niềm an ủi lớn lao, giúp gia đình chúng con vơi bớt nỗi niềm thương nhớ, đồng thời thêm phần ấm áp khi nghĩ đến tình đạo, tình đời, tình văn nghệ.

Nguyện cầu hồng ân Tam Bảo gia hộ chư Tôn Đức Tăng Ni pháp thể khinh an, Phật sự viên thành.

Nguyện chúc quý Phật tử, bằng hữu, văn thi hữu thân tâm thường lạc, vạn sự kiết tường.

Nam Mô Công Đức Lâm Bồ Tát Ma Ha Tát.

Quả phụ: Nguyễn Thị Hiền (Phương Quỳnh)
Pháp danh: Diệu Thiện

phương danh cúng dường

(Tính đến ngày 31.08.2025)

Trong thời gian gần đây, Chùa Viên Giác có nhận được tiền của quý Đạo Hữu gửi bằng cách chuyển qua Ngân Hàng hay bằng Bưu Phiếu, nhưng không ghi rõ mục đích. Thí dụ như Cúng Dường, Tu Bổ Chùa, Ấn Tống Kinh, Pháp Bảo v.v...
Ngoài ra có Đạo Hữu nhờ người khác đứng tên chuyển tiền nhưng không rõ chuyển tiền giùm cho ai để Cúng Dường hoặc thanh toán vấn đề gì. Do đó khi nhận được tiền, Chùa không thể nào ghi vào sổ sách được.
Để tránh những trở ngại nêu trên, kính xin quý Đạo Hữu khi chuyển tiền hoặc gửi tiền về Chùa nhớ ghi rõ Họ & Tên, địa chỉ đầy đủ và mục đích để Chùa tiện ghi vào sổ sách.
Ngoài ra khi quý vị xem Phương Danh Cúng Dường xin đọc phần trên cùng là tính đến ngày?... tháng?.... để biết rằng tiền đã chuyển đi ngày nào và tại sao chưa có tên trong danh sách.
Chùa có số Konto mới và Tu Viện Viên Đức cũng đã có số Konto (xin xem phía sau). Kính xin quý vị thông cảm cho.
Thành thật cám ơn quý Đạo Hữu.
Danh sách PDCD của quý Đạo Hữu & Phật Tử, chúng tôi xin phép chỉ đánh máy một lần chữ **ĐH** (Đạo Hữu) ở bên trên.

TAM BẢO

ĐH. Ẩn danh 86,95€. Beer Thanh Ha & Van Anh Williams 50€. Bhante Suhhacitto 100€. Blumenthal 50€. Bùi Duy Hải 20€. Bùi Thị Dung 110€. Chu Mỹ Mỹ 100€. Chu Quốc Hùng 100€ HH các HL họ Chu. Đặng Kim Thu 20€. Điền Kim Đính 110€. Điền Kim Thoa 30€. Diệu Mai Vũ-Bùi Mai Trâm 20€. Diệu Ngọc Đỗ Thị Tuyết Lan 20€. Diệu Tâm Nguyễn Trà Giang 100€. Diệu Tâm Hỷ (Vũ Thị Phương Thảo) 50€. Đỗ Nhật Linh 50€. Đỗ Thị Anh Huệ 20€. Đỗ Thị Tuyết 20€. Đỗ Văn Khương & Hoàng Thị Hồng Cẩm 10€. Đồng Giác Lê Văn Hai, Diệu Huệ Nguyễn Thị Lài, Nguyễn Văn Bộ, Trương Thị Cửu, Nguyễn Thái Hòa, Lisa Nguyễn & Rosa Nguyễn 30€. Đồng Hoa Nguyễn Thị Thu Nguyệt 50€. Emily Huỳnh Chan Huỳnh 681,66€. Francisco-Gotama Struzynski 15€. Gđ. HL Trần Đăng Thành 480€. Gđ. Lục Tô Hà 20€. Gđ. Pt Diệu Đức Gotha 50€. Gđ. Tạ Hùng Minh 350€ HHHL Tạ Thu Kiều. Gđ. Thiện Học 50€. Gđ. Võ Phước Lầu (Bác Sáu Lầu) 500€. Gđ.Pt Diệu Hồng 20€. Gđ.Pt Ngọc Cẩn Trần Thị Lan 150€. GĐPT Pháp Bảo Đức Quốc 50€. Gia Minh Lion 10€. Giác Thành Nguyễn Minh Trí 50€. HHHL Bùi Cát Tường (mất 7/2025) 20€. HL Nguyễn Khắc Tráng 50€. Hồ Nguyễn Kim Ngân 20€. Hoa Kim Kuhn 100€ HHHL Nguyễn Đức Quý. Hoàng Thị Nga 30€. Hoàng Văn Thái 60€. Huỳnh Phi Phi 100€. Johannes Zuidema 50€. Lê Nguyễn Hương Trà 290€. Lê Thị Hồng Nhung 5€. Lê Thị Ngọc Tuyền 50€. Lê Thị Thanh Hiền 100€. Mã Đơn (Thiện Nhơn) 20€. Michelle Hương 20€. Ngu Anh Vinh 50€. Nguyễn Thị Ngọc Lan 25€ HHHL Mẹ Nguyễn Thị Phụng Pd Đồng Phước. Nguyễn Minh Phương 20€. Nguyễn Phước Hạ Uyên 20€. Nguyễn Thanh Tuấn 20€. Nguyễn Thị Thủy (Janiszewski) 30€ Cầu an cho Wolfsgang Janiszewski. Nguyễn Thị Trang Hương 200€. Nguyễn Thúy Ngàn 20€. Nguyễn Văn Quý & Võ Thị Ngọc Thanh 20€. Nguyễn-Trần Khánh Uyên 20€. Nhóm bạn: Khánh, Phương, Thiện Anh, Minh Trinh & Bình 100€. Phạm Lê Hoài Hương 50€. Phạm Thị Thu Trang 30€. Phan Thị Thanh Thủy 20€ HH công đức cho Bố Phan Văn Ca và các con Chu Quốc Nhân & Chu Thủy Tiên. Phan Vân Hồng 30€. Pt. Diệu Hiền Christel Thuy Tram Tran 20€. Pt. Thiện Hưng Phạm Đăng Khanh 15€. Pt. Trần Hoàng Việt 20€. Quảng Phượng 50€. Quảng Thiện Nguyễn Trọng Bình 20€. Roger Holme & Sigvich Holme 5€. Roger Holme & Yoga Banch 2,40€. Son Nguyen 1.124,36€. Sư Cô TN Thông Chân 100€. Sư Cô TN Xả Không 100€. Tạ Thị Ngọc Hoa 50€. Thái Thị Thúy Lan 20€. Thiện Phú Lê Thị Bích Lan 86,20€. Thuan Tham Huỳnh-Mạch & Gia Lạc Mạch 50€. Thuan Tham Huỳnh-Mạch & Gia Lạc Mạch 50€ HHHL Huỳnh Quốc Cương. Trần Thị Anh 20€. Trần Thị Ngọc Bích 300€. Trần Thúy Lan 40€. Trí Đức Phí Trường Thành 50€. Vạn Anh Nguyễn Thị Ngọc Trâm 30€. Van Dung Diep 100€ HHHL Lê Ngọc Nga. Vũ Ngọc Sơn & Vũ Thị Hiền 50€. Vũ Thị Phương Thảo 20€. Vũ Trọng Anh 1.030€. Vũ Văn Toàn 30€. William & Gansging 100€. Hoàng Lan Nguyễn & Thị Nụ (Alfeld) 20€. Nguyễn Thị Khánh Huyền & Johnny Nguyễn (Berlin) 20€. Nguyễn Thị My Ly 40€. Vũ Thị Huyền 20€. Vũ Trọng Huy & Phạm Thị Bình và Vũ Nam Phong 10€. Dương Ngọc Thiện & Dương Thị Thu Hà (Bilshausen) 50€. Đặng Thị Kim Loan (Bremen) 50€. Đỗ Văn Mạnh & Vũ Minh Thu 10€. Nguyễn Thị Hồng Diệp (Celle) 20€. Đỗ Bá Sự & Nguyễn Thị Kim Thanh (Dresden) 10€. Diệu Hiền Trịnh Thị Tuyết Nga (Düsseldorf) 40€. Helen Antony-Do 200€. Đào Thị Hồng Nguyên (Edewecht) 50€. Phạm Chí Huy (Erftstadt Liblar) 30€. Ẩn danh (France) 30€ HHHL Nguyễn Hòa Pd Nguyên Trí. Nguyễn Thị Chạy (Nguyễn Jean Francois) 100€. Nguyễn Gia Vinh (Frankenthal) 10€. Nguyễn Phước Hải (Frankfurt/M) 20€. Trần Nương Bảo 20€. Lưu Kha Thu Hương (Friedrichshafen) 20€. Nguyễn Hải An Erwin (Großbreitenbach) 10€. Nguyễn Thu Hương 10€. Nguyễn Thùy Dương 10€. Nguyễn Thúy Ngọc 10€. Nguyễn Văn Hữu 10€. Nguyễn Thanh Thủy, Công Thanh Tùng & Công Đức Trí (Hà Nội /Việt Nam) 10€. Lương Thị Quỳnh Châu (Hà Nội/Việt Nam) 10€. Pt. Ngân Tuyền (Niệm Từ Khánh) (Hamburg) 50€. Nguyễn Văn Hùng (Hanau) 30€. Gđ. Thiện Học, Thiệu Hậu, Thiện Chi & Thiện Thảo (Hannover) 50€. Gđ. Trần Văn Dũng 300€ HHHL Trần-Lê Ngọc Nga Pd Diệu Ngọc. Hà Phước Minh Thảo 50€. Nguyễn Thị Liên 20€. Đào Văn Dương (Heidenheim) 20€. Ngô Thị Ngọc Oanh (Hildesheim) 10€. Lê Văn Tâm (Karlsruhe) 100€ HHHL Thiện Thọ Trần Thị Xê. Pt. Khampong Rattanavong (Kiel) 50€. Nguyễn Thị Hoàng Liên (Köln) 20€. Pt. Diệu Nghĩa Lý Hồng Đào (Krefeld) 50€. Ngô Thị Nam (Lippstadt) 20€. Thiện Độ Ngô Quang Đức & Thiện Chơn Ngô Quang Vinh (Ludwigshafen) 400€. Vương Minh Hùng, Vương Bạch Lan, Benjamin Bajvic, Selma Bajvic, Molüdin Bajvic, Hans Hägeby & Jakob Hägeby (Malmö/Schweden) 70€. Viên Hảo Hồ Thị Thu Hà (Münster) 100€. Đào Diệu Linh (Neuss) 50€. Pt. Nguyễn Quốc Do và vợ Lê Thị Thược (Nghệ An /Việt Nam) 200€. Đàm Tô Hà (Nienburg) 50€. Gđ. Lục Tô Hà & Tạ Thu Kiều 50€. Lee Lục Nhân Khanh & Lục Nguyệt Chi 50€. Nguyễn Thị Vân (Tuấn Vân) (Nürnberg) 100€. Trần Thị Phúc & Trần Văn Danh 50€. Lư Vương (Oberhausen) 10€. Lý Trung Hà Pd Ngawang Samdrup (Osnabrück) 50€. Nguyễn Đức Dũng (Salzgitter) 10€. Lý Thị Dân (Schweb-heim) 30€. Lê Quỳnh Thư (St.Gallen/Schweiz) 100€ HHHL Cố Chủ Bút Phù Vân. Fam. Dương (Stuttgart) 50€. Hoàng Anh Tuấn (Troisdorf) 50€. Chí Thanh Leuchtweis (Tübingen) 100€. Chùa Phật Linh (Việt Nam) 50€. Huỳnh Thanh Hùng (Völklingen) 50€. Tạ Tú Văn (Wallenhorst) 50€. Bành Tâm Sơn (Wiesbaden) 10€. Nguyễn Lê Dân & Nguyễn Thu Thủy (Wittlich) 20€. Enrico Michael, Phan Michael Thị Hạnh & Bùi Phan Lâm (Wolfsburg) 20€.

* Ngọc Cẩn & Thiện Phước (Hannover) 100€. HL Nguyện Hòa Lê Đình Trung 50€. Nguyễn Thị Chạy (France) 100€. Ngọc Cẩn 100€ HHHL Nguyện Hòa. Chúc Thức (Duy) (Schweiz) 300€. Tổ Đình Bảo Quang (Hamburg) 1.500€. Thiện Tiến (") 50€. Gđ. họ Vương 300€ HHHL Vương Say Pd Pháp Nguyện. Diệu Hiền (Lüneburg) 50€. Nhuận An (Bremen) 20€. Nhuận Liễu (Hamburg) 100€. Tổ Đình Khánh Anh (Bagneux/France) 2.000€. Ciquing (France) 200€. Thiện Độ (Koblenz) 50€. Ẩn danh 120€. HHHLTô Đức Pd Nhuận Từ (Schweiz) 50€. Vi Diệu Lý & Đan Vy (Koblenz) 50€. Sư Cô TN Thông Chân (Hamburg) 100€. Chùa Viên Âm (Nürnberg) 600€. Ẩn danh (") 200€. Ẩn danh (") 120€. Thiện Thịnh Ngủ Thơ Cường (") 50€. Nguyên Tịnh Trịnh Thị Thanh & Nguyên Lạc Nguyễn Thị kim Sanh (") 50€. Chùa Linh Thứu (Berlin) 1.000€. Gđ. Đh Diệu Tịnh (Hằng) (") 200€. Sư Cô Huệ Ngọc (") 200€. Sư Cô TN Chân Không (France) 90€. Nguyễn Sĩ Long (Österreich) 100€. Đông Nghinh Tự (Japan) 186€. Gđ. Đồng Phước (Bielefeld) 100€. HHHL Nhuận Từ Tô Đức (Koblenz) 20€. Huệ Tịnh (Erlangen) 100€. Thiện Vũ & Thiện Sơn (") 50€. Sư Cô Xả Không (Stuttgart) 100€. Quảng Minh (Holland) 100€. Dương Minh Tâm (Göttingen) 30€. Dương Thanh Sang (Nörten Hasdenberg) 50€. Diệu Hương (Münster) 50€. Trần Thị Ngọc Thúy (Hannover) 30€. Diệu Hương (Berlin) 50€. Ngọc Cẩn (Hannover) 100€. Mỹ Tuyết Trương Ngọc Huệ (München) 400€. Nguyễn Thị Thư & Cao Phan Dũng (Hannover) 50€. GĐPT Đức Quốc 20€. Thích Phước Hội (USA) 200€.

*** Báo Viên Giác**

Điền Kim Đính 40€. Helene Antony-Do (Düsseldorf) 30€. Huỳnh Anh Kiệt (Huỳnh Cuối Liêu) 30€. Kim Hoa 200€. Lê Văn 30€. Nguyễn Thi 200€. Bùi Ngọc Yến (Bad Dürkheim) 30€. Dr. Lê Vĩnh Hiệp (Bendorf) 30€. Nguyễn Thị Tố Anh (Dingolfing) 20€. Kha Sâm (Düsseldorf) 30€. Nguyễn Thị Chạy (Nguyễn Jean Francois) (France) 50€. Nguyễn Gia Vinh (Frankenthal) 10€. Nguyễn Phước Hải (Frankfurt/M) 20€. Trần Nương Bảo 30€. Lưu Phước Lai (Friedrichshafen) 20€. Trần Hữu Minh (Grefrath) 20€. Đặng Đình Lương (Hamburg) 20€. Huỳnh Thị Chang 20€. Nguyễn Tích Phùng & Đàm Thị Bích Liên 50€. Trịnh Quang Khánh 40€. Nguyễn Văn Hùng (Hanau) 20€. Triệu Cẩm Nguyên (Haßloch) 20€. Đào Văn Dương (Heidenheim) 30€. Nguyễn Kiều Long (Heilbronn) 20€. Trần Thị Thiện (Hofkirchen) 30€. Quảng Thiện Âu Ngọc Thân & Quảng Phước Âu Vĩnh Đức (Ireland) 200€. Phạm Thị Ngọc Thúy (Italia) 30€. Pt. Khampong Rattanavong (Kiel) 100€. Nguyễn Thị Hoàng Liên (Köln) 20€. Ngô Thị Nam (Lippstadt) 30€. Thiện Độ Ngô Quang Đức & Thiện Chơn Ngô Quang Vinh (Ludwigshafen) 50€. Nguyễn Thị Gia Tuyết (München) 25€. Trịnh Thị Kim (Nehren) 20€. Ngô Hoàng Dung (Nienburg) 20€. Hồ Đình Tuấn (Nürnberg) 30€. Nguyễn Thị Kim Vinh 40€. Trầm Thuận Đạt 20€. Lư Vương (Oberhausen) 30€. Nguyễn Văn Bất (Osnabrück) 20€. Huỳnh Thị Anh Thư (Saarlouis) 20€. Lý Thị Dân (Schweb-heim) 20€. Nguyễn

Thị Đông (Stade) 15€. Hoàng Anh Tuấn (Troisdorf) 50€. Phạm Văn Lang (Unna) 30€. Huỳnh Thanh Hùng (Völklingen) 30€. Tạ Tú Văn (Wallenhorst) 20€. Nguyễn Thị Chạy (France) 50€.

*** ẤN TỐNG**

Sư Cô TN Xả Không 20€. Nguyễn Thị Vân (Tuấn Vân) Nürnberg) 50€. Đoàn Thị Khanh Pd Nhật Thành (Lyon/ France) 500€ HHHL Mouhamad-Houssaine Pd Thiện Hòa (sanh 1950 mất 2024).

-Thiền Môn Nhựt Tụng: Ẩn danh 50€. Chị Oanh (Solingen) 30€.

-Đại Bát Niết Bàn: Đồng Tâm 200€.

*** TƯỢNG PHẬT**

***- Tượng Quan Âm*:** Lý Trung Hà 30€. Lâm Kim Khánh (Mönchengladbach) 240€. Lư Vương (Oberhausen) 10€. Lý Trung Hà 30€.

-Thiên Thủ Thiên Nhãn: Thiện Hà Đặng Thị Hằng Teickner (Langenhagen) 20€.

-Tượng Phật trên tháp: Lý Trung Hà (Osnabrück) 70€.

-Tượng Địa Tạng: Giang & Phấn (Laatzen) 50€ HHHL Bác Võ Phước Lầu (Laatzen) và HHHL Cháu Lê Ngọc Nga Pd Diệu Ngọc (Hannover).

*** Khóa Giáo lý Phật Pháp Âu Châu kỳ 36**

Huỳnh Tấn Phát 35€. Lê Thị Bích 50€. Nguyễn Thị Thanh Kim 500€. Nguyễn Thu Cúc 35€. Pierre Carrus 70€. Pt Trí Nhiên & Chơn Hân 100€. Tô Thị Mỹ Hạnh 100€. Trương Quang Trí 35€. Tuyết Mai & Jean Pierre 35€. Võ Tấn Mỹ Lệ 35€. Vũ Duy Khương 35€. Fam. Trần (Pd Diệu Ngọc) (Aachen) 70€. Trần Thị Mỹ Công & Võ Thị Thúy Vân (Belgique) 430€. Quảng Ngộ & Diệu Hiền (Hannover) 50€. Thu Trang 50€. Thiện Độ Ngô Quang Đức & Thiện Chơn Ngô Quang Vinh (Ludwigshafen) 50€.

*** An Cư Kiết Hạ**

Diệu Cần 30€. Diệu Hạnh & Đạo Tâm 30€. Diệu Ngân & Khai Phú 50€. Diệu Ngọc 20€. Diệu Ngọc & Quảng Tâm 50€. Diệu Phúc 20€. Đồng Bạch 20€. Đồng Bình 20€. Đồng Chi 20€. Đồng Độ 20€. Đồng Hạnh 20€. Đồng Tánh 20€. Đồng Tánh & Diệu Loan 30€. Đồng Thành 20€. Đồng Thanh 20€ HHHL Lucky Châu. Đồng Thứ 20€. Đồng Vân 40€. Ngọc Cẩn 100€. Tâm Liễu 20€. Tâm Mỹ 20€. Thiện Đạo & Ngọc Diệp 40€. Thiện Đức, Viên Hồng, Đồng Chiếu & Đồng Quang 350€. Viên Tịnh 20€ HHHL Thái Thị Ngọc. Viên Trang 50€.

*** Khóa tu Gieo Duyên**

Ẩn danh 200€. Ẩn danh 200€. Ẩn danh 347,82€. Ẩn danh 100€. Ẩn danh 100€. Ẩn danh 173,91€. Diệu Hạnh 100€. Nguyên Tuệ 100€. Quảng Phượng 300€. Tâm Liễu (Mẫn) 100€. Thiện Mỹ Nguyễn Mạnh Nhật (Bad Hönningen) 500€. Pt. Diệu Nghĩa Lý Hồng Đào (Krefeld) 100€.

*** Tu bổ sân chùa**

Dr. Bảo Châu Thanh Thy 20€. Gđ.Pt Diệu Cần Nguyễn Thị Tiến 60€. Gđ.Pt Diệu Hạnh 40€. Gđ.Pt Diệu Lương Nguyễn Thị Thu Hiền 40€. Gđ.Pt Diệu Phúc Lữ Thị Mỹ Hạnh và Đồng Na Nguyễn Mỹ Tiên 100€. Gđ.Pt Đồng Độ Nguyễn Thị Minh Sáu & Đồng Nhã Dương Trần Thanh 50€. Gđ.Pt Đồng Nhi Nguyễn Bạch Yến 100€. Gđ.Pt Đồng Viên Hoàng Thị Phương Phi 50€. Gđ.Pt Minh Đức Huỳnh Văn Thương, Diệu Trí Ngọc Hà, Diệu Phương Ngọc Châu, Thiện An, Diệu Quang, Đồng Vân, Đồng Thu và Đồng Ngân 200€. Gđ.Pt Phúc Minh Lý Trường An 20€. Gđ.Pt Thiện Hỷ Lê Thị Ngọc Hân & Tiên Dân Quyền 50€. Gđ.Pt Thiện Vũ Nguyễn Thị Kim Oanh 40€. Gđ.Pt Vạn Phụng Đinh Thị Loan, Vạn Thành và Vạn Tương 80€. Gđ.Pt Viên Trung Nguyễn Trung Thảo, Viên Hồng, HL Thái Thị Ngọc Pd Viên Tịnh 50€. Hạnh Bình, Thiện Đức, Thiện Huy, Thiện Hậu, Thiện Xuân và Thiện Mỹ 100€. HL Hứa Trị, HL Hứa Đệ, HL Đồng Thoát Trần Duyệt Hùng và Tâm Mỹ Trần Thị Mỹ Châu 40€. Ngọc Tâm Tạ Thị Hương & Ngọc Cầm Lê Văn Huỳnh 60€. Phật Tử ẩn danh 20€. Pt Thiện An 50€. Pt. Phương 80€. Thu 12€. TT. Thích Hạnh Lý, Gđ.Pt Diệu Hoa Nguyễn Thị Hằng và HL Phúc Thơm Vũ Văn Mùi 100€. Tuyền Pd Đồng Thuận 100€. Gđ.Pt Đồng Phước Phạm Thị Lanh, Đồng Hiếu, Đồng Trí và Đồng Huệ (Bielefeld) 200€. Gđ.Pt Diệu Hòa Trần Thị Diệu Hiền (Göttingen) 100€. Đồng Hạnh Bùi Thị Thu Dung (Hannover) 10€. Gđ.Pt Đồng Kim Ngụy Minh Thúy 30€. Gđ.Pt Ngọc Cẩn Trần Thị Lan, Thiện Lộc, Ngọc Hiền và Thiện Phước 100€. Pt. Minh Pd Đồng Nguyệt 20€. Gđ.Pt Viên Hảo Hồ Thị Thu Hà (Münster) 40€. Gđ.Pt Trần Quới Ninh (Oberhausen) 100€. Thiện Tấn Vũ Quang Tú (Seelze) 50€.

*** VU LAN**

Đào Thị Hiền 50€. Diệu Đức Hoàng Bích Nga 30€. Diệu Ngọc & Quảng Tâm 50€. Đồng Nhan Lê Thị Ngọc Dung 30€. Fam. Đồng Đạt Lê Ngọc Thành 50€. Gđ. Họ ngoại Đào Đình 15€. Gđ. Họ Nguyễn 10€. Gđ. Họ nội Đào Đình 20€. Gđ. Họ Vũ Viết 15€. Gia Nghi Hồng 100€. Helene Antony-Do (Düsseldorf) 100€. Huỳnh Ngọc Hà 50€. Huỳnh Thị Mỹ Hạnh 70€. Kevin Adamy 50€. Lương Thị Kim Phụng 60€. Ngô Quang Diễm Phi 30€. Nguyễn Toàn 50€. Phạm Lạc & Thúy Hằng 30€. Trần Thị Quang 100€. Trần Văn Nam 20€. Trương Đại Hứa 20€. Nguyên (Ahrenberg) 10€. Fam. Lý (Bad Iburg) 20€. Chu Hải Thanh (Bochum) 50€. Vương Khắc Vũ (Borkum) 50€. Cáp Trọng Dũng (Bremervörde) 20€. Bùi Duy Nguyên (Darmstadt) 50€. Trịnh Hòa An (Donaueschingen) 30€. Trần Thị Hiền Lương (Dortmund) 20€. Đào Thị Hồng Nguyên (Edewecht) 50€. Nguyễn Thị Thanh Hương (Emmendingen) 20€. Trần Thị Ánh Hồng (Erbach) 50€. Phạm Chí Huy (Erftstadt Liblar) 50€. Phạm Thị K. Tiên (Essen) 10€. Nhựt Hòa Võ Văn Thắng (France) 100€. Nguyễn Thị Cẩm (Freiberg) 20€. Kha Hiền Thanh (Fulda) 50€. Doãn Thị Minh Hằng (Gardelegen) 30€. Hứa Thị Phúc (Gerolstein) 20€. Nguyễn Cao Cường (Halberstadt) 50€. Staron, Jennifer Ngọc Phượng (Hamburg) 100€. Vũ Hồng Thanh (Hameln) 20€. Gđ. Quảng Ngộ & Diệu Hiền (Hannover) 50€. Minh Thảo Hà Phước 100€. Triệu Cẩm Nguyên (Haßloch) 40€. Schwertfirm Trần Kim Phượng (Hilgertshausen-Tandern) 50€. Gđ. Phạm Đăng Anh Tuấn An Dũng, Huệ Kiết, Thiện Bảo, Lê Ngọc Tuý Vân & Gđ. Motte (Kassel & France) 100€. Chi Ma (Krefeld) 20€. Lý Hồng Tiên 80€. Phạm Xuân Thiệp 100€. Nguyễn Ngọc Toàn (Laatzen) 20€. Nguyễn Thị Hồng Hoa (Landstuhl) 50€. Phạm Hoàng Tố Hoa (Linkenheim) 10€. Vũ Thị Kiên (Lüneburg) 20€. Lý Hoa (Meppen) 40€. Ngọc Bình Ô Thị Hai 50€. BS. Trương Ngọc Thanh & Nguyễn Thị Huyền Linh (Minden) 100€. Lê Hoàng Oanh 20€. Phạm Ngọc Sơn & Nguyễn Phương Danh (Mönchengladbach) 20€. Đồng Tâm Trần Hải Hòa (Müllheim) 50€. Gđ.Pt Thiện Hảo Trần Anh Trâm (Münster) 50€ HH cầu an cho Thiện Học Trần Thị Anh Đào. Vũ Trọng Thử (Nienburg) 40€. Đào Minh Thắng (Norden) 30€. Huỳnh Văn Châu 30€. Lư Vương (Oberhausen) 10€. Li, Trần Thúy Phượng (Pforzheim) 50€. Quách Thị Anh Hoa (Rastatt) 30€. Huỳnh Bá Thuận (Ratingen) 50€. Tô Khải Đức (Schweinfurt) 20€. Đỗ Thị Dung & Đỗ Thị Gái (Staßfurt) 15€. Huỳnh Anh Kiệt (Tettnang) 10€. Nguyễn Khắc Hiếu (Timmendorfer Strand) 200€. Nguyễn Đình Lập (Vechta) 50€. Trịnh & Nguyễn (Wiesbaden-Nordenstaden) 60€. Trịnh Thị Hòa (Wilhelmshaven) 50€. Nguyễn Thị Phượng (Wissen) 50€. Nguyễn Thị Bích Hằng (Worms) 50€. Trần Thị Nhài (Würselen) 80€. Quý Phật Tử ẩn danh 20€.

*** Sửa chùa**: Mạc Hồng Giang 50€.

*** Trai Tăng**

Ban Bảo Trợ GĐPT Tâm Minh 100€. Chơn Bích Nguyễn-Ries Thị Phi Oanh 50€. Diệu Cần Nguyễn Thị Tiến 30€. Diệu Hương Lưu Phương Lan 30€. Diệu Lý 20€. Diệu Ngọc & Quảng Tâm 150€. Đồng An Trịnh Thị Khỏe 30€. Đồng Anh (Ca) 10€. Đồng Châu Đỗ An Bình Anna & Đồng Hiếu Đỗ Emily 50€. Đồng Hà Phạm Hoàng Hải 10€. Đồng Hạnh Bùi Thu Dung 10€. Đồng Hạnh Nguyễn Hoàng Linh & Đồng Pháp Nguyễn Trung Kiên 30€. Đồng Hạnh Trần Linda & Đồng Vân Mã Lệ Tuyết 50€. Đồng Hòa Đỗ Thái An 25€. Đồng Hòa Maximilian Leupold & Đồng Thuận Thanh Tuyền Leupold 50€. Đồng Huệ Lương Lina & Diệu Quang Trần Thị Minh Tâm 50€. Đồng Kim Ngụy Minh Thúy 50€. Đồng Liên Hoàng Minh Đức 25€. Đồng Mỹ Phạm Hoàng Bảo My 10€. Đồng Nhi (Na) 10€. Gđ. Phạm Văn Dũng (Thiện Trí & Thiện Hương) 50€. Gđ. Steingräber 50€. Gđ. Thiện Hữu Đỗ Thái Bằng 100€. GĐPT Tâm Minh 100€. Hà Thị Ngọc Hoa 10€. Kỷ Jolie & Trịnh Thị Thúy Hiền 50€. Nguyên Hoằng & Thiện Liên 100€. Nguyên Thanh Lê Thị Thục Nghi 100€. Sư Cô TN Thông Chân 100€. Tâm Hữu 20€. Tâm Thảo Trương Thị Diệu Phương 20€. Thị Chơn & Thiện Liên 100€. Thiện Bảo (Nho) 10€. Thiện Đạt & Thiện Huê 50€. Thiện Hà & Nguyên Thảo 50€. Thiện Hải Nguyễn Thị Hà 50€. Thiện Hiếu (Lê) 10€. Thiện Nhật Phan Thị Thùy Nga 20€. Thiện Phú Lê Bích Lan 20€. Thiện Tuệ 20€. Bùi Nga (Düsseldorf) 60€. Gđ.Pt Đồng Giới Nguyễn Lan Hương (Hannover) 50€. Lê Văn Tâm (Karlsruhe) 50€ HHHL Thiện Thọ Trần Thị Xê. Đồng Tâm Trần Hải Hòa (Müllheim) 50€. Viên Hảo Hồ Thị Thu Hà (Münster) 200€. Trầm Thuận Đạt (Nürnberg) 100€.

*** Học Viện Phật Giáo Viên Giác**

Ẩn danh 300€. Châu Quang Thanh & Nguyễn Thị Huệ 20€. Chi Lan Diep 60€. Diệu Ngọc & Quảng Tâm (Trần Thị Thanh Thúy) 1.000€. Đỗ Anderson Duyên 500€. Dr. Lê Thị Xuyến, Phi Tom Eitner & Ida Eitner 3.142€. Hương Thi Thu Nguyen 50€. Karen L. Tran 849,40€. Muoi Orf 100€. Nguyễn Hồng Thu 10€. Nguyễn Thị Hương Thu 50€. Nha Xanh GmbH 600€. Nhuận Đức Bùi Xuân Mai 50€. Pt. Quang Du (Chùa Hoa Nghiêm) 1.000€. Thanh Hường Lại Thị Thu Thủy & Như Quang Lại Thị Anh Đào 850€. Trần Thị Mỹ Hạnh 100€ HHHL Vũ Quốc Cương & Cầu an Trần Thị Mỹ Hạnh, Vũ Tường Vi & Lê Thanh Tâm. Từ Viên Hạnh 300€. Văn Phòng Khóa Tu Học PPAC tại Neuss 235€. Võ Quang Châu 2.000€ HH cho Ông Võ Văn Ngân Pd Hoàng Thu và Bà Nguyễn Thị Sum Pd Diệu Ngọc. Ẩn danh (England) 500€. Gđ. Diệu Thủy 500€. Cô Thiện Cao, Lâm Thị San & Đồng Kệ (Freiburg) 500€. Pt. Nhuận Liễu (Hamburg) 100€. Cô Lệ Hiếu (Chùa Bảo Đức) (Oberhausen) 500€. Vũ Ngọc Khúc (San Diego/USA) 1.700€. Viên Tịnh (Washington/USA) 850€. Bành Tâm Sơn (Wiesbaden) 20€.

*** TỪ THIỆN & XÃ HỘI**

-Cô nhi, Cùi, Mù & Dưỡng lão: Lê Thị Hoe 40€. Nguyễn Thị Kim Anh 10€. Đào Thị Hồng Nguyên (Edewecht) 150€. Dr. Hoàng Cương Nguyên & Dr. Nguyễn Thị Minh Ngọc (Hamburg) 50€. Trần Thị Phúc & Trần Văn Danh (Nürnberg) 50€. Lư Vương (Oberhausen) 20€.

-Giúp nạn nhân Bão lụt: Trần Thị Phúc & Trần Văn Danh (Nürnberg) 100€.

-Nồi cháo tình thương: Phạm-Nguyễn Thị Thu Thủy (Belgique) 50€. Trần Thị Phúc & Trần Văn Danh (Nürnberg) 30€.

-Xe lăn: Trần Thị Phúc & Trần Văn Danh (Nürnberg) 50€.

-Phóng sanh: Đào Thị Hồng Nguyên (Edewecht) 50€.
*** Học bổng Tăng Ni Việt Nam**
Bành Tâm Sơn (Wiesbaden) 20€.
*** Ký tự**
Gđ. HL Nguyễn Thị Hồng Nga 100€. Gđ. Tạ Hùng Minh 100€ HHHL Tạ Thu Kiều. HL Lê Văn Hùng 70€.
*** Quảng cáo**
Huỳnh Ngọc Hà 50€.
ĐỊNH KỲ (Tháng 7 & 8/2025)
An Duyên Nguyễn Thị Nhứt 20€. Chöling 700€. Christian Leupold 60€. Đặng Quốc Minh 20€. Đào Thị Hiền 40€. Diệu Khai, Diệu Ngọc & Quảng Tâm 100€. Đỗ Thái Bằng 60€. Đỗ Thị Hồng Hạnh 10€. Đoàn Thanh Vũ Phước 20€ HHHLBà Võ Thị Hai Pd Đồng Phước. Đồng Giới Nguyễn Thị Thu 20€. Dương Anh Tuấn & Đinh Thị Hồng Đoàn (Norderney) 20€. Gđ. Nguyên Huệ & Diệu Mẫn 100€. Gđ. Thị Thiện Phạm Công Hoàng 50€. Gđ. Viên Tú Nguyễn Thị Anh 10€. Hà Ngọc Kim 50€ HHHL Đinh Thị Hợi Pd Diệu Hạnh. Hồ Thị Nguyệt 50€. Hoàng Thị Nhung 20€ HHHL Bố Hoàng Văn Lịch. Hoàng Thị Phúc 20€. Hoàng Thị Tân 120€. Hồng Nghiệp Phan Quỳnh Trâm 10€. Hứa Thiện Cao 10€. Hue Wollenberg 20€. Lâm Thị San 20€. Lê Minh Sang 60€. Lê Thị Ngọc Hân 100€. Lê Thị Tiến 50€. Lê Thùy Dương 20€. Lê Văn Đức 20€. Lý Kiến Cường 30€. Manuela Horn 20€. Ngô Thị Thắng 20,46€. Nguyễn Hoàng Vũ & Nguyễn Thị Thanh Phương 20€. Nguyễn Liên Hương 40€. Nguyễn Ngọc Đương 10€. Nguyễn Quang Hùng 30€. Nguyễn Quốc Định 30€. Nguyễn Thị Diệu Hạnh 40€. Nguyễn Thị Hồng Quyên 20€. Nguyễn Thị Kim Lệ 20€. Nguyễn Thị Minh Sáu 40€. Thị Ngọc Thảo (Straubenhardt) 50€. Nguyễn Thị Thắm 10€. Nguyễn Thiện Đức 100€. Nguyễn Thị Hiền 20€. Phạm Thị Mai & Minh Trương 40€. Phạm Văn Dũng & Đỗ Thị Cúc 12€. Phan Đình Du 100€. Phan Thị Lan 20€. Phùng Văn Thanh 20€. Quách-Lê Thị Kim Thu 50€. Quảng Thiện Nguyễn Trọng Bình 20€. Sabine & Phan Trương Trần Vũ 100€. Tạ Thị Ngọc Dung 60€. Thái Kim Sơn 80€. Thái Quang Minh 200€. Thị Bích Lan Nguyễn-Erhart 30€. Thiện Chơn Ngô Quang Vinh 40€. Thiện Độ Ngô Quang Đức 80€. Thiện Nam & Thiện Hồng 50€. Thiện Thủy Vũ Thị Xuyến 30€. Tôn Thúy 40€. Trần Mạnh Thắng 100€. Trần Tân Tiếng 22€. Trần Thị Kiều Nga 20€. Trần Thị Kim Lệ 10€. Trần Thị Ngọc Anh (Trần Lăng Hía) 20€. Trần Thị Thanh 30€. Trần Thị Thu Thủy 10,22€. Trần Văn Dân 15€. Trương Ngọc 100€. Uông Minh Trung 20€. Viên Tú Nguyễn Thị Anh 10€. Võ Thị My 20,46€. Võ Thị Mỹ 20€. Võ Văn Hùng 30€. Vũ Đình Đức 30€. Vũ Quang Tú 100€. Vũ Thị Tường Nhân 20,46€. Young Thị Thanh 30€.

TU VIỆN VIÊN ĐỨC
(01.04.2025 – 30.06.2025)

TAM BẢO
ĐH. Hồ Thị Thanh Bình 60€. Phạm Thái Hùng 15€. Trần Mạnh Thắng 150€. Dương Thị Ngọc Liên 30€. Lê Thúy Hà 30€. Nguyễn Thị Kim Dung 150€ HHHL Trần Hữu Phúc Pd Thanh Tran. Bành Hên 110€. Lai Trung Việt & Lo Thị Phương 60€. Trần Hoàng Minh 90€. Vũ Đình Đức 45€. Quách Thị Phương & Van Khanh 30€. Lê Thị Kim Loan 80€. Nguyễn Thị Thúy Hà 30€. Đỗ Văn Vinh 30€. Diệu Ngọc & Quảng Tâm 60€. Nguyễn Thị Lan Anh (Neu-Ulm) 30€. Trần Thị Nở 60€. Trần Thị Nga 30€. Triệu Hoàng Minh 30€. Nguyễn Thị Minh Phương 90€. Thanh Hương Bauer 20€. Gđ. Trần Thiện (Paderborn) 1.550€. Loan, Phượng, Tân, Quế Kiều & Lan 210€. Bác Tịnh Trí 200€. Gđ. Phan Nguyệt Anh 200€. Gđ. HL Trương Văn Hồng Pd Bửu Thành 200€. Hà Vân Trang & Hà Huy Hoàng 200€ HHHL Hà Mộng Giao. Gđ. Lê Minh Hoàng Lucky (Ulm) 200€. Võ Thị Thùy Linh, Hoàng Anh Heiko & Hoàng Cao Ky Michael 150€. Vũ Thị Thanh Thúy (Memmingen) 100€. Ho Le (Friedrichshafen) 100€. Đồng Châu Nguyễn Thị Ngọc Linh 100€. Gđ. Vạn Phụng, Vạn Thành & Vạn Thiện 100€. Đồng Huệ Huỳnh Thị Đại 100€. Nguyễn Văn Tiến (Andy Nguyen) (Lindau) 100€. Gđ. Dương Hằng (Konstanz) 100€. Hùng & Thủy (Nonnenhorn) 100€. Gđ. Đỗ Văn Khôi, Đỗ Thanh Duy & Huỳnh Như (Füssen) 100€. Đoàn Thúy Loan (Memmingen) 100€. Đồng Châu Nguyễn Thị Ngọc Linh 100€ cầu an cho mẹ Lê Thị Bê. Đồng Ngọc Đào Thúy Uyên (Định kỳ) 100€. Trần Mỹ Linh (Konstanz) 100€. Cô Hà Pd Diệu Hòa 60€. Diệu Hòa Phạm Thị Tiết Hồng 56,33€. Gđ. Thảo Lương và cháu Hoài Thương (Kempten) 55€. Gđ. Deibler Thị Thoa Pd Vạn Giao & Deibler Thomas 50€. Phạm Chẩy (Hamburg) 50€. Chị Hiếu (Paderborn) 50€. Gđ. Hoàng Văn Đinh & Tạ Thị Trúc Mai 100€ HHHL Hoàng Long Pd Đồng Sanh. Gđ. Nguyễn Lam (Lindenburg) 50€. Gđ. Trần Văn Nghĩa & Cao Thị Nhài, Trần Thu Phương và Trần Thu Anh (Memmingen) 50€. Nguyễn Thanh Dung, Diệu Duyên & Đồng Diệu 50€. Pt. Tường Hằng 50€. Thanh Yên 50€. Hà Bình 50€. Gđ. Nguyễn Đức Thinh (Friedrichshafen) 50€. Giang Muối 50€. Gđ. Tuệ Mạnh & Nguyên Phúc 50€. Trần Huỳnh Đức 50€. Quốc Đại Phan Thị Nhung 50€. Trịnh Mai Lan 50€. Diệu Hoa Trịnh Kim Liên (Nördlingen) 50€. Diệu Hạnh (München) 50€. Vũ Văn Hùng, Nguyễn Thị Hương Huyền, Bresien Huy Đạt, Vũ Huy Anh & Vũ Khanh My 50€. Trần Thị Nhật Hưng (Schweiz/St.Gallen) 50€. Trịnh Mai Lan (Schweiz) 50€. Nhữ Thị Chiến (Schweiz/Gossau) 50€. Quảng Phượng (Österreich) 50€. Lưu Phước Lai (Friedrichshafen) 30€. Thi Nhật Thao, Le-Lai (Frankfurt/M) 30€. Quách Kim Trinh (Konstanz) 30€. Nguyễn Hữu Tín & Nguyễn Thị Thành (Memmingerberg) 30€. Gđ. Vũ Ngọc Trí (Esslingen) 30€. Nguyễn Thị Hải Minh (Lindenberg) 30€. Gđ. Ngô Văn Chia & Hồ Thị Thu Hồng 30€. Đồng Dung Nguyễn Thu Trang 20€. Nhã Vân Cát Tường 20€. Phạm Quốc Huy (Filderstadt) 20€. Lan & Nguyen (Lindau) 20€. Fam. Thạnh & Phượng (Memmingen) 20€. Lã Thị Bình & Nguyễn Minh Gián 20€. Gđ. Thưởng Xuân (Lindau) 20€. Gđ. Linh Thoa 20€. Lê Thị Ngọc Mai 20€. Ngô Kim Hà 20€. Leon Phan & Noah Phan 20€. Phan Thanh Phương & Trần Thị Lệ Trinh 20€. Nguyễn Hang 20€. Gđ. Đinh Văn Hậu & Nguyễn Thị Hảo 20€. Thạnh Phượng (Memmingen) 20€. Gđ. Nghiêm & Vũ 20€ HHHL Hoàng Long Pd Đồng Sanh. Dương Vinh (Schramberg-Sulgen) 20€. Đoàn Thị Hồng Phương (Kempten) 20€. Châu Zi Fai (Ulm) 20€. C & C 20€. Gđ. Nghiêm (Memmingen) 20€. Mai Thị Ngọc (Konstanz) 20€. Tâm Huệ 20€. Hồng Lê Phan & Nguyễn Anh Thu 10€. Fam. Euzenmüller 10€. Thawanhathai Ezzenmüller 10€. Fam. Nguyen & Zanic 10€. Nguyễn Thị Hải Minh (Lindenberg) 10€. Be 10€. Nguyễn Thị Định (Bad Waldsee) 10€. Nguyễn Thị Hải Minh (Lindenberg) 10€. Yvonne 5€. Huỳnh Minh Kiệt (Tettnang) 3€. Diệu Kim & Lan Chi (Lindau) 50€. Võ Thị Thùy Linh 50€. Liêu Thái Hòa 400€. Lê Cường 1.000€.

*

Khi chuyển tịnh tài cúng Chùa, xin quý vị vui lòng ghi vào nơi (Verwendungszweck = mục đích cho việc gì) để văn phòng dễ làm việc. Quý vị ở xa ngoài nước Đức cũng có thể gửi tiền mặt hoặc Check trong thư, có thể gửi thường hoặc bảo đảm về chùa. Xin thành thật cám ơn quý vị.
Tất cả mọi sự Cúng Dường định kỳ hoặc những lễ lạc khác cho Chùa, quý vị đều có thể lấy Giấy Khai Thuế lại (bằng tiếng Đức) để cuối năm quý vị có thể khai khấu trừ thuế với Chính Phủ. Quý vị nào cần, xin liên lạc về Chùa qua Email: pagodevg2020@gmail.com bằng thư hoặc điện thoại, cho đến cuối tháng 4 mỗi năm; chúng tôi sẽ gửi giấy đến quý vị.
Quý vị chuyển tịnh tài về Chùa Viên Giác, xin chuyển vào Konto mới như sau:
1. Chùa Viên Giác
Congr.d.Verein Vietn.Buddh.Kirche Abteilung i.d
Sparkasse Hannover
Konto Nr. 910 403 066
BIC: SPKHDE2HXXX
IBAN: DE40 2505 0180 0910 4030 66

2. Chùa Viên Giác có số Konto riêng cho
Học Viện Phật Giáo Viên Giác như sau:
Vien Giac Institut
Konto-Nr.: 910 570 655
BIC: (Swift-Code): SPKHDEHXXX
IBAN: DE 90 2505 0180 0910 5706 55
Sparkasse Hannover

3. Ngoài ra Tu Viện Viên Đức ở Ravensburg
có số Konto như sau:
Kloster Vien Duc
BIC: SOLADES1RVB
IBAN: DE53 6505 0110 0111 3020 68
Kreissparkasse Ravensburg

- -

Ngày....... tháng .... năm 20 ....

PHIẾU ỦNG HỘ BÁO VIÊN GIÁC

Số hiệu độc giả (SH) ....
Họ và tên ....
Địa chỉ ....
....
Tel./Email..
Số tiền: ....
Giấy chứng nhận khai thuế: Có ☐ Không ☐

Độc giả mới ☐ Độc giả cũ ☐

Nếu thay đổi địa chỉ nhận báo, xin ghi rõ địa chỉ cũ dưới đây:
....
....
Congr.d.Verein Vietn.Buddh.Kirche Abteilung i.d
Sparkasse Hannover
Konto Nr. 910 403 066
BIC: SPKHDE2HXXX
IBAN: DE40 2505 0180 0910 4030 66

- -

www.ingramcontent.com/pod-product-compliance
Lightning Source LLC
La Vergne TN
LVHW082046051026
849532LV00011B/3491
9798330434763